ทั้งสามเฉดสีจากอดีตถึงปัจจุบัน:
อินเดียสู่เอเชียและทั่วโลก

Translated to Thai from the English version of
The three shades from the past to the present

Mitrajit Biswas

Ukiyoto Publishing

All global publishing rights are held by

Ukiyoto Publishing

Published in 2024

Content Copyright © Mitrajit Biswas

ISBN 9789360163679

All rights reserved.
No part of this publication may be reproduced, transmitted, or stored in a retrieval system, in any form by any means, electronic, mechanical, photocopying, recording or otherwise, without the prior permission of the publisher.

The moral rights of the author have been asserted.

This is a work of fiction. Names, characters, businesses, places, events, locales, and incidents are either the products of the author's imagination or used in a fictitious manner. Any resemblance to actual persons, living or dead, or actual events is purely coincidental.

This book is sold subject to the condition that it shall not by way of trade or otherwise, be lent, resold, hired out or otherwise circulated, without the publisher's prior consent, in any form of binding or cover other than that in which it is published.

www.ukiyoto.com

สารบัญ

หน่วยที่ 1: อินเดีย 1

ความรู้เบื้องต้นเกี่ยวกับวิสัยทัศน์อันยิ่งใหญ่ของนโยบายต่างประเทศของอินเดีย 2
75
ปีของยุทธศาสตร์นโยบายต่างประเทศของอินเดียในฐานะประเทศเพื่อสร้างโลกที่อินเดียเปี
นศูนย์กลาง 6
พลวัตของอำนาจและการเมืองเพื่อแรงบันดาลใจระดับโลก:
สอดคล้องกับการสร้างแบรนด์ที่ยั่งยืนของอินเดียหรือไม่?..............................17
อินเดียในฐานะแบรนด์ระดับชาติที่สร้างสมดุลระหว่างเรื่องราวของการพัฒนากับความท้า
ทายของพลเมืองในประเด็นระดับโลกในศตวรรษ ที่ 21 75

หน่วยที่ 2: เอเชีย 112

เอเชียและมิติต่างๆ ที่เพิ่มขึ้นของโลกาภิวัตน์เพื่อการบูรณาการทางเศรษฐกิจ 113
การเมืองการย้ายถิ่นฐานและชายแดน: เรื่องราวของประเทศในเอเชียกลาง คาซัคสถาน
....143

บทที่ 3: พลวัตของโลกแห่งศตวรรษ ที่ 21 151

เหตุใดสหรัฐอเมริกาจึงล้มเหลวและอย่างไร 152
วิเคราะห์การสื่อสารทางการเมืองและสื่อกลางในการรับลัทธิชาตินิยมในหมู่มวลชน 162
สิ่งที่ไม่รู้จัก: โลกที่ปราศจากเอเชียในภูมิศาสตร์การเมืองแห่งศตวรรษ ที่ 21.......179
“ภาษาที่เป็นโครงสร้างของลัทธิชาตินิยม” 189

หน่วยที่ **1:** อินเดีย

ความรู้เบื้องต้นเกี่ยวกับวิสัยทัศน์อันยิ่งใหญ่ของนโยบายต่างประเทศของอินเดีย

นโยบายต่างประเทศของอินเดียในศตวรรษ ที่ 21
มุ่งเน้นไปที่ข้อกังวลที่มีมายาวนานซึ่งก็คือปากีสถาน
ส่วนอีกรายเป็นเนื้องอกที่ไม่ร้ายแรงซึ่งกลายเป็นมะเร็งทำให้เกิดความเจ็บปวดและมีเลือดออกภายใน
นั่นมาจากแนวคิดที่ว่านโยบายต่างประเทศของอินเดียจะดำเนินไปในช่วงเวลาหนึ่งซึ่งไม่ได้จำกัดอยู่เพียงปากีสถานเท่านั้น แต่ยังมุ่งสู่จีนด้วย
แนวคิดระหว่างจีนกับอินเดียมีการเติบโตในช่วงเวลาหนึ่ง
จีนเป็นคู่แข่งทางภูมิรัฐศาสตร์ของอินเดียมาโดยตลอด อย่างไรก็ตาม
นโยบายต่างประเทศของอินเดียตอบสนองช้าในช่วงทศวรรษแรกหลังได้รับเอกราช อย่างไรก็ตาม
เราอย่าจมอยู่กับประวัติศาสตร์ของนโยบายต่างประเทศของอินเดียมากเกินไป
แต่นี่คือจุดที่เราน่าจะเดินหน้าต่อไปในแง่ของสถานการณ์ปัจจุบัน
จีนเป็นผู้นำนโยบายต่างประเทศของอินเดียอย่างแน่นอน
และวิธีที่ชาวจีนทำในลำคอของเราก็ทำให้ไม่เป็นที่ต้องการอย่างมาก
นอกเหนือจากการปะทะกันบริเวณชายแดนที่ปะทุขึ้นในช่วงไม่กี่ปีที่ผ่านมานับตั้งแต่ Doklam แล้ว
ยังมีการเปลี่ยนแปลงวิธีจัดการกับนโยบายต่างประเทศของอินเดียอีกด้วย
ดอกลัมเป็นการปะทะกันครั้งแรกในช่วงไม่กี่ครั้งที่ผ่านมา
ซึ่งดูน่าเกลียดและเหนียวแน่นมาก
นโยบายต่างประเทศของอินเดียกำลังดำเนินขั้นตอนต่างๆ
ที่กำลังดำเนินอยู่และเพิ่มขึ้นเฉพาะในแง่ของผลกระทบและอิทธิพลเท่านั้น
ให้เราก้าวไปข้างหน้าในปัจจุบัน

แนวคิดเรื่องนโยบายต่างประเทศนั้นเกี่ยวกับพฤติกรรมของคนเราในแง่ของวิกฤตที่กำลังจะเกิดขึ้น
ตรงนี้หากเรามาดูกันว่าแนวคิดเรื่องวิกฤติทั่วโลกเกิดขึ้นได้อย่างไรจากสองศูนย์กลางพลังงานที่ต้องการกลับไปสู่การเดินทางด้วยพลังงาน
นโยบายต่างประเทศของอินเดียในช่วงเวลาหนึ่งได้ก้าวไปสู่ขั้นที่ศูนย์อำนาจทั้งสองแห่งนี้ได้รับการจัดการแล้วอินเดียต้องดำเนินชีวิตอย่างระมัดระวัง
เนื่องจากการเพิ่มขึ้นของนโยบายต่างประเทศของอินเดียไม่ควรทำให้เราหลงทางในความคิดของเรา
เป็นแนวคิดที่ว่าวิสัยทัศน์อันยิ่งใหญ่ของนโยบายต่างประเทศใดๆ ที่ได้รับการประกาศโดยประเทศใดๆ คืออะไร
นี่คือจุดที่อินเดียพยายามมีส่วนร่วมมากที่สุดเท่าที่จะเป็นไปได้โดยปราศจากจิตวิญญาณเผด็จการแบบจีนหรือรัสเซีย
อีกทั้งสายสะดือกับรัสเซียก็ยังไม่ขาดจนหมดสิ้นเหมือนที่เคยมีมายาวนาน
เพื่อนที่ผ่านการทดสอบตามเวลายังไม่ถูกปล่อยไป
รัสเซียยังคงมีความสำคัญต่อเรา
และนโยบายต่างประเทศของอินเดียก็ทำให้แน่ใจว่ารัสเซียจะไม่ปล่อยมันไป
แนวคิดของนโยบายต่างประเทศของอินเดียคือการวาดภาพโลกที่จีนเป็นภัยคุกคามที่แท้จริงและช่วยเหลือประเทศอันธพาลอื่นๆ
อินเดียพยายามติดต่อกับประเทศต่างๆ เช่น สหรัฐอเมริกา ออสเตรเลีย และญี่ปุ่น เพื่อสร้างพันธมิตรที่เหมาะสมกับวิสัยทัศน์ที่ยิ่งใหญ่ของอินเดียในการถูกมองเห็นและยอมรับสัญลักษณ์ของประชาธิปไตยโลก

ในภูมิภาคของความร่วมมือด้านการแข่งขัน ยังมีหนามของปากีสถานกับอินเดียอีกด้วย
อินเดียได้ดำเนินการค่อนข้างมากในการกีดกันปากีสถาน โดยท่าเรือ Chabahar ที่เชื่อมต่อกับอิหร่านและอัฟกานิสถานเปิดตัวเองเพื่อขยายเอเชียใต้และเอเชียกลาง สิ่งเหล่านี้ถือเป็นก้าวสำคัญสำหรับอินเดียในการเปิดตัวเองสู่เกมการค้า

ความร่วมมือทางเศรษฐกิจ และการบูรณาการ
นอกเหนือจากวิสัยทัศน์ของอินเดียในการฟื้นบทบาทของตนในฐานะอำนาจที่มีความรับผิดชอบและเป็นที่เคารพในกิจการระหว่างประเทศ
วาทกรรมที่โดดเด่นเกี่ยวกับกิจการระหว่างประเทศของอินเดียมีศูนย์กลางอยู่ที่จีน
และนักวิชาการระหว่างประเทศบางคนหรือหลายคนอาจเรียกว่าการเกิดขึ้นของอินเดียและจีนว่าเป็นสงครามเย็น 2.0
ฉันมีข้อสงวนอย่างยิ่งเกี่ยวกับการเปรียบเทียบดังกล่าวด้วยเหตุผลไม่เพียงข้อเดียวแต่หลายประการ ก่อนอื่น ฉันรู้สึกว่ามันไม่ใช่การเกิดขึ้น
แต่เป็นการเกิดขึ้นอีกครั้งของทั้งสองชาตินี้จากฟีนิกซ์แห่งอารยธรรมโบราณและมีความสำคัญ ที่สำคัญอินเดียกับจีนเทียบกันไม่ได้และไม่ควรเทียบกัน
อินเดียได้สร้างรูปแบบประชาธิปไตยของตนเอง
ซึ่งมีเอกลักษณ์เฉพาะตัวในการแกะสลักประเทศ (ไม่ใช่รัฐชาติทั่วไป)
ที่เข้าร่วมกับอาณาจักรของเจ้า
นอกเหนือจากการแบ่งแยกพื้นที่อันโหดร้ายของพื้นที่ที่ถูกครอบงำโดยชาวมุสลิมซึ่งส่งผลให้เกิดปากีสถานและบังคลาเทศในเวลาต่อมา ในทางกลับกัน
จีนได้สร้างการปกครองโดยรัฐฝ่ายเดียวในรูปแบบของตนเองและยึดครองประเทศอันกว้างใหญ่ (ประมาณ 3.5 เท่าของขนาดอินเดีย) ที่สำคัญที่สุด
เมื่อพูดถึงบทบาทของอินเดียและจีนที่ต้องการเล่นในกิจการระหว่างประเทศนั้นค่อนข้างจะแตกต่างในเชิงปรัชญา
จีนเปิดกว้างต่อการลงทุนทางการค้าระดับโลกเร็วกว่าอินเดียถึงหนึ่งทศวรรษ และยังปรับใช้กับการผลิตภาคอุตสาหกรรมในเชิงรุกมากขึ้น ในทางกลับกัน
อินเดียก้าวเข้าสู่การค้าโลกเป็นทางเลือกสุดท้ายในการกอบกู้เศรษฐกิจที่ตกต่ำนอกเหนือจากแผนห้าปีของอินเดียแล้ว

ยังพลาดการปฏิวัติอุตสาหกรรมและได้ย้ายไปสู่เศรษฐกิจที่เน้นการบริการ โดยตรง แม้ว่าอินเดียและจีนจะติดพันแอฟริกาเพื่อขอทรัพยากร แต่การมีส่วนร่วมของพวกเขามีความแตกต่างกันมาก จีนให้ความสำคัญกับการสร้างโครงสร้างพื้นฐานมากขึ้น ในขณะที่อินเดียกำลังมองหาความร่วมมือทางเทคนิคมากขึ้น การประชุมสุดยอดอินเดีย-แอฟริกาเมื่อเร็วๆ นี้ ซึ่งจัดขึ้นเป็นครั้งที่ 4 ได้เห็นการมีส่วนร่วมของประเทศในแอฟริกาเป็นจำนวนมาก สิ่งนี้อาจถือเป็นก้าวหนึ่งของอินเดียในการดึงดูดแอฟริกาในรูปแบบใหม่หลังยุคอาณานิคมที่ทั้งสองภูมิภาคแบ่งกัน แม้ว่าสถานการณ์ที่โชคร้ายของอินเดียที่ปฏิบัติต่อนักเรียนชาวแอฟริกันอย่างรุนแรงในอาชญากรรมที่มีแรงจูงใจทางเชื้อชาติบางอย่างนั้นถือเป็นการเหยียดหยาม แต่การมีส่วนร่วมของอินเดียก็ได้รับการต้อนรับในแอฟริกาเป็นส่วนใหญ่ จีนได้ลงทุนในระบบรถไฟ การผลิตไฟฟ้าดังที่ได้กล่าวไว้ก่อนหน้านี้ แต่อินเดียยังคงตระหนักว่าแนวทาง "พลังงานอ่อนที่มีคุณค่า" มากกว่านั้นได้มุ่งเน้นไปที่การทำงานร่วมกันทางเทคนิค นอกจากนี้ บริษัทเอกชนของอินเดียตั้งแต่โทรคมนาคมของ Airtel ไปจนถึงอุตสาหกรรม Reliance ต่างมองหาแอฟริกาเพื่อลงทุนในภาคเกษตรกรรมซึ่งนำไปสู่การทูตขององค์กรเช่นกัน อินเดียสามารถอวดอ้างได้ถึงการแผ่ขยายทางการฑูตที่แข็งแกร่ง แม้ว่าเจ้าหน้าที่บริการต่างประเทศจะต้องการการขยายตัวอย่างจริงจัง หากต้องสอดคล้องกับความคาดหวังใหม่

75
ปีของยุทธศาสตร์นโยบายต่างประเทศของอินเดียในฐานะประเทศเพื่อสร้างโลกที่อินเดียเป็นศูนย์กลาง

อินเดียมีความท้าทายอย่างมากรวมทั้งมีบทบาทในศตวรรษนี้ในกิจการโลก อินเดียบรรลุนโยบายต่างประเทศที่ดำเนินมายาวนาน 75 ปี ซึ่งยังคงกำจัดอาการเมาค้างจากอาณานิคม รวมถึงการสอบรับราชการนักการทูตด้วย อย่างไรก็ตาม ความรับผิดชอบของอินเดียคือการมีบทบาทนำในการขับเคลื่อนกองกำลังโลกที่สามไปพร้อมกับอินเดีย (อ่านเรื่องโลกที่สามทั้งในแง่ของภูมิศาสตร์การเมืองและนโยบายทางเศรษฐกิจ) ความท้าทายของอินเดียคือการปรับปรุงสถานการณ์ทางเศรษฐกิจและสังคมของประเทศ
ต้องจำไว้ว่าแม้ว่าอินเดียจะปรารถนาที่จะมีบทบาทมากขึ้นในกิจการระหว่างประเทศก็ตาม ไม่มีใครสามารถเป็น "คนจนสุด ๆ" และ "พลังวิเศษ" ในเวลาเดียวกันได้
อินเดียยังคงรักษาแนวปฏิบัติของยุคอาณานิคมและสถาบันของอังกฤษดังที่ได้กล่าวไว้ข้างต้น อย่างไรก็ตาม
โลกในปัจจุบันเรียกร้องให้อินเดียละทิ้งการยับยั้งโดยเร็วที่สุด และทำให้วิสัยทัศน์ของตนชัดเจนยิ่งขึ้นว่าต้องการจัดการกับปัญหารอบตัวและโลกอย่างไร อินเดียยังคงมีปัญหาเกี่ยวกับระบบศักดินา ปิตาธิปไตย และความอยู่รอดขั้นพื้นฐาน นอกเหนือจากการขยายตัวทางเศรษฐกิจ ตลาดผู้บริโภคเกิดใหม่
ตลอดจนแรงบันดาลใจที่ใหญ่กว่าในการได้รับบทบาทที่เหมาะสมในตารางกิจการโลก อินเดียมีบทบาทสำคัญในสงครามที่ทำลายล้างอัฟกานิสถาน

และไม่เพียงแต่จัดหาแหล่งทางการทูตเท่านั้น แต่ยังจัดหาเงินสดจำนวนมาก
ตลอดจนการสนับสนุนด้านโครงสร้างพื้นฐานอีกด้วย
สอดคล้องกับวิสัยทัศน์ของอินเดียในด้านสวัสดิการและเสริมสร้างความสมบูรณ์
ให้กับพื้นที่ใกล้เคียง ซึ่งจะมีความสำคัญสำหรับอินเดียในระยะยาว
เช่นเดียวกับนโยบายที่ยังคงเรียนรู้ของอินเดียในการมีส่วนร่วมกับพื้นที่ใกล้เคียง
อย่างไรก็ตาม มีข้อบกพร่องบางประการในนั้น
อินเดียต้องดำเนินการอย่างระมัดระวังในสถานการณ์ที่เปลี่ยนแปลงไป
อินเดียได้มีส่วนร่วมกับบังกลาเทศและศรีลังกาในการพัฒนาโครงสร้างพื้นฐานด้
วย
การมีส่วนร่วมทางการเมืองยังมีความสำคัญต่อความสัมพันธ์ทางเศรษฐกิจของก
ารบูรณาการเอเชียใต้เพื่อย่านที่เจริญรุ่งเรือง
เอเชียใต้ไม่มีนัยสำคัญทางเศรษฐกิจและทนทุกข์ทรมานจากความยากจนมากเท่า
กับอเมริกากลางและแคริบเบียน
นอกเหนือจากแอฟริกาตอนใต้ทะเลทรายซาฮารา
แนวคิดของอินเดียที่คิดว่าตนเองเป็นเด็กโปสเตอร์แห่งความก้าวหน้าของโลกที่
สามก็คือการนำประเทศในเอเชียใต้มารวมกันก่อน
และดำเนินนโยบายการรวมกลุ่มทางการค้าในแอฟริกาและละตินอเมริกาด้วย
อย่างไรก็ตาม พูดง่ายกว่าทำมาก

    ในภูมิภาคของความร่วมมือด้านการแข่งขัน
ยังมีหนามของปากีสถานกับอินเดียอีกด้วย
อินเดียได้ดำเนินการค่อนข้างมากในการกีดกันปากีสถาน โดยท่าเรือ Chabahar
ที่เชื่อมต่อกับอิหร่านและอัฟกานิสถานเปิดตัวเองเพื่อขยายเอเชียใต้และเอเชียกล
าง สิ่งเหล่านี้ถือเป็นก้าวสำคัญสำหรับอินเดียในการเปิดตัวเองสู่เกมการค้า
ความร่วมมือทางเศรษฐกิจ และการบูรณาการ
นอกเหนือจากวิสัยทัศน์ของอินเดียในการฟื้นบทบาทของตนในฐานะอำนาจที่มี
ความรับผิดชอบและเป็นที่เคารพในกิจการระหว่างประเทศ

วาทกรรมที่โดดเด่นเกี่ยวกับกิจการระหว่างประเทศของอินเดียมีศูนย์กลางอยู่ที่จีน และนักวิชาการระหว่างประเทศบางคนหรือหลายคนอาจเรียกว่าการเกิดขึ้นของอินเดียและจีนว่าเป็นสงครามเย็น 2.0 ฉันมีข้อสงวนอย่างยิ่งเกี่ยวกับการเปรียบเทียบดังกล่าวด้วยเหตุผลไม่เพียงข้อเดียวแต่หลายประการ ก่อนอื่น ฉันรู้สึกว่ามันไม่ใช่การเกิดขึ้น แต่เป็นการเกิดขึ้นอีกครั้งของทั้งสองชาตินี้จากฟีนิกซ์แห่งอารยธรรมโบราณและมีความสำคัญ ที่สำคัญอินเดียกับจีนเทียบกันไม่ได้และไม่ควรเทียบกัน อินเดียได้สร้างรูปแบบประชาธิปไตยของตนเอง ซึ่งมีเอกลักษณ์เฉพาะตัวในการแกะสลักประเทศ (ไม่ใช่รัฐชาติทั่วไป) ที่เข้าร่วมกับอาณาจักรของเจ้า นอกเหนือจากการแบ่งแยกพื้นที่อันโหดร้ายของพื้นที่ที่ถูกครอบงำโดยชาวมุสลิมซึ่งส่งผลให้เกิดปากีสถานและบังคลาเทศในเวลาต่อมา ในทางกลับกัน จีนได้สร้างการปกครองโดยรัฐฝ่ายเดียวในรูปแบบของตนเองและยึดครองประเทศอันกว้างใหญ่ (ประมาณ 3.5 เท่าของขนาดอินเดีย) ที่สำคัญที่สุด เมื่อพูดถึงบทบาทของอินเดียและจีนที่ต้องการเล่นในกิจการระหว่างประเทศนั้น ค่อนข้างจะแตกต่างในเชิงปรัชญา จีนเปิดกว้างต่อการลงทุนทางการค้าระดับโลกเร็วกว่าอินเดียถึงหนึ่งทศวรรษ และยังปรับใช้กับการผลิตภาคอุตสาหกรรมในเชิงรุกมากขึ้น ในทางกลับกัน อินเดียก้าวเข้าสู่การค้าโลกเป็นทางเลือกสุดท้ายในการกอบกู้เศรษฐกิจที่ตกต่ำ นอกเหนือจากแผนห้าปีของอินเดียแล้ว ยังพลาดการปฏิวัติอุตสาหกรรมและได้ย้ายไปสู่เศรษฐกิจที่เน้นการบริการโดยตรง แม้ว่าอินเดียและจีนจะติดพันแอฟริกาเพื่อขอทรัพยากร แต่การมีส่วนร่วมของพวกเขามีความแตกต่างกันมาก จีนให้ความสำคัญกับการสร้างโครงสร้างพื้นฐานมากขึ้น

ในขณะที่อินเดียกำลังมองหาความร่วมมือทางเทคนิคมากขึ้น การประชุมสุดยอดอินเดีย-แอฟริกาเมื่อเร็วๆ นี้ ซึ่งจัดขึ้นเป็นครั้งที่ 4 ได้เห็นการมีส่วนร่วมของประเทศในแอฟริกาเป็นจำนวนมาก สิ่งนี้อาจถือเป็นก้าวหนึ่งของอินเดียในการดึงดูดแอฟริกาในรูปแบบใหม่หลังยุคอาณานิคมที่ทั้งสองภูมิภาคแบ่งกัน แม้ว่าสถานการณ์ที่โชคร้ายของอินเดียที่ปฏิบัติต่อนักเรียนชาวแอฟริกันอย่างรุนแรงในอาชญากรรมที่มีแรงจูงใจทางเชื้อชาติบางอย่างนั้นถือเป็นการเหยียดหยาม แต่การมีส่วนร่วมของอินเดียก็ได้รับการต้อนรับในแอฟริกาเป็นส่วนใหญ่ จีนได้ลงทุนในระบบรถไฟ การผลิตไฟฟ้าดังที่ได้กล่าวไว้ก่อนหน้านี้ แต่อินเดียยังคงตระหนักว่าแนวทาง "พลังงานอ่อนที่มีคุณค่า" มากกว่านั้นได้มุ่งเน้นไปที่การทำงานร่วมกันทางเทคนิค นอกจากนี้ บริษัทเอกชนของอินเดียตั้งแต่โทรคมนาคมของ Airtel ไปจนถึงอุตสาหกรรม Reliance ต่างมองหาแอฟริกาเพื่อลงทุนในภาคเกษตรกรรมซึ่งนำไปสู่การทูตขององค์กรเช่นกัน อินเดียสามารถอวดอ้างได้ถึงการแผ่ขยายทางการฑูตที่แข็งแกร่ง แม้ว่าเจ้าหน้าที่บริการต่างประเทศจะต้องการการขยายตัวอย่างจริงจัง หากต้องสอดคล้องกับความคาดหวังใหม่

อินเดียยังมีก้าวสำคัญในการรับมือกับความขัดแย้งระหว่างประเทศ แม้ว่าอินเดียจะรักษานโยบายการเคารพอธิปไตยและการไม่แทรกแซงก็ตาม ถึงกระนั้นอินเดียก็ยังไม่สามารถแสดงอำนาจที่รับผิดชอบตามที่คาดหวังจากอินเดียในวิกฤตอิรัก-ซีเรียได้ แม้ว่าจะยังคงรักษาการสื่อสารอย่างเป็นทางการ แต่ขั้นตอนสำคัญสำหรับความช่วยเหลือจากต่างประเทศและการบรรเทาทุกข์ด้านมนุษยธรรมยังขาดหายไป ประเด็นล่าสุดที่กล่าวเพิ่มเติมคือวิกฤตผู้ลี้ภัยชาวโรฮิงญาที่กำลังดำเนินอยู่ในเมียนมาร์

ซึ่งรัฐบาลอินเดียได้ดำเนินการอย่างกะทันหันในการดำเนินการตามนโยบายที่ไม่เป็นทางการ (นโยบายที่ไม่เป็นทางการ) แม้ว่าจะปฏิเสธที่จะยอมรับชาวโรฮิงญาและเนรเทศผู้ที่อยู่ที่นี่แล้วก็ตาม อินเดียถึงแม้จะมีปัญหาร้ายแรงของตัวเองทั้งความยากจน การว่างงาน และแม้จะไม่ได้เป็นผู้ลงนามอย่างเป็นทางการในอนุสัญญาผู้ลี้ภัยก็ยอมรับผู้ลี้ภัยจากทิเบต อัฟกานิสถาน ศรีลังกา ฯลฯ นโยบายกะทันหันนี้ไม่เป็นผลดีต่ออินเดียซึ่งหลายประเทศในเอเชียแปซิฟิกมองว่าเป็นพันธมิตรที่มีความรับผิดชอบและเชื่อถือได้ แม้ว่าอินเดียจะมีบทบาทที่น่าชื่นชมในพื้นที่ดอกลามลาซึ่งมีพรมแดนติดกับภูฏานและจีนในบทบาทของจีนในการแทรกแซงจีนอย่างไม่เหมาะสมต่อประเทศเล็กๆ แต่เป็นมิตรกับอินเดียซึ่งก็คือภูฏาน อินเดียมองหาโอกาสที่จะมีส่วนร่วมทั่วโลกด้วยหลักคำสอนต่างๆ ที่เปลี่ยนจากนโยบายต่างประเทศสังคมนิยมเนห์รูเวีย หลักคำสอนที่สำคัญคือ "มองตะวันออก - ประเทศในเอเชียตะวันออกเฉียงใต้" มองตะวันตก "เอเชียตะวันตก" และต่อมาคือ "เชื่อมโยงเอเชียกลาง" ที่จัดตั้งขึ้นใหม่ แม้จะมีหลักคำสอนทั้งหมดนี้ แต่ก็ยังมีความสำคัญในความสัมพันธ์ของอินเดียกับมหาอำนาจที่สำคัญ เช่น สหรัฐอเมริกา รัสเซีย ฝรั่งเศส เยอรมนี สหภาพยุโรป ญี่ปุ่น และยังมีการประชุมพหุภาคี เช่น EU, BRICS, IBSA, RIC, G-20, MTCR เป็นต้น อินเดียพยายามปลูกฝังภูมิภาคเอเชียกลางซึ่งอินเดียมีความสัมพันธ์ทางประวัติศาสตร์ผ่านสุลต่านเดลีและอาณาจักรโมกุล ซึ่งแต่เดิมเป็นชนเผ่าเตอร์กที่มาจากอุซเบกิสถาน (บูคาราและซามาร์คันด์) การค้าขายยังเจริญรุ่งเรืองกับภูมิภาคเหล่านี้มาเป็นเวลานาน อย่างไรก็ตาม

ความสัมพันธ์ที่สำคัญกับภูมิภาคเหล่านี้กำลังถูกพิจารณาหลังจากการก่อตั้งรัฐชาติเหล่านี้จากสหภาพโซเวียต
และอินเดียที่เข้าร่วมกับองค์กรความร่วมมือเซี่ยงไฮ้ที่เชื่อมโยงอินเดียกับเอเชียกลาง โดยเฉพาะอย่างยิ่งปากีสถานก็เป็นสมาชิกอยู่ด้วย

อินเดียได้ลดทอนความสัมพันธ์เชิงกลยุทธ์มากมาย
โดยเฉพาะอย่างยิ่งในเรื่องการป้องกันและการมีส่วนร่วมทางการค้า
การมีส่วนร่วมเชิงยุทธศาสตร์ครั้งแรกของอินเดียกับฝรั่งเศสได้เบ่งบานเป็นความสัมพันธ์ที่มีความหมายอย่างแน่นอน
คงไม่ยุติธรรมที่จะกล่าวว่าการธำรงความสัมพันธ์มีความสำคัญไม่น้อยไปกว่าสหราชอาณาจักร
เยอรมนียังเป็นพันธมิตรที่สำคัญมากสำหรับอินเดียในข้อตกลงที่เกี่ยวข้องกับพลังงานสะอาด วิทยาศาสตร์ การศึกษา ตลอดจนโครงสร้างพื้นฐาน
ความร่วมมือด้านองค์กร และการป้องกัน ประเทศสำคัญอื่นๆ จากยุโรป ได้แก่ อิตาลี ซึ่งอินเดียมีความสัมพันธ์ฉันมิตรด้วย
ยกเว้นการระคายเคืองที่กองทัพเรืออิตาลีสังหารชาวประมงสองคนในรัฐเกรละที่กำลังละลายความสัมพันธ์ อย่างไรก็ตาม
การเยือนของนายกรัฐมนตรีอิตาลีเมื่อเร็วๆ นี้และในปีหน้าซึ่งครบรอบ 75 ปีความสัมพันธ์ทางการทูตถือเป็นก้าวสำคัญที่จะก้าวไปข้างหน้า นอกจากนี้
การเยือนสเปนและโปรตุเกสของผู้นำอินเดียเมื่อเร็วๆ นี้
นอกเหนือจากการเยือนของราชวงศ์เบลเยียมแล้ว
ถือเป็นก้าวสำคัญสำหรับการมีส่วนร่วมระหว่างอินเดียและยุโรปอย่างแน่นอน
นอกจากนี้ การมีส่วนร่วมของสวีเดนอย่างมีนัยสำคัญในโครงการ Make in India
และเอสโตเนียในการต้อนรับผู้ประกอบการรุ่นเยาว์ชาวอินเดียผ่านโครงการที่อยู่อาศัยดิจิทัล ทำให้สามารถอ่านรอยเท้าที่กำลังเติบโตของอินเดียในยุโรปได้ดี
อย่าลืมการสู้รบที่รวดเร็วของอินเดียกับมหาอำนาจอื่นๆ ของยุโรป เช่น

โปแลนด์ ซึ่งรองประธานาธิบดีได้มาเยือนเมื่อเร็วๆ นี้
และทั้งคู่ตั้งตารอคอยความสัมพันธ์ที่น่าดึงดูด
แง่มุมที่นุ่มนวลของภาพยนตร์ภาษาฮินดี โยคะ และเครื่องเทศ
นอกเหนือจากอาหารอินเดียในร้านอาหารอินเดีย
ได้รับการบันทึกไว้อย่างไม่มีที่สิ้นสุดในเครื่องมือสำคัญของอินเดียในการมีส่วนร่วมของชาวยุโรป
ความสัมพันธ์ล่าสุดระหว่างอินเดียกับยุโรปคือการเจรจาข้อตกลงการค้าเสรีใหม่
ซึ่งจะทำลายการหยุดชะงักของ "ความร่วมมือทางยุทธศาสตร์"
ที่ยาวนานกว่าทศวรรษ อินเดีย-
สหภาพยุโรปได้สร้างความร่วมมือที่สำคัญในด้านการศึกษา วัฒนธรรม
วิทยาศาสตร์
แต่พลาดความร่วมมือด้านความมั่นคงในภูมิภาคมหาสมุทรอินเดียและยูเรเซีย
ซึ่งรัสเซีย จีน และสหรัฐอเมริกามีบทบาทนี้

เมื่อพูดถึงการมีส่วนร่วมกับรัสเซีย
อินเดียมีความสัมพันธ์ที่สำคัญอย่างลึกซึ้งนับตั้งแต่สงครามเย็น
การมีส่วนร่วมกับสหภาพโซเวียตได้รับการสนับสนุนจากแนวคิดสังคมนิยมของเนห์รูและการแลกเปลี่ยนทางวัฒนธรรม
นอกเหนือจากความสัมพันธ์ทางเศรษฐกิจและการป้องกันที่ลึกซึ้งได้กำหนดชะตากรรมของอินเดียที่ก่อตั้งขึ้นใหม่
รัสเซียซึ่งออกมาจากสหภาพโซเวียตหลังจากการล่มสลายของหน่วยสังคมนิยมขนาดใหญ่ยังมีปฏิสัมพันธ์กับอินเดียในฐานะหุ้นส่วนทางยุทธศาสตร์ใหม่ไม่เพียงแต่ในระดับทวิภาคีเท่านั้น แต่ยังอยู่ภายใต้ BRICS และ RIC (รัสเซีย อินเดีย และจีน)
อินเดียเมื่อพูดถึงการสู้รบด้านกลาโหมล่าช้าแม้ว่าจะได้ย้ายจากการพึ่งพารัสเซียไปเป็นเพื่อนที่เพิ่งค้นพบแม้ว่าจะยังไม่ได้รับการทดสอบความสัมพันธ์ที่สำคัญกั

บสหรัฐอเมริกาและติดตามอิสราเอลอย่างใกล้ชิดก็ตาม
การเปลี่ยนแปลงความเป็นผู้นำของอินเดียและสหรัฐอเมริกาไม่ได้เป็นอุปสรรคต่อความสนิทสนมกันอย่างต่อเนื่องระหว่างอินเดียและสหรัฐอเมริกา
นโยบายที่ไม่แน่นอนของทรัมป์แม้จะเป็นสิ่งที่อินเดียต้องระวังผ่านการเยือนอินเดียของรัฐมนตรีกระทรวงกลาโหมเมื่อเร็วๆ นี้
ดูเหมือนว่าจะสร้างความมั่นใจให้กับอินเดียในฐานะผู้เล่นคนสำคัญของสหรัฐฯ ในการขับเคลื่อนแผนเอเชีย
และยังเชื่อมโยงญี่ปุ่นและออสเตรเลียเข้าด้วยกันเพื่อยุติประเด็นต่างๆ
อย่างไรก็ตาม
การย้ายไปสู่ความสัมพันธ์ของอินเดียกับพันธมิตรใกล้ชิดของสหรัฐฯ ในรูปแบบของอิสราเอล
ได้ก้าวไปข้างหน้าอย่างมีนัยสำคัญด้วยการที่นายกรัฐมนตรีอินเดีย นเรนทรา โมดี เยือนอิสราเอลเป็นครั้งแรก
เพื่อการเยือนอย่างเป็นทางการครั้งแรกของประมุขแห่งรัฐของอินเดีย
ได้ยึดความสัมพันธ์ดังกล่าว สู่ระดับใหม่ อย่างไรก็ตาม ในกรณีนี้
อินเดียเล่นเกมการทูตอย่างระมัดระวังและชาญฉลาดกว่ามากภายใต้การรักษา "การเมืองที่แท้จริง" และสร้างความร่วมมือทางยุทธศาสตร์กับประเทศ GCC
ซึ่งสำคัญที่สุดกับสหรัฐอาหรับเอมิเรตส์ โอมาน ซาอุดีอาระเบีย และกาตาร์
อินเดียยังได้หลีกเลี่ยงความขัดแย้งระหว่างกาตาร์และซาอุดีอาระเบียและอิหร่านและเยเมนในเวลาต่อมา
แม้จะเป็นผู้ให้ความช่วยเหลืออย่างต่อเนื่องแก่เยเมนและลงทุนในอิหร่านดังที่ได้กล่าวไว้ข้างต้น

    การเยือนออสเตรเลียของนายกรัฐมนตรีอินเดีย และการเยือนแบบตอบแทนนอกเหนือจากการเยือนของอดีตนายกรัฐมนตรีนิวซีแลนด์
นอกเหนือจากการที่อินเดียเป็นเจ้าภาพการประชุมกลุ่มประเทศกำลังพัฒนาหมู่เกาะเล็กๆ ยังได้ผลักดันเงินสำหรับการพัฒนาโครงสร้างพื้นฐาน

แสดงให้เห็นว่าอินเดียมีความเต็มใจมากขึ้นที่จะมีส่วนร่วมในเอเชียแปซิฟิก อย่างไรก็ตาม อำนาจที่ใหญ่กว่าของญี่ปุ่นในเอเชียแปซิฟิกได้ยกระดับความสัมพันธ์ที่ใกล้ชิดและสำคัญทางวัฒนธรรมกับอินเดียในแง่ของการลงทุนทางเศรษฐกิจและการพัฒนาโครงสร้างพื้นฐาน อินเดียยังใช้นโยบาย “มองตะวันออก” เพื่อเชื่อมโยงกับประเทศในกลุ่มอาเซียนและก้าวไปข้างหน้าด้วยการจัดเทศกาลดนตรีที่เกี่ยวข้องกับเยาวชนในประเทศอาเซียน และเชิญประมุขแห่งรัฐอาเซียนในปีหน้าเพื่อเฉลิมฉลองวันสาธารณรัฐ ประมุขแห่งรัฐจำนวนมากที่สุดเท่าที่เคยมีมา อย่างไรก็ตามอินเดียจำเป็นต้องมีส่วนร่วมกับคาบสมุทรเกาหลีซึ่งน่าจะเป็นเกาหลีใต้ในเกมเอเชียแปซิฟิก เวียดนามกำลังชักจูงอินเดียให้มีบทบาทสำคัญมากขึ้นของอินเดียในความขัดแย้งในทะเลจีนใต้ การเยือนฟิลิปปินส์ของนายกรัฐมนตรีอินเดียที่กำลังจะมีขึ้นในเร็วๆ นี้ จะเป็นก้าวสำคัญสำหรับอินเดียในการมีส่วนร่วมกับอาเซียนและภูมิภาคอื่นๆ นอกเหนือจากในเอเชียแปซิฟิก

ขณะนี้ในขณะที่มุ่งหน้าสู่อเมริกา สิ่งสำคัญคือต้องพูดถึงว่าความสัมพันธ์ของอินเดียกับตุรกีนั้นพลาดโอกาสไป แม้ว่าการมาเยือนของประธานาธิบดีแอร์โดอันของตุรกีเมื่อเร็วๆ นี้ดูเหมือนจะจุดประกายความสัมพันธ์อันเยือกเย็นโดยทั่วไประหว่างสองประเทศที่ยิ่งใหญ่นี้ อินเดียมีความสัมพันธ์ที่คล้ายคลึงกันกับสหราชอาณาจักรในช่วงทศวรรษที่ผ่านมา และดูเหมือนว่าจะมีความหละหลวมในความสัมพันธ์ที่สำคัญนี้ แม้ว่าจะมีประวัติของการล่าอาณานิคมและตกเป็นอาณานิคมก็ตาม แม้ว่าปี 2017 จะได้รับการเฉลิมฉลองเป็นปีแห่งอินเดีย-อังกฤษ

และรถยนต์เอ็มจีมองหาการลงทุนในอินเดียภายใต้โครงการ Make in India เมื่อเร็วๆ นี้

ในขณะที่มุ่งหน้าสู่อีกประเทศหนึ่งของอเมริกาที่มีชุมชนชาวอินเดียจำนวนมาก ก็มีแคนาดาที่อินเดียรักษาความสัมพันธ์บนพื้นฐานของการค้า การแลกเปลี่ยนบริการ และอื่นๆ ในแง่มุมความร่วมมือที่นุ่มนวลกว่า

ส่วนที่พลาดไปมากที่สุดของความสัมพันธ์ระหว่างอินเดียกับอเมริกาส่วนใหญ่จะเป็นกับละตินอเมริกา รวมถึงประเทศสำคัญๆ เช่น เม็กซิโก คิวบา บราซิล เป็นต้น แม้ว่าการเยือนเม็กซิโกของนายกรัฐมนตรีอินเดียในปี 2558 และจุดยืนของอินเดียในการต่อต้านการเก็บภาษีคิวบาของสหรัฐฯ เมื่อเร็ว ๆ นี้ นอกเหนือจากการมีส่วนร่วมอย่างแข็งขันกับบราซิลภายใต้ BRICS และ IBSA ที่มีแอฟริกาใต้ก็ให้ประโยชน์เช่นกัน

อินเดียยังพยายามที่จะมีส่วนร่วมกับประเทศสำคัญอื่นๆ ในละตินอเมริกา ซึ่งรวมถึงอาร์เจนตินา ชิลี เปรู เป็นต้น

อินเดียมีความสัมพันธ์ที่สำคัญกับอาร์เจนตินาในด้านความร่วมมือทางเศรษฐกิจ แต่ช่องว่างกับหมู่เกาะแคริบเบียนและประเทศต่างๆ กับชิลี เปรู โบลิเวีย เวเนซุเอลา ฯลฯ ยังคงมีอยู่

ระยะทางของทั้งสองภูมิภาคของโลกพยายามเติมเต็มด้วยการมีส่วนร่วมที่เพิ่มขึ้นของอินเดียกับ MERCOSUR และ Pacific Alliance อย่างไรก็ตาม อินเดียยังคงรักษาความชื่นชมทางวัฒนธรรมอย่างแรงกล้าผ่านกองกำลังวัฒนธรรมที่ส่งมาจากอินเดียเป็นประจำภายใต้สภาวัฒนธรรมอินเดีย

ถึงกระนั้นความสัมพันธ์ก็ยังขาดคุณภาพการหล่อหลอมซึ่งอาจนำไปสู่ความสัมพันธ์ที่มีความหมายซึ่งสร้างพลวัตของโลกที่เปลี่ยนแปลงไป

ในโลกที่เปลี่ยนแปลงไป

อินเดียยังจำเป็นต้องมีส่วนร่วมในการทูตให้มากขึ้น โดยเฉพาะการทูตสาธารณะ อินเดียไม่ได้มีส่วนเกี่ยวข้องกับความขัดแย้งกับ ISIS

และไม่ได้ออกวาทกรรมใดๆ เกี่ยวกับเหตุโจมตีรุนแรงในโซมาเลียเมื่อเร็วๆ นี้
ความท้าทายของอินเดียยังคงอยู่กับจีนในการสร้าง "ความสัมพันธ์ความร่วมมือ"
บนพื้นฐานความร่วมมือและการแข่งขัน
อินเดียยังมีหนทางอีกยาวไกลและถือได้ว่าเป็นมหาอำนาจที่สำคัญและมหาอำนาจกลางที่ดีที่สุดจากการประมาณการ
เส้นทางข้างหน้าสำหรับอินเดียจะเป็นความท้าทายในการเอาชนะปัญหาภายในการดิ้นรน และแนวรอยเลื่อน ซึ่งที่สำคัญที่สุดคือแคชเมียร์
อย่าลืมว่ามีความท้าทายครั้งใหญ่สำหรับอินเดียในการปรับปรุงสถานการณ์ทางเศรษฐกิจและสังคมของคนนับล้านที่มีชีวิตอยู่อย่างสิ้นหวังท่ามกลางปัญหาเก่าแก่ของการเลือกที่รักมักที่ชัง การทุจริต และการไม่รู้หนังสือ
ไม่ต้องสงสัยเลยว่าความรู้สึกมีพลังครั้งใหม่ในอินเดียกำลังถูกมองอินเดียจากภายในและภายนอกจากแง่มุมส่วนใหญ่ด้วยการรายงานข่าวของสื่อและวาทกรรมที่ได้รับความนิยมเกี่ยวกับอินเดีย
อินเดียยังมีหนทางอีกยาวไกลและจำเป็นต้องเข้าใจนโยบายต่างประเทศของตนด้วยวิสัยทัศน์เกี่ยวกับบทบาทที่เพิ่มขึ้นของอินเดียในการสร้างความเจริญรุ่งเรืองไม่เพียงแต่เพื่อตัวเองเท่านั้น
แต่ยังรวมถึงประเทศชาติที่มองอินเดียในโลกที่เปลี่ยนแปลงไปแห่งศตวรรษที่ 21 นี้ด้วย
ขอให้ความทะเยอทะยานในบทบาทของอินเดียในกิจการระดับโลกลอยสูงขึ้น

พลวัตของอำนาจและการเมืองเพื่อแรงบันดาลใจระดับโลก: สอดคล้องกับการสร้างแบรนด์ที่ยั่งยืนของอินเดียหรือไม่?

แนวคิดคือการทำความเข้าใจว่าอินเดียกำลังก่อตัวเป็นประเทศอย่างไร
แนวคิดเกี่ยวกับชาติเป็นเรื่องยากที่จะรับรู้และแนวคิดที่ว่าอินเดียในฐานะประเทศหนึ่งได้ก่อตัวขึ้นอย่างไร
เป็นแนวคิดนี้ที่จะต้องพิจารณาและทำความเข้าใจแนวคิดนี้ว่าอินเดียในฐานะรัฐชาติเกิดขึ้นได้อย่างไร
ต้องใช้ความคิดของนักวิชาการหลายคนและความคิดของพวกเขาว่าประเทศอินเดียมีรูปร่างขึ้นมาตามยุคสมัยอย่างไร
บทความนี้เจาะลึกถึงความเข้าใจที่ลึกซึ้งยิ่งขึ้นเกี่ยวกับแนวคิดเรื่องอินเดียซึ่งยังคงได้รับการเลี้ยงดู

การแนะนำ:

อะไรขับเคลื่อนแนวคิดของอินเดีย:

แนวคิดเรื่องอำนาจและการเมืองในอินเดียขัดแย้งกับแนวคิดเรื่องผู้คน
ความยากจน มลพิษ ประชากร และการเทศนา
แนวคิดเรื่องอินเดียที่กำลังจะเกิดขึ้นในฐานะรัฐชาติสมัยใหม่ที่มีการไหลเวียนของกาลเวลาหลังได้รับเอกราชซึ่งคาดคะเนจากระบอบอาณานิคมได้พลิกโฉมหน้าใหม่ในบทของอารยธรรมเก่าเช่นอินเดียอย่างแน่นอน
อินเดียในฐานะประเทศที่คาดว่าเป็นรัฐชาติใหม่ที่กำลังทุกข์ทรมานจากปัญหาทั่วไปของประเทศที่จัดตั้งขึ้นใหม่ซึ่งโดยทั่วไปเราเรียกว่าเป็นลัทธิโลกที่สาม
อย่างไรก็ตาม
แนวคิดเกี่ยวกับโลกที่สามนั้นเป็นแนวคิดแบบลดขนาดลงอย่างมาก
และมีการถกเถียงกันอย่างโบราณว่า
โดยส่วนตัวแล้วบทความนี้ไม่ต้องการตกหลุมพรางแบบเดียวกัน

บทความนี้เกี่ยวกับการทำความเข้าใจว่าอะไรคือสิ่งที่กำหนดอินเดียหากอินเดียมีจิตวิญญาณของตัวเอง
ประเทศที่ก่อตั้งขึ้นบนหลักการของรัฐธรรมนูญที่มีเอกลักษณ์เฉพาะในประเทศที่มีความซับซ้อนหลากหลาย (Fernandes, 2004) นอกจากนี้ การไม่รู้หนังสือ ระบบการศึกษาที่พังทลาย
ตลอดจนความรับผิดชอบของนักการเมืองที่มีต่อพลเมือง
ถือเป็นประเด็นร้อนในประเทศของเรา
แต่ก็ไม่ใช่ว่าเราไม่ได้ทำสิ่งที่เป็นปัญหาอยู่
ความรับผิดชอบอยู่ที่การค้นหาวิธีแก้ปัญหา
และสังคมอินเดียพร้อมที่จะยอมรับความรับผิดชอบในการทำเช่นนั้น
แนวคิดเรื่องประชาธิปไตยในระบอบประชาธิปไตยที่ใหญ่ที่สุดในโลกโดยแบ่งตามจำนวนประชากรทำให้เกิดคำถามมากมายอย่างแน่นอน
แต่ถึงแม้ประชาธิปไตยจะยังคงอยู่ต่อไปก็ตาม อย่างไรก็ตาม
สิ่งที่เกี่ยวกับตัวแปรของคุณภาพชีวิต
ความคาดหวังของผู้คนนับล้านบวกที่มองหาสังคมที่ปราศจากการคอร์รัปชัน
ตลอดจนแนวคิดใหม่ของสังคมประชาธิปไตยอย่างแท้จริงที่ไม่จำเป็นต้องเป็นไปตามมาตรฐานตะวันตกอาจเป็นเรื่องจริงสำหรับ ชาวอินเดีย 70
ปีหลังได้รับเอกราช
บิดาแห่งรัฐธรรมนูญของอินเดียผู้ร่างเสาหลักแห่งประชาธิปไตยของอินเดียมีความมองการณ์ไกลว่าอินเดียต้องการอะไร
เกี่ยวข้องกับสมการในการนำความเสมอภาคมาสู่สังคมเป็นอันดับแรกเพื่อความเป็นอิสระที่แท้จริง แนวคิดเรื่องการจองจึงถูกนำเข้ามา
สถานการณ์เดียวกันนี้ได้กระตุ้นให้เกิดแนวคิดเกี่ยวกับการเมืองของธนาคารลงคะแนนเสียง
แม้ว่าประชากรและประโยชน์ของการจองยังไม่เป็นที่เข้าใจหรือตอบอย่างถ่องแท้จากมุมมองเชิงวิชาการก็ตาม ความเจ็บปวดจากการแบ่งแยก

แนวคิดเรื่องความหลากหลาย และประเด็นเรื่องเอกราชของอินเดียซึ่งเข้าถึงผู้คนทุกคนอย่างแท้จริง คือสิ่งที่ขับเคลื่อนแนวคิดเรื่องอำนาจและการเมืองในอินเดีย สิ่งที่เพิ่มเข้ามาข้างๆ คีย์เวิร์ดคือพลวัตของผู้คนในอินเดีย คำถามเกี่ยวกับความยากจนที่ไม่อาจหยั่งรู้ได้กับปัญหาที่ต้องถูกขจัดออกไปโดยผ่านระบอบประชาธิปไตย ซึ่งเกี่ยวพันกับการทุจริตอย่างน่าเศร้าเช่นกัน การเทศนาเรื่องศีลธรรมของอินเดียจะสะท้อนกลับก็ต่อเมื่อพลวัตของประเทศสะท้อนกับความคาดหวังของประชาชนอย่างแท้จริงเท่านั้น ไม่ใช่เรื่องเดิมๆ เรื่องหลุมบ่อ มลพิษ รวมไปถึงการทุจริตของหน่วยงานสาธารณะ นั่นนำพลวัตของความรับผิดชอบมาสู่สมการอีกครั้ง อินเดียต้องทำให้ประชาธิปไตยเป็นจุดแข็งไม่ใช่อุปสรรค ซึ่งจะมาพร้อมกับนโยบายที่เกี่ยวข้องกับการศึกษา สุขภาพ กฎหมาย และการดูแลทางสังคมเท่านั้น โดยยึดตามแนวคิดเกี่ยวกับความคาดหวังที่เปลี่ยนแปลงตลอดเวลาเกี่ยวกับธรรมชาติที่พลวัตของประเทศของเรา

การสร้างแบรนด์ Bharat หรืออินเดียผ่านการเมืองเศรษฐกิจ:
แนวคิดของอินเดียที่ทำงานบนไหล่ของวีรบุรุษที่ไม่มีใครรู้จัก ไม่ชื่นชม และไม่ได้ร้องสรรเสริญมากมายที่อยู่รอบตัว เมื่อพูดถึงความเข้าใจเกี่ยวกับการคาดการณ์อำนาจของอินเดีย ให้เราเริ่มต้นด้วยการค้ากันก่อน แนวคิดเรื่องการค้าเป็นสิ่งสำคัญที่สุดในการทำความเข้าใจและสิ่งที่ยึดถือต่อเศรษฐกิจการเมืองของประเทศ ปัจจุบันอินเดียติดอันดับ 7 อันดับแรกของประเทศที่มี GDP เลื่อนอยู่ระหว่าง 5 ถึง 7 และตั้งเป้าที่จะติดอันดับ 3 อันดับแรกภายในปี 2568 อย่างไรก็ตาม คำถามที่สำคัญที่สุดคืออินเดียจำเป็นต้องคาดการณ์จุดแข็งทางเศรษฐกิจสำหรับการสร้างแบรนด์ที่ใด และจะทำได้อย่างไร

สำหรับคำถามเกี่ยวกับการล็อบบี้ของอินเดียในเวทีระหว่างประเทศ
มันไม่ได้เป็นความลับอีกต่อไป
แต่เป็นข้อเท็จจริงที่ได้รับการยอมรับอย่างมากว่านายกรัฐมนตรี
โมดีเคยไปที่นั่นในเวทีระหว่างประเทศ
ท่ามกลางการรณรงค์อย่างหนักเพื่อให้อินเดียตัดสินใจลงทุน
อินเดียประสบความสำเร็จในด้านเศรษฐกิจที่เติบโตเร็วที่สุดในโลก
แต่คำถามหลักของการค้าของอินเดียที่ขัดขวางเศรษฐกิจคือสิ่งที่สำคัญที่สุด
การจ่ายเงินปันผลทางประชากรศาสตร์ของอินเดียอาจเป็นปัญหาร้ายแรงได้
เว้นแต่จะกลายเป็นแรงงานที่เหมาะสม (*Kodabakhshi, 2011*)
สถานการณ์ทางการเมืองในอินเดียที่ขณะนี้กำลังมุ่งความสนใจไปที่การตรากฎห
มายใหม่ในอินเดียที่เกี่ยวข้องกับการเสริมสร้างเศรษฐกิจการเมือง
นั่นรวมถึงประมวลกฎหมายล้มละลายที่เพิ่งเปิดตัว
การปฏิรูปกฎหมายแรงงานซึ่งจะพยายามทำลายพันธนาการของความบกพร่องท
างเศรษฐกิจของอินเดียในยุคเก่า
เป็นสิ่งสำคัญมากที่เศรษฐกิจอินเดียจะต้องมีสายตายาวซึ่งจำเป็นต้องเกี่ยวข้องกั
บการฝึกฝนทักษะแรงงานรุ่นใหม่ของประเทศ
น่าเสียดายที่อินเดียสร้างการศึกษาเชิงพาณิชย์และใช้การศึกษาเป็นประตูหนีควา
มยากจน อินเดียมีวิศวกรและนักวิทยาศาสตร์จำนวนมาก
แต่มีงานวิจัยและคุณภาพที่จำเป็นสำหรับการบรรลุมาตรฐานระดับโลก
นี่นำเราไปสู่คำถามเกี่ยวกับบรรษัทข้ามชาติในอินเดียที่ลงทุนในอินเดียนอกเหนื
อจากบ้านบริษัทที่ปลูกเองแต่อยู่ที่ไหน
ศูนย์นวัตกรรมที่มีพื้นฐานการวิจัยได้เกิดขึ้นกับบริษัท Airbus ในบังกาลอร์
บริษัทจีน เช่น [VIVO, OPPO ฯลฯ] และอื่นๆ อีกมากมาย อย่างไรก็ตาม
จุดเน้นควรอยู่ที่อินเดียที่พยายามรวบรวมภาพลักษณ์ของตนในฐานะประเทศที่มี

ทรัพยากรมีทักษะแบบองค์รวม ไม่ใช่แค่แรงงานในรูปแบบของเศรษฐกิจอื่นๆ เท่านั้น *(Harish, 2010)*
แนวคิดเรื่องการประกอบและการรวมกลุ่มแรงงานก็มีความสำคัญเช่นกัน แต่ถ้าเสริมด้วยการใช้การปฏิวัติอุตสาหกรรมสมัยใหม่ที่เรียกว่าการปฏิวัติอุตสาหกรรม 4.0 เท่านั้น
กลไกของการเติบโตที่มาจากประเทศกำลังพัฒนาได้รับการขับเคลื่อนโดยเอเชีย โดยเริ่มจากตะวันออก เคลื่อนเข้าสู่เอเชียตะวันออกเฉียงใต้ และแน่นอนว่าจีนและอินเดียในฐานะยักษ์ใหญ่ทั้งสอง อย่างไรก็ตาม อินเดียมีเอกลักษณ์เฉพาะในแง่ที่ว่าเศรษฐกิจที่มุ่งเน้นการบริการได้ขับเคลื่อนประเทศและคาดการณ์ว่าตัวเองจะมีเศรษฐกิจที่กำลังเติบโต แต่จะนานแค่ไหน? อินเดียได้รับความเดือดร้อนจากวงจรเศรษฐกิจที่ชะลอตัวซึ่งเป็นเรื่องปกติ แต่วงจรการลงทุนก็ต้องเข้ามา ในสถานการณ์นี้
หน่วยการค้ารายย่อยในอินเดียซึ่งเป็นส่วนหนึ่งของวิสาหกิจขนาดกลาง ขนาดเล็ก ขนาดกลาง ควรเป็นจุดเน้นของการลงทุนขนาดใหญ่ ที่กำลังเกิดขึ้นผ่าน Amazon, Uber ฯลฯ โดยมุ่งเน้นไปที่หน่วยเหล่านี้ เนื่องจากเป็นสิ่งสำคัญมากสำหรับแรงบันดาลใจทางเศรษฐกิจของอินเดีย อินเดียจำเป็นต้องดำเนินการเกี่ยวกับแนวคิดในการสร้างแบรนด์ของประเทศให้ก้าวไปข้างหน้า แต่นั่นเป็นไปไม่ได้หากมีช่องโหว่อยู่หลายประการอยู่แล้ว การเติบโตทางเศรษฐกิจต้องไหลลงสู่จุดต่ำสุดและคุณภาพชีวิต
คำถามที่นี่คือการคาดการณ์อำนาจในแง่ของการเมืองและนโยบาย การเมืองของอินเดียยังคงประสบปัญหาการแบ่งแยกวรรณะซึ่งยังคงเป็นปรากฏการณ์ทางเศรษฐกิจและสังคมมาหลายปีและอาจใช้เวลานานในการปรับนโยบายภายในของกระบวนการมุ่งเน้นในประเทศที่เกี่ยวข้องกับการเมืองและการต่อสู้แย่งชิงอำนาจ สู่การพัฒนา *(Moij, 1998)*
. จากมุมมองของนโยบายการค้าของอินเดียรวมถึงการลงทุน

ได้มีการปกป้องอุตสาหกรรมในประเทศของตน
แต่ในขณะเดียวกันก็ไม่สามารถแข่งขันในตลาดโลกได้ ยกเว้นด้านไอที เภสัชกรรม เป็นต้น
สถานการณ์ของอุตสาหกรรมเครื่องนุ่งห่มและสิ่งทอในอินเดียเป็นข้อพิสูจน์ที่ชัดเจนถึงความจริงที่ว่าการเมืองของการบรรเทาภาคธุรกิจขนาดกลางและขนาดย่อมได้เข้าครอบงำความเข้าใจในภาพรวมของการปรับนโยบายที่มุ่งเน้นการส่งออกให้ทันสมัยขึ้น
ดังนั้นจึงเป็นเรื่องสำคัญมากที่การกำหนดนโยบายของอินเดียในด้านเศรษฐกิจการเมืองจะต้องสอดคล้องกับปณิธานของโลก
เศรษฐกิจของอินเดียไม่เพียงแต่จะปรับตัวเข้ากับความซับซ้อนหลายประการและความท้าทาย
แนวคิดเรื่องการเมืองในอินเดียยังคงดูเหมือนเป็นชนบทและมีลักษณะถดถอยมากขึ้น แนวคิดในการพัฒนาทักษะ การใช้ปัญญาประดิษฐ์
ตลอดจนการพัฒนาตัวแปรทางเศรษฐกิจในอินเดีย
ถือเป็นการเมืองที่มุ่งเน้นนโยบายในอินเดียมากกว่า
อาจถึงเวลาที่ต้องเข้าใจว่าเพียงวาทกรรมของรัฐบาลหรือหัวหน้าบุคคลธรรมดาจะไม่กลายเป็นสิ่งที่ยอดเยี่ยมสำหรับอินเดีย *(Brass, 2004)*
เศรษฐกิจการเมืองของอินเดียค่อยๆ เคลื่อนตัวจากชนบทไปสู่ชุมชนเมืองมากขึ้น
อย่างไรก็ตาม มีการก้าวกระโดดบางอย่างที่ดูเหมือนเป็นควอนตัมในธรรมชาติ แต่อาจทิ้งช่องว่างลึกลงไปซึ่งอาจกลายเป็นอันตรายถึงชีวิตได้ในอนาคตอันใกล้นี้
ดังนั้นแนวคิดเรื่องเศรษฐกิจการเมืองของอินเดียจึงน่าจะอยู่ที่ภาพลักษณ์ของอินเดียที่สร้างขึ้นจากการการเมืองของอินเดียจึงต้องมีการเปลี่ยนแปลง
การเมืองของบางรัฐ เช่น เบงกอลตะวันตกและเกรละ
มีรูปแบบที่มีพื้นฐานมาจากระบบเกษตรกรรมอย่างมาก
ควบคู่ไปกับการเริ่มต้นของพารามิเตอร์ทางเศรษฐกิจและสังคม

ในขณะที่กรณาฏกะ มหาราษฏระ ปัญจาบ หรยาณา ราชสถาน และคุชราต มีแถบอุตสาหกรรมที่รายล้อมไปด้วยการเมืองเกษตรกรรมและวรรณะ ซึ่งยิ่งยุ่งยากมากขึ้น
ดังนั้นแนวคิดเรื่องเศรษฐกิจการเมืองของอินเดียจึงแตกต่างกันไปโดยที่แต่ละรัฐมีวาระการประชุมของตนเอง
มันมีความซับซ้อนมากขึ้นในความหมายโดยรวมของการคาดการณ์อำนาจระดับชาติ และเพื่อสร้างแนวคิดสากลเกี่ยวกับการเมืองในอินเดีย
คำถามตั้งแต่สมัยได้รับเอกราชจนถึงปัจจุบันมีพื้นฐานมาจากความเข้าใจที่ว่าความสม่ำเสมอจะเกิดจากเอกลักษณ์ในความหลากหลายได้อย่างไร
การเลือกตั้งของอินเดียเป็นตัวอย่างคลาสสิกที่แสดงให้เห็นว่ารากเหง้าของการเมืองและอำนาจมีต้นกำเนิดมาจากเศรษฐกิจของอินเดียอย่างไร
นั่นนำเราไปสู่คำถามที่ว่าแวดวงการเมืองของอินเดียกำลังเผชิญกับการเติบโตของเศรษฐกิจอินเดียซึ่งมีเรื่องราวเป็นของตัวเอง

คำถามเกี่ยวกับการเติบโตอย่างยั่งยืนในอินเดีย:

ในอินเดียคำถามที่ใหญ่ที่สุดคือการกระจายความมั่งคั่งของอินเดียมีความแตกต่างอย่างมาก และนั่นทำให้เกิดคำถามใหญ่เกี่ยวกับความเข้าใจในการเติบโต
การเติบโตในอินเดียในช่วง 70 ปีที่ผ่านมา
แม้ว่าสวัสดิการตามรัฐธรรมนูญและแนวคิดเรื่องความยากจนในอินเดียยังคงไม่สามารถโจมตีแกนกลางของความยากจนเรื้อรังได้
ไม่ได้หมายความว่าอินเดียไม่ได้ดึงผู้คนออกจากความยากจน
แต่คนเหล่านั้นมีจำนวนน้อยและยังเป็นส่วนหนึ่งของกลุ่ม "ชนชั้นกลางโดยทั่วไป" ของอินเดียที่ได้รับความนิยมอย่างมาก และไม่ใช่กลุ่มคนระดับไฮเอนด์รวมถึงชนชั้นกลางระดับสูงด้วย
ความยากจนในอินเดียเกิดขึ้นมานานหลายศตวรรษจากแนวคิดเชิงวัตถุ แต่ปัจจุบัน เศรษฐกิจการเมืองของอินเดียมีรูปแบบที่ผสมผสานกัน *(Varshney, 2000)*

ประการหนึ่งคือการเมืองเรื่องความยากจนในเมืองซึ่งผู้คนที่ย้ายเข้ามาจากพื้นที่ชนบทและพื้นที่ด้อยโอกาสทางเศรษฐกิจของอินเดีย ความท้าทายอยู่ที่นี่เมื่อมันเติบโตขึ้นอย่างต่อเนื่องในช่วงระยะเวลาหนึ่ง เมืองที่เต็มไปด้วยภาระหนักและความยากจนในเมืองใน *สลัม เป็นการต่อสู้ทางการเมืองซึ่งยังนำมาซึ่งแนวคิดเรื่องการทำให้เป็นชายขอบ การแบ่งแยกชุมชนสลัม และอคติทางชนชั้นวรรณะ* (Aghion และ Bolton, 1997)
นี่คือจุดที่แนวคิดเรื่องการเติบโตในอินเดียอาจจำเป็นต้องแปลงเป็นการพัฒนาชีวิตมนุษย์
ท่ามกลางความท้าทายของเศรษฐกิจอินเดียและมุมทางการเมืองที่เกี่ยวข้อง
ต่อมาคือคำถามเกี่ยวกับความท้าทายในเมืองที่เกี่ยวข้องกับความทะเยอทะยานในการใช้ชีวิตที่มีคุณภาพ เมืองต่างๆ
ในอินเดียมักอยู่ในแนวหน้าด้านอัคคีภัยมาโดยตลอด
เนื่องจากขาดมาตรการป้องกันความปลอดภัย
น้ำท่วมเนื่องจากปัญหาในการระบายน้ำ
และที่สำคัญที่สุดคือการจราจรติดขัดและความแออัดในเมืองต่างๆ
ของอินเดียที่ฉาวโฉ่ ปัญหาเหล่านี้ได้รับการแก้ไขแล้ว
แต่ไม่ใช่ในการเมืองกระแสหลัก อย่างไรก็ตาม
สิ่งเหล่านี้เป็นตัวแปรด้านคุณภาพที่สำคัญมากในการทำเครื่องหมายว่าเป็นประเทศที่มีการพัฒนาอย่างจริงจังในแง่ของคุณภาพและมาตรฐานการพัฒนา
กรอบความคิดเกี่ยวกับศักดินาของการเมืองอินเดียส่วนใหญ่จำเป็นต้องเปลี่ยนแปลงให้เร็วขึ้น
การเมืองเรื่องความยากจนแม้จะยังคงอยู่ได้เปลี่ยนความหมายและแรงบันดาลใจจากโรตี กัปดาออมาคาน (อาหาร เครื่องนุ่งห่ม และที่พักอาศัย) ไปสู่การศึกษา การพัฒนาทักษะ

และที่สำคัญที่สุดคือคำถามเกี่ยวกับการจ้างงานในอินเดียซึ่งเป็นประเด็นสำคัญในขณะนี้
การเมืองของอินเดียและความทะเยอทะยานที่จะมีอำนาจระดับโลกจะไม่สมบูรณ์หากไม่มีภาพรวมของเศรษฐกิจในชนบทที่ใหญ่ขึ้น
ประเทศที่ขยายตัวอย่างรวดเร็วแต่ยังคงมีเศรษฐกิจแบบเกษตรกรรม
และประชาชนในชนบทยังคงถูกตัดขาดจากปัญหาที่หยั่งรากลึกในเรื่องชนชั้นวรรณะ คุณภาพชีวิตที่ต่ำ
(ไม่เว้นแม้แต่ความเรียบง่ายหรือแม้แต่การปรับปรุงการบริโภคนิยม)
แต่รวมถึงการเข้าถึงแง่มุมพื้นฐาน เพื่อคุณภาพชีวิตที่ดี เช่น สุขภาพ ไฟฟ้า และการศึกษา
ขณะนี้เศรษฐกิจอินเดียกำลังพยายามที่จะก้าวไปสู่ทิศทางใหม่ซึ่งรวมถึงการเมืองและนโยบายในการสร้างรายได้จากอินเดียผ่านการสร้างรายได้เช่นเดียวกับการเปลี่ยนผ่านดิจิทัลของเศรษฐกิจอินเดีย
สิ่งสำคัญที่สุดคือแม้ว่าการวิพากษ์วิจารณ์แนวคิดเรื่องการเข้าถึงบัญชีธนาคารของประชากรทั้งหมดก็เป็นก้าวที่ดีเช่นกัน
เศรษฐกิจของอินเดียก้าวหน้าไปมากเมื่อพูดถึงความเข้าใจในความสำเร็จของรัฐสวัสดิการตามที่บัญญัติไว้ในรัฐธรรมนูญของอินเดีย แน่นอนว่า
มีความท้าทายมากมายที่เกี่ยวข้องกับการกระจายบริการสาธารณะในระยะสุดท้าย
ซึ่งได้รับผลกระทบจากการคอร์รัปชั่นและ โครงสร้างอำนาจที่ยังคงเป็นระบบศักดินา
ระบบของยุคอาณานิคมบริติชราชได้เปลี่ยนไปเป็นระบบลูกผสมตะวันออก-ตะวันตกสำหรับอินเดียและในระบบเศรษฐกิจการเมือง *(Tilak,2007)*
ระบบวรรณะและแนวคิดเรื่องอินเดียที่มีขนาดเดียวพอดี
โดยที่ศูนย์กลางอยู่ในอำนาจด้านการเงิน
แม้จะจำเป็นต้องแก้ไขสภาแห่งรัฐก็ตาม

อินเดียอาจปรารถนาที่จะมีบทบาทระดับโลก
แต่ตัวชี้วัดบางประการในหลายรัฐกลับดูน่าหดหู่แม้จะเปรียบเทียบกับแอฟริกาต
อนใต้ทะเลทรายซาฮาราก็ตาม
แนวคิดสำหรับรัฐเหล่านี้ที่จะบูรณาการเข้ากับศูนย์กลางตลอดจนจัดให้มีความเป็
นอิสระและความรับผิดชอบทางการเงินสาธารณะเป็นสิ่งสำคัญมาก รัฐต่างๆ
เช่น พิหาร อุตตรประเทศ มีล็อบบี้ที่มีอำนาจรุนแรงมาจากชนชั้นวรรณะ
ซึ่งสิ่งอำนวยความสะดวกขั้นพื้นฐานและศักดิ์ศรีความเป็นมนุษย์สำหรับวรรณะ
ล่างยังคงเป็นที่น่าสงสัย
อินเดียแม้จะค่อนข้างสงบหลังจากมีรายได้ที่แตกต่างกันมาก
แต่ก็เป็นเรื่องที่น่าประหลาดใจจริงๆ
อาจเป็นเพราะข้อเท็จจริงที่ว่าวาล์วนิรภัยแบบประชาธิปไตยยังคงถือว่ามีความสำ
คัญ *(Demetriades และ Luintel, 1996)* อย่างไรก็ตาม
เมื่อพูดถึงเศรษฐกิจการเมืองของอินเดียและปัญหาเศรษฐกิจสังคมของอินเดียใน
ลัทธิ Naxalism ที่ถูกกีดกัน
ภูมิภาคนิยมที่เกี่ยวข้องกับความเจริญรุ่งเรืองทางเศรษฐกิจและการควบคุมการย้า
ยถิ่นฐานระหว่างรัฐในอินเดียถือเป็นความท้าทายที่รุนแรงมาก
การเมืองของอินเดียวนเวียนอยู่กับประเด็นเหล่านี้จนถึงระดับคัดกรองที่แทบจะไ
ม่เข้าถึงการเมืองระดับชาติ ในแนวหน้าของประเทศในช่วงไม่กี่ปีที่ผ่านมา
การปรับปรุงนโยบายการเกษตร
การปฏิรูปกฎหมายอุตสาหกรรมและกฎหมายแรงงาน
การปฏิบัติตามภาษีและการลดสินทรัพย์ด้อยคุณภาพ
และงบประมาณด้านการป้องกัน ได้สร้างความโดดเด่นให้กับการเมืองอินเดีย
นี่เป็นองค์ประกอบหลักของการสร้างนโยบายเศรษฐกิจภายในประเทศจากมุมม
องทั้งในระดับจุลภาคและมหภาค อย่างไรก็ตาม
ปัญหาที่หยั่งรากลึกในด้านการศึกษา การพัฒนาทักษะ

โครงสร้างพื้นฐานด้านการดูแลสุขภาพ
และการปรับปรุงสิ่งอำนวยความสะดวกสาธารณะ
ดูเหมือนจะวุ่นวายเมื่อผสมผสานปัจจัยเหล่านี้ทั้งหมด อินเดียมีการใช้จ่าย GDP ในด้านการศึกษาและสุขภาพที่ต่ำมาก แม้แต่ในหมู่ประเทศในกลุ่ม BRICS ซึ่งเป็นเรื่องน่าละอาย แม้ว่าตัวชี้วัดด้านสุขภาพบางอย่างจะดีขึ้น แต่ก็ยังล้าหลังในด้านด้านสุขภาพอื่นๆ อีกมากมาย (Bosworth and Collins,2008) การขาดแพทย์ อัตราการตายของเด็ก ฯลฯ ดูเหมือนจะไม่ได้รับความสนใจจากการเมืองกระแสหลักของอินเดีย ซึ่งติดอยู่แค่ในรัฐย่อยเท่านั้น และอาจยกไปสู่ระดับรัฐเท่านั้น วิสัยทัศน์ทางการเมืองของอินเดียที่เกี่ยวข้องกับเศรษฐกิจในศตวรรษนี้และยุคสมัยที่จะมาถึง จะต้องตั้งอยู่บนพื้นฐานของการปฏิรูปเชิงโครงสร้าง ซึ่งจะกล่าวถึงในบทความนี้ต่อไป
จะต้องเข้าใจวิสัยทัศน์และพันธกิจของเศรษฐกิจอินเดียในอนาคตอันใกล้นี้ด้วยแนวคิดการปฏิรูปโครงสร้างผ่านกรอบการเมืองที่พยายามดำเนินการ

วิเคราะห์ภูมิทัศน์ทางการเมืองและการปฏิรูปที่จำเป็นสำหรับการสร้างแบรนด์ที่ยั่งยืนของอินเดีย

แนวคิดเกี่ยวกับโครงสร้างทางการเมืองในอินเดียมีความสำคัญต่อการทำความเข้าใจระบบที่เกี่ยวข้องกับโครงสร้างอำนาจ
ดังที่ชื่อบทความได้บอกไว้แล้วว่าแนวคิดเรื่องการเมืองมีความเกี่ยวพันกับโครงสร้างอำนาจ
แรงบันดาลใจระดับโลกของอินเดียอยู่ที่การยอมรับโครงสร้างประชาธิปไตยทั่วโลก อย่างไรก็ตาม มีคำถามหลายประการเกิดขึ้น
แนวคิดเรื่องการเมืองในอินเดียมีความเชื่อมโยงโดยตรงกับคำถามเรื่องการแบ่งชายขอบและโครงสร้างอำนาจแบบลำดับชั้นในอินเดียที่ยังคงครอบงำกลไกทางการเมือง (Bose และ Jalal, 2009)

แนวคิดเรื่องการเมืองในอินเดียดูเหมือนจะเป็นการผสมผสานระหว่างการผสมผสานระหว่างตะวันออกและตะวันตก
โดยที่ทั้งสองแนวคิดไม่เป็นรูปเป็นร่างอย่างเหมาะสม
แนวคิดเรื่องเศรษฐศาสตร์ราชของอังกฤษที่ส่งผลให้เกิดสถานการณ์ทางเศรษฐกิจทางการเมืองที่แปลกประหลาดของอินเดียยังคงดำเนินต่อไปแม้กระทั่งทุกวันนี้
โดยระบบศักดินาของราชก่อนอังกฤษในอินเดียได้แปรเปลี่ยนเป็นระบบการเมืองที่ดัดแปลงจากอินเดียตะวันตก ปัญหาศาสนา
การแบ่งชนชั้นวรรณะที่เป็นรากฐานสำคัญของการเมืองอินเดียมีโครงสร้างอำนาจมากมายที่ขับเคลื่อนสังคมอินเดียในแง่ของการเมือง
และนั่นคือที่มาของภาพลักษณ์ของอินเดียในช่วงเวลาหนึ่ง
เป็นเรื่องจริงที่การเมืองของอินเดียถูกสร้างขึ้นบนพื้นฐานประชาธิปไตย
แต่การซึมผ่านของการเมืองในอินเดียนั้นมาจากโครงสร้างของวรรณะ ศาสนา
อำนาจและการเมืองในอินเดียยังขับเคลื่อนแนวคิดเรื่องธุรกิจอีกด้วย
ธุรกิจในอินเดียส่วนใหญ่เป็นธุรกิจครอบครัวโดยมีผู้ประกอบการรายใหม่บางรายที่ได้ทลายกำแพงของระบบการเมืองของอินเดียลง ไม่นานมานี้
เป็นเรื่องจริงที่การเชื่อมโยงทางการเมืองและระบบราชการในอินเดียซึ่งเป็นโครงสร้างอำนาจที่ทรงพลังที่สุดในอินเดียดูเหมือนจะเป็นจุดศูนย์กลางของการเมืองในอินเดีย (*Jenkins, Kennedy และ Mukhopadhyay 2012)*
อินเดียเป็นแนวคิดที่มีประเด็นทางการเมืองหลายประการซึ่งมีพลวัตของฆราวาสนิยมไม่สอดคล้องกับความเป็นจริงหลักที่ประเพณีทางประวัติศาสตร์ของอินเดียถูกสร้างขึ้นในช่วงเวลาสองพันปี
เป็นเรื่องจริงที่ปัจจุบันอินเดียกำลังแสดงภาพลักษณ์ของประเทศตามประเพณีตะวันตกที่ได้รับการบังคับใช้และนำมาใช้ในช่วง 70 ปีที่ผ่านมา
แนวคิดเรื่องอินเดียมีการพัฒนาและการเมืองก็มีการพัฒนามาระยะหนึ่งแล้ว
อย่างไรก็ตาม หลักการพื้นฐานของการเมืองนั้นเกี่ยวข้องกับลัทธิภูมิภาคนิยม

เช่นเดียวกับชนชั้นวรรณะและศาสนา ล่าสุดได้เปลี่ยนแปลงไปในรูปแบบของ NRC (National Registry of Citizens) ห่างจากการเมืองเก่าแก่ของอโยธยาหรือลัทธินิกายมุสลิม ไม่ต้องพูดถึงการก่อจลาจลอย่างรุนแรงของ Naxals ในกลุ่มคนชายขอบในแถบสีแดงของอินเดียที่ทอดยาวไปทั่วประเทศ เช่นเดียวกับการเคลื่อนไหวของการเมืองการแยกตัวของอินเดียบนผืนผ้าใบขนาดใหญ่ที่ขับเคลื่อนการเมืองของอินเดีย ภารกิจ 70 ปีบวกกับการสร้างแบรนด์อินเดียส่วนใหญ่มาจากเสียงขรมของการเมืองอินเดีย *(Mukerjee, 2007)* ภาพลานตาของการเมืองอินเดียเป็นตัวกำหนดแนวทางว่าอินเดียจำเป็นต้องมองตัวเองอย่างไรจากความรู้สึกของการเมืองแบบประชาธิปไตย

ขับเคลื่อนแนวคิดในการสร้างแบรนด์อินเดียผ่านการท่องเที่ยวเชิงการแพทย์

แนวคิดเรื่องการสร้างแบรนด์ในอินเดียขัดกับแนวคิดเรื่องผู้คน ความยากจน มลพิษ จำนวนประชากร และการเทศนาทางศีลธรรม แนวคิดเรื่องอินเดียที่กำลังจะเกิดขึ้นในฐานะรัฐชาติสมัยใหม่ที่มีการไหลเวียนของกาลเวลาหลังได้รับเอกราชซึ่งคาดคะเนจากระบอบอาณานิคมได้พลิกโฉมหน้าใหม่ในบทของอารยธรรมเก่าเช่นอินเดียอย่างแน่นอน อินเดียในฐานะประเทศที่คาดคะเนว่าเป็นรัฐชาติใหม่ที่ประสบปัญหาทั่วไปของประเทศที่จัดตั้งขึ้นใหม่ภายใต้ระบบรัฐชาติซึ่งโดยทั่วไปเราเรียกว่าโลกนิยมที่สาม ประเทศที่ก่อตั้งขึ้นบนหลักการของรัฐธรรมนูญที่ **มีเอกลักษณ์เฉพาะในประเทศที่มีความซับซ้อนหลากหลาย** (Fernandes, 2004) อย่างไรก็ตาม แนวคิดของโลกที่สามนั้นมีแนวทางลดน้อยลง และมีการพูดคุยกันอย่างโบราณว่าโดยส่วนตัวแล้วบทนี้ที่เกี่ยวข้องกับการท่องเที่ยวเชิงการแพทย์ไม่ต้องการตกหลุมพรางแบบเดียวกัน บทนี้เกี่ยวกับการทำความเข้าใจว่าอะไรคือสิ่งที่กำหนดอินเดียหากอินเดียมีจิตวิญญาณของตัวเอง

ประเทศที่ก่อตั้งขึ้นบนหลักการของรัฐธรรมนูญที่มีเอกลักษณ์เฉพาะในประเทศที่มีความซับซ้อนหลากหลาย นอกเหนือจากการไม่รู้หนังสือ ระบบการศึกษาที่พังทลายตลอดจนความรับผิดชอบของนักการเมืองที่มีต่อพลเมือง ถือเป็นประเด็นร้อนในประเทศของเรา
แต่ก็ไม่ใช่ว่าเราไม่ได้ทำสิ่งที่เป็นปัญหาอยู่
ความรับผิดชอบอยู่ที่การทำความเข้าใจจุดสว่างและเป็นสังคมอินเดียที่พร้อมที่จะยอมรับความรับผิดชอบในการทำเช่นนั้น
แนวคิดเรื่องการท่องเที่ยวเชิงการแพทย์ราคาถูกในระบอบประชาธิปไตยที่ใหญ่ที่สุดในโลกโดยพิจารณาจากประชากรทำให้เกิดคำถามมากมายอย่างแน่นอน แต่ถึงแม้จะมีคำถามและความท้าทายทั้งหมด แต่ก็ยังรอดมาได้ อย่างไรก็ตาม สิ่งที่เกี่ยวกับตัวแปรของคุณภาพการรักษาพยาบาล
ความคาดหวังของผู้คนนับพันล้านบวกที่มองหาสังคมที่ปราศจากการทุจริตตลอดจนแนวคิดใหม่เกี่ยวกับการปฏิบัติทางการแพทย์ที่มีเอกลักษณ์อย่างแท้จริงซึ่งไม่จำเป็นต้องเป็นไปตามมาตรฐานตะวันตกอาจเป็นเรื่องจริง
สำหรับชาวอินเดียในช่วง 70 ปีที่ผ่านมาหลังได้รับเอกราช
บิดาแห่งรัฐธรรมนูญของอินเดียผู้ร่างเสาหลักแห่งประชาธิปไตยของอินเดียมีความมองการณ์ไกลว่าอินเดียต้องการอะไร
เกี่ยวข้องกับสมการในการนำความเสมอภาคมาสู่สังคมเป็นอันดับแรกเพื่อความเป็นอิสระที่แท้จริง แนวคิดเรื่องการจองจึงถูกนำเข้ามา
สถานการณ์เดียวกันนี้ได้กระตุ้นให้เกิดแนวคิดเกี่ยวกับการเมืองของธนาคารลงคะแนนเสียง
แม้ว่าประชากรและประโยชน์ของการจองยังไม่เป็นที่เข้าใจหรือตอบอย่างถ่องแท้จากมุมมองเชิงวิชาการก็ตาม ความเจ็บปวดจากการแบ่งแยก
แนวคิดเรื่องความหลากหลาย
และประเด็นเรื่องเอกราชของอินเดียซึ่งเข้าถึงผู้คนทุกคนอย่างแท้จริง

คือสิ่งที่ขับเคลื่อนแนวคิดเรื่องอำนาจและการเมืองในอินเดีย สิ่งที่เพิ่มเข้ามาข้างๆ คีย์เวิร์ดคือพลวัตของผู้คนในอินเดีย อย่างไรก็ตาม บทนี้เกี่ยวข้องกับการสร้างแบรนด์อินเดียผ่านการท่องเที่ยวเชิงการแพทย์ คำถามเกี่ยวกับความยากจนที่ไม่อาจหยั่งรู้ได้กับปัญหาที่ต้องถูกขจัดออกไปโดยผ่านระบอบประชาธิปไตย ซึ่งเกี่ยวพันกับการทุจริตอย่างน่าเศร้าเช่นกัน ท่ามกลางอินเดียทั้งหมดนี้แม้จะมีความท้าทายในระบบสุขภาพ แต่ก็กลายเป็นจุดหมายปลายทางซึ่งมีศูนย์การแพทย์ที่ดีที่สุดในโลกที่ขัดแย้งกันด้วยต้นทุนที่ถูกกว่าทางตะวันตกมาก การเทศน์เรื่องจุดยืนทางศีลธรรมของอินเดียจะสะท้อนกลับก็ต่อเมื่อพลวัตของประเทศสะท้อนกับความคาดหวังของประชาชนอย่างแท้จริง ไม่ใช่เรื่องเดิมๆ เรื่องหลุมบ่อ มลพิษ รวมไปถึงการทุจริตของหน่วยงานสาธารณะ นั่นนำมาซึ่งสมการอีกครั้งถึงพลวัตของความรับผิดชอบและแนวคิดเกี่ยวกับจุดยืนที่เป็นเอกลักษณ์ผ่านการท่องเที่ยวเชิงการแพทย์ อินเดียได้ใช้จุดแข็งของตนผ่านแนวทางปฏิบัติทางการแพทย์ที่มีเอกลักษณ์เฉพาะตัว ตลอดจนแหล่งการแพทย์ที่มีพรสวรรค์ในภาคสาธารณสุขของเอกชน ซึ่งส่วนใหญ่ต่อต้านอุปสรรคทั้งหมดซึ่งเติบโตขึ้นพร้อมกับนโยบายที่เกี่ยวข้องกับการท่องเที่ยวเชิงการแพทย์ รวมถึงโครงสร้างพื้นฐานด้านสุขภาพ กฎหมาย และการดูแลทางสังคมตามแนวคิด ของความคาดหวังที่เปลี่ยนแปลงตลอดเวลาเกี่ยวกับธรรมชาติที่มีพลังในยุคสมัยของเรา การจ่ายเงินปันผลทางประชากรศาสตร์ของอินเดียอาจเป็นปัญหาร้ายแรงได้ เว้นแต่จะกลายเป็นแรงงานที่เหมาะสม (*Kodabakhshi, 2011*)

แนวคิดของอินเดียที่ทำงานบนไหล่ของวีรบุรุษที่ไม่มีใครรู้จัก ไร้ค่า และไม่ได้รับการสรรเสริญมากมายที่อยู่รอบตัว เมื่อพูดถึงความเข้าใจเกี่ยวกับการคาดการณ์อำนาจของอินเดีย ให้เราเริ่มต้นด้วยการค้ากันก่อน

แนวคิดเรื่องการค้าเป็นสิ่งสำคัญที่สุดในการทำความเข้าใจและสิ่งที่ยึดถือต่อเศรษฐกิจการเมืองของประเทศ ปัจจุบันอินเดียติดอันดับ 7 อันดับแรกของประเทศที่มี GDP เลื่อนลงมาระหว่าง 5 ถึง 7 และตั้งเป้าที่จะติดอันดับ 3 อันดับแรกภายในปี 2568-2573 อย่างไรก็ตาม คำถามที่สำคัญที่สุดคืออินเดียจำเป็นต้องคาดการณ์ความแข็งแกร่งทางเศรษฐกิจของตนที่จุดใด และสามารถทำได้อย่างไร สำหรับคำถามเกี่ยวกับการล็อบบี้ของอินเดียในเวทีระหว่างประเทศ มันไม่ได้เป็นความลับอีกต่อไป แต่เป็นข้อเท็จจริงที่ได้รับการยอมรับอย่างมากว่านายกรัฐมนตรีโมดีเคยไปที่นั่นในเวทีระหว่างประเทศ ท่ามกลางการรณรงค์อย่างหนักเพื่อให้อินเดียตัดสินใจลงทุน อินเดียประสบความสำเร็จในการพัฒนาเศรษฐกิจที่เติบโตเร็วที่สุดในโลก แต่คำถามหลักเกี่ยวกับการค้าของอินเดียที่ขัดขวางเศรษฐกิจคือสิ่งที่สำคัญที่สุด เงินปันผลด้านการท่องเที่ยวเชิงการแพทย์ของอินเดียอาจเป็นพลังสำคัญที่จะกลายเป็นแรงงานที่เหมาะสม อย่างไรก็ตาม จุดเน้นควรอยู่ที่อินเดียที่พยายามรวบรวมภาพลักษณ์ของตนในฐานะประเทศที่มีทรัพยากรมีทักษะแบบองค์รวม ไม่ใช่แค่แรงงานในรูปแบบของเศรษฐกิจอื่นๆ เท่านั้น *(Harish, 2010)* สถานการณ์ทางการเมืองในอินเดียที่ขณะนี้กำลังมุ่งความสนใจไปที่การตรากฎหมายใหม่ในอินเดียที่เกี่ยวข้องกับการเสริมสร้างเศรษฐกิจการเมือง นั่นรวมถึงประมวลกฎหมายล้มละลายที่เพิ่งเปิดตัว การปฏิรูปกฎหมายแรงงานซึ่งจะพยายามทำลายพันธนาการของความบกพร่องทางเศรษฐกิจของอินเดียในยุคเก่า อย่างไรก็ตาม เป็นสิ่งสำคัญมากที่เศรษฐกิจอินเดียจะต้องมีสายตายาวซึ่งจำเป็นต้องเกี่ยวข้องกับทักษะในอุตสาหกรรมการท่องเที่ยวเชิงการแพทย์ของประเทศ

เมื่อพูดถึงการท่องเที่ยวเชิงการแพทย์ในอินเดีย
อินเดียได้รับผู้ป่วยจำนวนมากที่สุดจากประเทศเพื่อนบ้าน เช่น บังคลาเทศ
ศรีลังกา และแม้แต่ประเทศตะวันตก เช่น จากอังกฤษ
น่าเสียดายที่อินเดียสร้างการศึกษาเชิงพาณิชย์และใช้การศึกษาเป็นประตูหนีความยากจน อินเดียมีวิศวกรและนักวิทยาศาสตร์จำนวนมาก
แต่ยังมีคุณภาพและงานวิจัยที่จำเป็นสำหรับมาตรฐานการแพทย์ระดับโลกอีกด้วย
นี่นำเราไปสู่คำถามเกี่ยวกับบรรษัทข้ามชาติในอินเดียที่ลงทุนในอินเดียนอกเหนือจากบ้านบริษัทที่ปลูกเองแต่อยู่ที่ไหน
ศูนย์นวัตกรรมที่มีพื้นฐานการวิจัยได้เกิดขึ้นกับบริษัท Airbus ในบังกาลอร์
บริษัทจีน เช่น [VIVO, OPPO ฯลฯ] และอื่นๆ อีกมากมาย อย่างไรก็ตาม จุดเน้นควรอยู่ที่อินเดียที่พยายามรวบรวมภาพลักษณ์ของตนในฐานะประเทศที่มีทรัพยากรที่มีทักษะแบบองค์รวม ไม่ใช่แค่แรงงานในรูปแบบของเศรษฐกิจอื่นๆ เท่านั้น การท่องเที่ยวเชิงการแพทย์ในพื้นที่โดยเฉพาะ Kerala
ที่มีอายุรเวทได้เข้าถึงไปทั่วโลก ดาราฟุตบอลอย่างเนย์มาร์
จูเนียร์ก็เดินทางมาที่เกรละเพื่อรับการรักษาหลังจากได้รับบาดเจ็บสาหัสถึงชีวิตในฟุตบอลโลก
แนวคิดของอินเดียในฐานะที่เป็นเพียงการชุมนุมและแหล่งแรงงานก็มีความสำคัญเช่นกัน
แต่ถ้าเสริมด้วยการใช้การปฏิวัติอุตสาหกรรมสมัยใหม่ที่เรียกว่าการปฏิวัติอุตสาหกรรม 4.0 เท่านั้น
กลไกของการเติบโตที่มาจากประเทศกำลังพัฒนาได้รับการขับเคลื่อนโดยเอเชีย
โดยเริ่มจากตะวันออก เคลื่อนเข้าสู่เอเชียตะวันออกเฉียงใต้
และแน่นอนว่าจีนและอินเดียในฐานะยักษ์ใหญ่ทั้งสอง อย่างไรก็ตาม

อินเดียมีเอกลักษณ์เฉพาะในแง่ที่ว่าเศรษฐกิจที่มุ่งเน้นการบริการได้ขับเคลื่อนประเทศและคาดการณ์ว่าตัวเองจะมีเศรษฐกิจที่กำลังเติบโต แต่จะนานแค่ไหน? การเมืองของอินเดียยังคงประสบปัญหาการแบ่งแยกวรรณะซึ่งยังคงเป็นปรากฏการณ์ทางเศรษฐกิจและสังคมมาหลายปีและอาจใช้เวลานานในการปรับนโยบายภายในของกระบวนการมุ่งเน้นในประเทศที่เกี่ยวข้องกับการเมืองและการต่อสู้แย่งชิงอำนาจ สู่การพัฒนา *(Mooij, 1998)*.

นี่คือจุดที่อินเดียได้รับผลกระทบจากการชะลอตัวของวัฏจักรเศรษฐกิจซึ่งเป็นเรื่องปกติ แต่วงจรการลงทุนก็ต้องเข้ามา ในสถานการณ์นี้
หน่วยการค้ารายย่อยในอินเดียซึ่งเป็นส่วนหนึ่งของวิสาหกิจขนาดกลาง
ขนาดเล็ก ขนาดกลาง ควรเป็นจุดเน้นของการลงทุนขนาดใหญ่ อย่างไรก็ตาม
ไม่เพียงแต่การท่องเที่ยวเชิงการแพทย์ในฐานะอุตสาหกรรมที่สามารถเข้าสู่ภาคการลงทุนขนาดใหญ่เท่านั้นที่ไม่อาจมองข้ามได้
โดยเฉพาะการสร้างแบรนด์ให้อินเดียเป็นจุดหมายปลายทางการลงทุนที่สำคัญ
ที่กำลังเกิดขึ้นผ่าน Amazon, Uber ฯลฯ ที่มุ่งเน้นไปที่การลงทุนในหน่วยวิจัย
เนื่องจากเป็นสิ่งสำคัญมากสำหรับแรงบันดาลใจทางเศรษฐกิจของอินเดีย
อินเดียจำเป็นต้องดำเนินการเกี่ยวกับแนวคิดในการสร้างแบรนด์ของประเทศให้
ก้าวไปข้างหน้า แต่นั่นเป็นไปไม่ได้หากมีช่องโหว่อยู่หลายประการอยู่แล้ว
การเติบโตทางเศรษฐกิจต้องไหลลงสู่จุดต่ำสุดและคุณภาพชีวิต
คำถามที่นี่คือการคาดการณ์อำนาจในแง่ของการเมืองและนโยบาย
เนื่องจากบทนี้เกี่ยวข้องกับการท่องเที่ยวเชิงการแพทย์
ดังนั้นการทำความเข้าใจพลวัตของมันจึงมีความสำคัญและมีหลายมิติ
การเมืองของอินเดียยังคงประสบปัญหาการแบ่งแยกวรรณะซึ่งยังคงเป็นปรากฏการณ์ทางเศรษฐกิจและสังคมมาหลายปีและอาจใช้เวลานานในการปรับนโยบายภายในของกระบวนการมุ่งเน้นในประเทศที่เกี่ยวข้องกับการเมืองและการต่อสู้แย่งชิงอำนาจ เพื่อการพัฒนา

จากมุมมองของนโยบายการค้าของอินเดียรวมถึงการลงทุน
ได้มีการปกป้องอุตสาหกรรมในประเทศของตน
แต่ในขณะเดียวกันก็ไม่สามารถแข่งขันในตลาดโลกได้ ยกเว้นด้านไอที
เภสัชกรรม เป็นต้น
สถานการณ์ของอุตสาหกรรมเครื่องนุ่งห่มและสิ่งทอในอินเดียเป็นข้อพิสูจน์ที่ชัดเจนถึงความจริงที่ว่าการเมืองของการบรรเทาภาคธุรกิจขนาดกลางและขนาดย่อมได้เข้าครอบงำความเข้าใจในภาพรวมของการปรับนโยบายที่มุ่งเน้นการส่งออกให้ทันสมัยขึ้น
ดังนั้นจึงเป็นเรื่องสำคัญมากที่การกำหนดนโยบายของอินเดียในด้านเศรษฐกิจการเมืองจะต้องสอดคล้องกับปณิธานของโลก
เศรษฐกิจของอินเดียไม่เพียงแต่จะปรับตัวเข้ากับความซับซ้อนหลายประการและความท้าทาย
แนวคิดเรื่องการเมืองในอินเดียยังคงดูเหมือนเป็นชนบทและมีลักษณะถดถอยมากขึ้น แนวคิดในการพัฒนาทักษะ การใช้ปัญญาประดิษฐ์
ตลอดจนการพัฒนาตัวแปรทางเศรษฐกิจในอินเดีย
ถือเป็นการเมืองที่มุ่งเน้นนโยบายในอินเดียมากกว่า
อาจถึงเวลาที่จะต้องเข้าใจว่าเพียงวาทศิลป์ของรัฐบาลหรือหัวหน้าบุคคลจะไม่กลายเป็นสิ่งที่ยอดเยี่ยมสำหรับอินเดีย
อาจถึงเวลาที่จะต้องเข้าใจว่าเพียงวาทศิลป์ของรัฐบาลหรือหัวหน้าบุคคลธรรมดาจะไม่กลายเป็นสิ่งที่ยอดเยี่ยมสำหรับอินเดีย *(Brass, 2004)*
เศรษฐกิจการเมืองของอินเดียค่อยๆ เคลื่อนตัวจากชนบทไปสู่ชุมชนเมืองมากขึ้น
อย่างไรก็ตาม
มีการก้าวกระโดดบางอย่างที่อาจดูเหมือนเป็นควอนตัมในธรรมชาติ
แต่อาจทิ้งช่องว่างที่ลึกลงไปซึ่งอาจกลายเป็นอันตรายถึงชีวิตได้ในอนาคตอันใกล้นี้
ดังนั้นแนวคิดเรื่องเศรษฐกิจการเมืองของอินเดียจึงน่าจะอยู่ที่ภาพลักษณ์ของอินเ

ดียที่สร้างขึ้นจากการการเมืองของอินเดียจึงต้องมีการเปลี่ยนแปลง
การเมืองของบางรัฐ เช่น เบงกอลตะวันตกและเกรละ
มีรูปแบบที่มีพื้นฐานมาจากระบบเกษตรกรรมอย่างมาก
ควบคู่ไปกับการเริ่มต้นของพารามิเตอร์ทางเศรษฐกิจและสังคม อย่างไรก็ตาม
รัฐเหล่านี้เป็นรัฐเดียวกันซึ่งมีผู้ป่วยทางการแพทย์จำนวนมากจากบังคลาเทศและอ่าวไทยตามลำดับ ในขณะที่กรณาฏกะ มหาราษฏระ ปัญจาบ หรยาณา
ราชสถาน และคุชราต
มีแถบอุตสาหกรรมที่รายล้อมไปด้วยการเมืองเกษตรกรรมและวรรณะ
ซึ่งยิ่งยุ่งยากมากขึ้น
อย่างไรก็ตามสถานที่เหล่านี้ยังได้พัฒนาสถาบันการแพทย์เอกชนระดับโลกอีกด้วย
ดังนั้นแนวคิดเรื่องเศรษฐกิจการเมืองของอินเดียจึงแตกต่างกันไปโดยที่แต่ละรัฐมีวาระการประชุมของตนเอง
มันมีความซับซ้อนในความหมายโดยรวมของการประมาณการพลังงานระดับชาติ
และเพื่อสร้างแนวคิดสากลเกี่ยวกับนโยบายการสร้างแบรนด์การท่องเที่ยวเชิงการแพทย์ในอินเดีย
คำถามตั้งแต่สมัยได้รับเอกราชจนถึงปัจจุบันมีพื้นฐานมาจากความเข้าใจที่ว่าความสม่ำเสมอจะเกิดจากเอกลักษณ์ในความหลากหลายได้อย่างไร
ความยากจนในอินเดียเกิดขึ้นมานานหลายศตวรรษจากแนวคิดเชิงวัตถุ
แต่ปัจจุบัน เศรษฐกิจการเมืองของอินเดียมีรูปแบบที่ผสมผสานกัน *(Varshney, 2000)*
การเลือกตั้งของอินเดียเป็นตัวอย่างคลาสสิกที่แสดงให้เห็นว่ารากเหง้าของการเมืองและอำนาจมีต้นกำเนิดมาจากเศรษฐกิจของอินเดียอย่างไร
นั่นนำเราไปสู่คำถามที่เกิดขึ้นกับแวดวงการเมืองของอินเดียซึ่งกำลังทุบตีการเติบโตของเศรษฐกิจอินเดียเป็นเรื่องราวของตัวเอง

แต่สามารถเชื่อมโยงกับการท่องเที่ยวเชิงการแพทย์เฉพาะกลุ่มที่เติบโตในอินเดียได้ทันเวลา

คำถามเกี่ยวกับการเติบโตอย่างยั่งยืนในอินเดีย:

ในอินเดียคำถามที่ใหญ่ที่สุดคือการกระจายความมั่งคั่งของอินเดียมีความแตกต่างอย่างมาก

และนั่นทำให้เกิดคำถามใหญ่เกี่ยวกับความเข้าใจในการเติบโตอย่างแน่นอน การเติบโตในอินเดียในช่วง 70 ปีที่ผ่านมา

แม้ว่าสวัสดิการตามรัฐธรรมนูญและแนวคิดเรื่องความยากจนในอินเดียยังคงไม่สามารถโจมตีแกนกลางของความยากจนเรื้อรังได้

ไม่ได้หมายความว่าอินเดียไม่ได้ดึงผู้คนออกจากความยากจน

แต่คนเหล่านั้นมีจำนวนน้อย และยังเป็นกลุ่มของกลุ่ม "ชนชั้นกลางทั่วไป" ของอินเดียที่ได้รับความนิยมอย่างมาก

และไม่ใช่กลุ่มคนระดับไฮเอนด์รวมถึงชนชั้นกลางระดับสูงด้วย

ความยากจนในอินเดียมีมานานหลายศตวรรษจากแนวคิดเชิงวัตถุ แต่ปัจจุบันเศรษฐกิจการเมืองของอินเดียมีรูปแบบที่ผสมผสานกัน

เมืองที่เต็มไปด้วยภาระหนักและความยากจนในเมืองใน ***สลัม เป็นการต่อสู้ทางการเมืองซึ่งยังนำมาซึ่งแนวคิดเรื่องการทำให้เป็นชายขอบ การแบ่งแยกชุมชนสลัม และอคติทางชนชั้นวรรณะ*** (Aghion และ Bolton, 1997)

ประการหนึ่งคือการเมืองเรื่องความยากจนในเมืองซึ่งผู้คนที่ย้ายเข้ามาจากพื้นที่ชนบทและพื้นที่ด้อยโอกาสทางเศรษฐกิจของอินเดีย

ความท้าทายอยู่ที่นี่เมื่อมันเติบโตขึ้นอย่างต่อเนื่องในช่วงระยะเวลาหนึ่ง

เมืองที่เต็มไปด้วยภาระหนักและความยากจนในเมืองในสลัมเป็นการต่อสู้ทางการเมืองซึ่งยังนำมาซึ่งแนวคิดเรื่องการเป็นคนชายขอบ การแบ่งแยกชุมชนสลัม

และอคติทางชนชั้นวรรณะ
นี่คือจุดที่แนวคิดเรื่องการเติบโตในอินเดียอาจจำเป็นต้องแปลงเป็นการพัฒนาชีวิตมนุษย์
ท่ามกลางความท้าทายของเศรษฐกิจอินเดียและมุมทางการเมืองที่เกี่ยวข้อง
อย่างไรก็ตาม ดังที่ได้กล่าวไปแล้ว อินเดียมีโครงสร้างแบบผสมผสาน
ต่อมาคือคำถามเกี่ยวกับความท้าทายในเมืองที่เกี่ยวข้องกับความทะเยอทะยานในการใช้ชีวิตที่มีคุณภาพ เมืองต่างๆ
ในอินเดียมักอยู่ในแนวหน้าด้านอัคคีภัยมาโดยตลอด
เนื่องจากขาดมาตรการป้องกันความปลอดภัย
น้ำท่วมเนื่องจากปัญหาในการระบายน้ำ
และที่สำคัญที่สุดคือการจราจรติดขัดและความแออัดในเมืองต่างๆ
ของอินเดียที่ฉาวโฉ่ ในทำนองเดียวกัน สิ่งอำนวยความสะดวกระดับโลก เช่น
Narayana Hrudalaya ของ Dr. Devi Shetty
ได้เปลี่ยนแปลงพลวัตของการรักษาพยาบาลระดับโลกที่ราคาไม่แพง
ปัญหาเรื่องความสามารถในการจ่ายยาไม่เพียงแต่ในอินเดียเท่านั้น
แต่ทั่วโลกกำลังได้รับความสนใจ
แต่ยังไม่ได้อยู่ในการเมืองกระแสหลักของอินเดียอีกด้วย อย่างไรก็ตาม
สิ่งเหล่านี้เป็นตัวแปรด้านคุณภาพที่สำคัญมากในการทำเครื่องหมายว่าเป็นประเทศที่มีการพัฒนาอย่างจริงจังในแง่ของคุณภาพและมาตรฐานการพัฒนา
ระบบของยุคอาณานิคมบริติชราชได้เปลี่ยนไปเป็นระบบลูกผสมตะวันออก-
ตะวันตกสำหรับอินเดียและในระบบเศรษฐกิจการเมือง *(Tilak, 2007)*
กรอบความคิดเกี่ยวกับศักดินาของการเมืองอินเดียส่วนใหญ่จำเป็นต้องเปลี่ยนแปลงให้เร็วขึ้น
การเมืองเรื่องความยากจนแม้จะยังคงอยู่ได้เปลี่ยนความหมายและแรงบันดาลใจ
จากโรตี กัปดาออมาคาน (อาหาร เครื่องนุ่งห่ม และที่พักอาศัย) ไปสู่การศึกษา

การพัฒนาทักษะ
และที่สำคัญที่สุดคือคำถามเกี่ยวกับการจ้างงานในอินเดียซึ่งเป็นประเด็นสำคัญในขณะนี้
การเมืองของอินเดียและความทะเยอทะยานที่จะมีอำนาจระดับโลกจะไม่สมบูรณ์หากไม่มีภาพรวมของเศรษฐกิจในชนบทที่ใหญ่ขึ้น
ประเทศที่ขยายตัวอย่างรวดเร็วแต่ยังคงมีเศรษฐกิจแบบเกษตรกรรม
และประชาชนในชนบทยังคงถูกตัดขาดจากปัญหาที่หยั่งรากลึกในเรื่องชนชั้นวรรณะ คุณภาพชีวิตที่ต่ำ
(ไม่เว้นแม้แต่ความเรียบง่ายหรือแม้แต่การปรับปรุงการบริโภคนิยม)
แต่รวมถึงการเข้าถึงแง่มุมพื้นฐาน เพื่อคุณภาพชีวิตที่ดี เช่น สุขภาพ ไฟฟ้า และการศึกษา
ขณะนี้เศรษฐกิจอินเดียกำลังพยายามที่จะก้าวไปสู่ทิศทางใหม่ซึ่งรวมถึงการเมืองและนโยบายในการสร้างรายได้จากอินเดียผ่านการสร้างรายได้เช่นเดียวกับการเปลี่ยนผ่านดิจิทัลของเศรษฐกิจอินเดีย
สิ่งสำคัญที่สุดคือแม้ว่าการวิพากษ์วิจารณ์แนวคิดเรื่องการเข้าถึงบัญชีธนาคารของประชากรทั้งหมดก็เป็นก้าวที่ดีเช่นกัน
เศรษฐกิจของอินเดียก้าวหน้าไปมากเมื่อพูดถึงความเข้าใจในความสำเร็จของรัฐสวัสดิการตามที่บัญญัติไว้ในรัฐธรรมนูญของอินเดีย แน่นอนว่า
มีความท้าทายมากมายที่เกี่ยวข้องกับการกระจายบริการสาธารณะในระยะสุดท้าย
ซึ่งได้รับผลกระทบจากการคอร์รัปชั่นและโครงสร้างอำนาจที่ยังคงเป็นระบบศักดินา
ระบบของยุคอาณานิคมบริติชราชได้เปลี่ยนแปลงไปเป็นระบบลูกผสมตะวันออก-ตะวันตกสำหรับอินเดียและในระบบเศรษฐกิจการเมือง
ระบบวรรณะและแนวคิดเรื่องอินเดียที่มีขนาดเดียวพอดี
โดยที่ศูนย์กลางอยู่ในอำนาจด้านการเงิน

แม้จะจำเป็นต้องแก้ไขสภาแห่งรัฐก็ตาม
อินเดียอาจปรารถนาที่จะมีบทบาทระดับโลก
แต่ตัวชี้วัดบางประการในหลายรัฐกลับดูน่าหดหู่แม้จะเปรียบเทียบกับแอฟริกาตอนใต้ทะเลทรายซาฮาราก็ตาม
แนวคิดสำหรับรัฐเหล่านี้ที่จะบูรณาการเข้ากับศูนย์กลางตลอดจนจัดให้มีความเป็นอิสระและความรับผิดชอบทางการเงินสาธารณะเป็นสิ่งสำคัญมาก รัฐต่างๆ เช่น พิหาร อุตตรประเทศ มีล็อบบี้ที่มีอำนาจรุนแรงมาจากชนชั้นวรรณะ ซึ่งสิ่งอำนวยความสะดวกขั้นพื้นฐานและศักดิ์ศรีความเป็นมนุษย์สำหรับวรรณะล่างยังคงเป็นที่น่าสงสัย
อินเดียแม้จะค่อนข้างสงบหลังจากมีรายได้ที่แตกต่างกันมาก
แต่ก็เป็นเรื่องที่น่าประหลาดใจจริงๆ
อาจเป็นเพราะข้อเท็จจริงที่ว่าวาล์วนิรภัยแบบประชาธิปไตยยังคงถือว่ามีความสำคัญ *(Demetriades และ Luintel, 1996)* อย่างไรก็ตาม
เมื่อพูดถึงเศรษฐกิจการเมืองของอินเดียและปัญหาเศรษฐกิจสังคมของอินเดียในลัทธิ Naxalism ที่ถูกกีดกัน
ภูมิภาคนิยมที่เกี่ยวข้องกับความเจริญรุ่งเรืองทางเศรษฐกิจและการควบคุมการย้ายถิ่นฐานระหว่างรัฐในอินเดียถือเป็นความท้าทายที่รุนแรงมาก
การเมืองของอินเดียวนเวียนอยู่กับประเด็นเหล่านี้จนถึงระดับคัดกรองที่แทบจะไม่เข้าถึงการเมืองระดับชาติ ในแนวหน้าของประเทศในช่วงไม่กี่ปีที่ผ่านมา
การปรับปรุงนโยบายการเกษตร
การปฏิรูปกฎหมายอุตสาหกรรมและกฎหมายแรงงาน
การปฏิบัติตามภาษีและการลดสินทรัพย์ด้อยคุณภาพ
และงบประมาณด้านการป้องกัน ได้สร้างความโดดเด่นให้กับการเมืองอินเดียนี่เป็นองค์ประกอบหลักของการสร้างนโยบายเศรษฐกิจภายในประเทศจากมุมมองทั้งในระดับจุลภาคและมหภาค อย่างไรก็ตาม
ปัญหาที่หยั่งรากลึกในด้านการศึกษา การพัฒนาทักษะ

โครงสร้างพื้นฐานด้านการดูแลสุขภาพ
และการปรับปรุงสิ่งอำนวยความสะดวกสาธารณะ
ดูเหมือนจะวุ่นวายเมื่อผสมผสานปัจจัยเหล่านี้ทั้งหมด อินเดียมีการใช้จ่าย GDP
ในด้านการศึกษาและสุขภาพที่ต่ำมาก แม้แต่ในหมู่ประเทศในกลุ่ม BRICS
ซึ่งเป็นเรื่องน่าละอาย แม้ว่าตัวชี้วัดด้านสุขภาพบางประการจะดีขึ้น
แต่ก็ยังล้าหลังในด้านด้านสุขภาพอื่นๆ อีกมากมาย *(Bosworth and Collins, 2008)* การขาดแพทย์ อัตราการตายของเด็ก ฯลฯ
ดูเหมือนจะไม่ได้รับความสนใจจากการเมืองกระแสหลักของอินเดีย
ซึ่งติดอยู่แค่ในรัฐย่อยเท่านั้น และอาจยกไปสู่ระดับรัฐเท่านั้น
วิสัยทัศน์ทางการเมืองของอินเดียที่เกี่ยวข้องกับเศรษฐกิจในศตวรรษนี้และยุคสมัยที่จะมาถึง จะต้องตั้งอยู่บนพื้นฐานของการปฏิรูปเชิงโครงสร้าง
ซึ่งจะกล่าวถึงต่อไปในบทนี้
เป็นการทำความเข้าใจวิสัยทัศน์และพันธกิจของเศรษฐกิจอินเดียในอนาคตอันใกล้ผ่านการท่องเที่ยวเชิงการแพทย์

การเมืองและอำนาจที่เกี่ยวข้องกับการท่องเที่ยวเชิงการแพทย์:
แนวคิดเกี่ยวกับโครงสร้างทางการเมืองในอินเดียมีความสำคัญต่อการทำความเข้าใจระบบที่เกี่ยวข้องกับโครงสร้างอำนาจ
ดังที่ชื่อบทความได้แสดงให้เห็นแล้วว่าแนวคิดเรื่องการท่องเที่ยวเชิงการแพทย์ในอินเดียมีความเกี่ยวข้องกับโครงสร้างอำนาจและการเมือง
แรงบันดาลใจระดับโลกของอินเดียอยู่ที่การยอมรับทั่วโลกต่อโครงสร้างประชาธิปไตยและการฉายภาพอำนาจ อย่างไรก็ตาม
ได้มีการตั้งคำถามหลายข้อในหลายประเด็นดังที่กล่าวไว้ข้างต้น
แนวคิดเรื่องการเมืองในอินเดียมีความเชื่อมโยงโดยตรงกับคำถามเรื่องการแบ่งชายขอบและโครงสร้างอำนาจแบบลำดับชั้นในอินเดียที่ยังคงครอบงำกลไกทางการเมือง *(Bose และ Jalal, 2009)*

แนวคิดเรื่องการเมืองในอินเดียมีความเชื่อมโยงโดยตรงกับคำถามเรื่องการแบ่งชายขอบและโครงสร้างอำนาจแบบลำดับชั้นในอินเดียที่ยังคงครอบงำกลไกทางการเมือง
แนวคิดเรื่องการเมืองในอินเดียดูเหมือนจะเป็นการผสมผสานระหว่างการผสมผสานระหว่างตะวันออกและตะวันตก
โดยที่ทั้งสองแนวคิดไม่เป็นรูปเป็นร่างอย่างเหมาะสม
แนวคิดเรื่องเศรษฐศาสตร์ราชของอังกฤษที่ส่งผลให้เกิดสถานการณ์ทางเศรษฐกิจทางการเมืองที่แปลกประหลาดของอินเดียยังคงดำเนินต่อไปแม้กระทั่งทุกวันนี้ โดยระบบศักดินาของราชก่อนอังกฤษในอินเดียได้แปรเปลี่ยนเป็นระบบการเมืองที่ดัดแปลงจากตะวันตก - อินเดีย ปัญหาศาสนา
การแบ่งชนชั้นวรรณะที่เป็นรากฐานสำคัญของการเมืองอินเดียมีโครงสร้างอำนาจมากมายที่ขับเคลื่อนสังคมอินเดียในแง่ของการเมือง
และนั่นคือที่มาของภาพลักษณ์ของอินเดียในช่วงเวลาหนึ่ง
เป็นเรื่องจริงที่การเมืองของอินเดียถูกสร้างขึ้นบนพื้นฐานประชาธิปไตย แต่การซึมผ่านของการเมืองในอินเดียนั้นมาจากโครงสร้างของวรรณะ ศาสนา อำนาจและการเมืองในอินเดียยังขับเคลื่อนแนวคิดเรื่องธุรกิจอีกด้วย
ธุรกิจในอินเดียส่วนใหญ่เป็นธุรกิจครอบครัวโดยมีผู้ประกอบการรายใหม่บางรายที่ได้ทลายกำแพงของระบบการเมืองของอินเดียลง ไม่นานมานี้
เป็นเรื่องจริงที่การเชื่อมโยงทางการเมืองและระบบราชการในอินเดียซึ่งเป็นโครงสร้างอำนาจที่ทรงพลังที่สุดในอินเดียดูเหมือนจะเป็นจุดศูนย์กลางของการเมืองในอินเดีย
อินเดียเป็นแนวคิดที่มีประเด็นทางการเมืองหลายประการซึ่งมีพลวัตของฆราวาสนิยมไม่สอดคล้องกับความเป็นจริงหลักที่ประเพณีทางประวัติศาสตร์ของอินเดียถูกสร้างขึ้นในช่วงเวลาสองพันปี

เป็นเรื่องจริงที่ปัจจุบันอินเดียกำลังแสดงภาพลักษณ์ของประเทศตามประเพณีตะวันตกที่ได้รับการบังคับใช้และนำมาใช้ในช่วง 70 ปีที่ผ่านมา
แนวคิดเรื่องอินเดียมีการพัฒนาและการเมืองก็มีการพัฒนามาระยะหนึ่งแล้ว
อย่างไรก็ตาม หลักการพื้นฐานของการเมืองนั้นเกี่ยวข้องกับลัทธิภูมิภาคนิยม
เช่นเดียวกับชนชั้นวรรณะและศาสนา ล่าสุดได้เปลี่ยนแปลงไปในรูปแบบของ
NRC (National Registry of Citizens)
ห่างจากการเมืองเก่าแก่ของอโยธยาหรือลัทธินิกายมุสลิม เมื่อไม่นานมานี้
เป็นเรื่องจริงที่การเชื่อมโยงทางการเมืองและระบบราชการในอินเดียซึ่งเป็นโครงสร้างอำนาจที่ทรงพลังที่สุดในอินเดียดูเหมือนจะเป็นจุดศูนย์กลางของการเมือง
ในอินเดีย *(Jenkins, Kennedy และ Mukhopadhyay 2012)*
ไม่ต้องพูดถึงการก่อจลาจลอย่างรุนแรงของ Naxals
ในกลุ่มคนชายขอบในแถบสีแดงของอินเดียที่ทอดยาวจากภาคกลางไปยังภาคตะวันออกของประเทศ
เช่นเดียวกับการเคลื่อนไหวแยกตัวในแคชเมียร์และแม้แต่ภาคตะวันออกเฉียงเหนือก็ทำให้การเมืองของอินเดียสมบูรณ์บนผืนผ้าใบขนาดใหญ่
นี่คือสิ่งที่ขับเคลื่อนการเมืองของอินเดียและสานต่อโครงสร้างอำนาจของอินเดีย
ที่เกี่ยวข้องกับเศรษฐศาสตร์และกรอบทางสังคมของอินเดียจนถึงปัจจุบัน
ในทำนองเดียวกัน สำหรับการท่องเที่ยวเชิงการแพทย์
จุดเชื่อมโยงของการเมืองและโครงสร้างอำนาจซึ่งเกี่ยวข้องกับชายกลาง/
ชักชวนให้เข้ารับการรักษาในโรงพยาบาล การเข้าถึงธนาคารเลือด
และจนกระทั่งเมื่อไม่นานมานี้
รูปแบบการท่องเที่ยวเชิงการแพทย์เสริมในรูปแบบของการเป็นแม่ตั้งครรภ์แทน
นั่นคือเหตุผลที่ทั้งบทไม่ได้มุ่งเน้นไปที่พลวัตหลักของการท่องเที่ยวเชิงการแพทย์ บทนี้ดำเนินไปจากมุมมองต่างๆ มากมาย
โดยข้ามแนวคิดหลักของการท่องเที่ยวเชิงการแพทย์และแนวคิดในการสร้างแบรนด์ระดับชาติของอินเดีย

นั่นเป็นเพราะว่าอินเดียเป็นหนึ่งในประเทศเดียวที่สามารถเข้าถึงโครงสร้างพื้นฐานด้านสุขภาพระดับโลก
แต่อย่างที่อธิบายไปแล้วว่าแนวคิดในการเข้าถึงการรักษาพยาบาลที่มีคุณภาพนั้นมีโครงสร้างอำนาจหลักและการเมืองที่เกี่ยวข้องมากมาย
อินเดียใช้การท่องเที่ยวเชิงสุขภาพเป็นเครื่องฉายพลังอ่อนและเพื่อสร้างแบรนด์ให้กับประเทศด้วย แนวคิดเกี่ยวกับปัจจัยทางการเมือง เศรษฐกิจ
และสังคมได้รับการกล่าวถึงเพื่อนำมาซึ่งมุมมองของการท่องเที่ยวเชิงการแพทย์และปัจจัยเสริมโดยรวมที่นำไปสู่การท่องเที่ยวในอินเดีย
เนื่องจากแนวคิดในการเชื่อมโยงการท่องเที่ยวเชิงการแพทย์ในอินเดียและความเท่าเทียมของแบรนด์จึงถูกกำหนดแบบองค์รวม ภารกิจ 70
ปีบวกกับการสร้างแบรนด์อินเดียส่วนใหญ่มาจากเสียงขรมของการเมืองอินเดีย *(Mukerjee, 2007)*

อินเดียเป็นดินแดนอันกว้างใหญ่ที่หลายคนอ้างว่าเคยมีมาก่อนที่เราจะครอบครองดินแดนทางการเมืองอย่างที่เรารู้จักในปัจจุบัน
ในลักษณะนี้อินเดียจึงเป็นเด็กที่เกิดจากวัฒนธรรมที่สลับซับซ้อน
ในเรื่องนี้สามารถเรียกได้ว่าอินเดียเป็นมารดาของอารยธรรมทั้งปวงอย่างแท้จริง
และที่นี่เราไม่ได้พูดถึงเพียงอารยธรรมลุ่มแม่น้ำสินธุเท่านั้น
การค้นพบล่าสุดชี้ให้เห็นว่าอารยธรรมมิลักขะเกิดขึ้นก่อนหุบเขาสินธุ
ในเรื่องนี้ให้เราชี้แจงตั้งแต่แรกว่าเราบอกว่าเรามีความอับอายในยุคอาณานิคม!
นั่นเป็นขยะที่สุดสำหรับฉัน ฉันกำลังพูดสิ่งนี้ไม่ใช่ในฐานะคนจิงโจ้ตาบอด
แต่ถึงแม้ว่าเราจะใช้สามัญสำนึกในการทำความเข้าใจว่าอินเดียเป็นอย่างไรในทุกวันนี้ และเกิดมาได้อย่างไร ก็จะได้รับการตอบสนองแบบเดียวกัน
อินเดียไม่ได้เกิดมาเพราะการล่าอาณานิคม แต่เป็นผลมาจากการล่าอาณานิคม

ขณะที่ผมเริ่มเขียนคำกล่าวเปิดหนังสือเล่มนี้
ผมได้กล่าวถึงอินเดียว่าที่นั่นเป็นเหมือนทะเลแห่งการรวมกลุ่มอันกว้างใหญ่
นักวิชาการคนอื่นๆ ยังได้กล่าวถึงเรื่องนี้ในขณะที่เขียนเกี่ยวกับอินเดียอีกด้วย
เมื่อพูดถึงอินเดียในฐานะมารดาของอารยธรรมทั้งมวล
อาจมีหลายคนที่พยายามโจมตีฉันในเรื่องนี้ รอสักครู่. อันที่จริง
มีอารยธรรมสุเมเรียนและเมโสโปเตเมียเกิดขึ้นควบคู่กับแนวคิดร่วมกันของชาว
บาบิโลน นอกเหนือจากริมฝั่งแม่น้ำไทกริส-ยูเฟรติส
ซึ่งคาดว่าเก่าแก่กว่าหุบเขาสินธุ อย่างไรก็ตาม
ดังที่ได้กล่าวไปแล้วว่าอารยธรรมดราวิเดียนจากทางตอนใต้ของอินเดียซึ่งเป็นภู
มิภาคนี้เริ่มชัดเจนขึ้นแล้ว เนื่องจากชื่อ Dravid
ใช้เพื่ออ้างถึงว่าจะต้องเป็นของคาบสมุทรอินเดีย
ในกรณีนี้เราทราบแล้วว่าอินเดียมีอารยธรรมมากมายมาบรรจบกันและแยกออก
จากกันในช่วงเวลาเดียวกันบนผืนดินที่เราเรียกว่าอินเดียในปัจจุบันและยิ่งกว่านั้
นด้วยซ้ำ โดยทั่วไปแล้วนี่ไม่ใช่กรณีของอารยธรรมเก่าแก่อื่น ๆ
ที่ถูกพูดถึงในประวัติศาสตร์ของโลก ซึ่งรวมถึงจีน อียิปต์ เมโสอเมริกัน ฯลฯ
มีหลายท่านกล่าวว่าอิทธิพลของอินเดียมีอยู่ในโลกนี้จริงๆ
แต่ไม่มากเท่ากับอิทธิพลจากประเทศต่างๆ เช่น ฝรั่งเศส เยอรมนี อิตาลี สเปน
เป็นต้น โดยส่วนตัวแล้วผมชื่นชมรัฐชาติในยุโรป
แต่เมื่อต้องตอบถึงอิทธิพลของอินเดียในโลกที่จะตามมาภายหลัง ก่อนหน้านั้น
เราต้องตอบก่อนว่าเหตุใดอินเดียจึงมีความสับสนวุ่นวายและอนาธิปไตยทางวัฒ
นธรรมที่ไม่มีระเบียบวัฒนธรรมที่ชัดเจน แต่ในความเป็นจริงแล้ว
เป็นลานตาของวัฒนธรรม มีหนังสือมากมายที่เขียนในอินเดีย
นอกประเทศอินเดียเกี่ยวกับอินเดีย ซึ่งพูดถึงวิธีการ ทำไม อะไร
และความหมายของอินเดีย
อินเดียในรูปแบบที่ง่ายและสั้นสามารถเข้าใจและอธิบายได้ตามที่ผู้คนต้องการใ
ห้เป็น

นี่เป็นธรรมชาติที่ลื่นไหลของอินเดียที่สร้างและเปลี่ยนแปลงอินเดียในปัจจุบันตั้งแต่สมัยโบราณนับตั้งแต่สมัยโบราณ ไม่ว่าจะใช้ชื่อ Bharat, Jambudwipa, Indus หรือ India ก็ตาม ก็มีคลื่นแห่งวัฒนธรรมมากมายที่ซัดเข้ามาโดยอินเดียและยังกลับมาเหมือนทะเลที่กั้นสิ่งตกค้างบางส่วนไว้

ด้วยวิธีนี้การผสมผสานของชาวพื้นเมืองและผู้ที่เรียกว่าผู้อพยพจากยุคไร้พรมแดนมาสู่โลกที่มีพรมแดนติดกันในปัจจุบันจึงเป็นวิวัฒนาการอย่างต่อเนื่องว่าทำไมอินเดียจึงถูกสร้างขึ้น

อินเดียเป็นประเทศที่มีการสถาปนาวัฒนธรรมมากมายตามอัตลักษณ์ทางภาษา นี่คือวิธีที่รัฐต่างๆ ของอินเดียก่อตั้งขึ้นซึ่งมีเอกลักษณ์เฉพาะตัวในโลก เนื่องจากคงไม่มีที่ใดในโลกที่คุณจะพบรัฐต่างๆ ภายในประเทศหรือประเทศที่สร้างขึ้นตามภาษา

ความคล้ายคลึงเพียงอย่างเดียวคือประเทศในยุโรปที่พวกเขาได้แกะสลักการดำรงอยู่ของอธิปไตยของตนเองตามอัตลักษณ์และความภาคภูมิใจทางภาษา เมื่อพูดถึงความภาคภูมิใจและอัตลักษณ์ทางภาษา

ให้เราเริ่มต้นด้วยแคว้นมคธซึ่งเป็นรัฐที่ไม่ชอบด้วยเหตุผลหลายประการ และปรารถนาในยุคปัจจุบันว่าไม่ได้เป็นส่วนหนึ่งของอินเดีย อย่างไรก็ตาม ประวัติศาสตร์ของอินเดียจะไม่สมบูรณ์หากไม่มีแคว้นมคธและการอภิปรายเกี่ยวกับอดีตอันรุ่งโรจน์

จะเกิดอะไรขึ้นถ้าแคว้นมคธไม่ได้เป็นส่วนหนึ่งของอินเดีย!
นี่อาจเป็นคำถามที่เกิดขึ้นกับชาวอินเดียจำนวนมากในทุกวันนี้ที่ต้องการกำจัดแคว้นมคธ โดยเฉพาะอย่างยิ่งเนื่องจากมันล้าหลังและล้าหลังมาก อย่างไรก็ตาม คำถามที่แท้จริงก็คือว่าแคว้นมคธมีต้นกำเนิดมาจากไหนในยุคปัจจุบัน การปกครองของ Chandragupta Maurya หรือจักรวรรดิ Gupta ต่างก็มีการสถาปนาขึ้นในรัฐพิหารอย่างที่เราทราบกันในปัจจุบัน ต้นกำเนิดของแคว้นมคธจากมหาชนปาทะทั้ง 16 พระองค์

สู่รัฐพิหารสมัยใหม่เป็นการเดินทางที่ค่อนข้างน่าแปลกใจเมื่อเราพิจารณาประวัติศาสตร์ของอินเดีย

แคว้นมคธในปัจจุบันเป็นรัฐที่ติดหล่มอยู่กับความขัดแย้งและปัญหาความยากจนมากมาย อย่างไรก็ตาม เมื่อมองดูรัฐ

เราจะลืมอดีตอันรุ่งโรจน์ของรัฐและบทบาทของรัฐในการสร้างมรดกและมรดกของอินเดียได้

การปกครองของราชวงศ์เมารยันและการสร้างมหาวิทยาลัยที่เก่าแก่ที่สุดแห่งหนึ่งในอินเดียในรูปแบบของนาลันทา ตักศิลา และวิกรมศิลา

ล้วนถูกเขียนไว้ในประวัติศาสตร์ อัตลักษณ์ของอินเดียเมื่อเราต้องการจะเข้าใจมักจะนำเราไปสู่คำถามที่ว่าอินเดียเป็นอย่างไร

สำหรับคำถามของแคว้นมคธในปัจจุบัน

เป็นเพียงรัฐที่ใช้ภาษาซึ่งแยกออกจากแคว้นเบงกอลและโอริสสา อย่างไรก็ตาม ในแง่ของประวัติศาสตร์ของอินเดีย

บทบาทของแคว้นมคธต้องถูกติดตามไปไกลกว่าเรื่องราวอันน่าเศร้าของรัฐในปัจจุบัน

แรงงานอพยพจากแคว้นมคธอาศัยอยู่ที่นั่นมาเป็นเวลานานมากโดยย้ายเข้าและรอบอินเดียและต่างประเทศ ดังนั้นในปัจจุบันนี้

รัฐพิหารและอิทธิพลทางวัฒนธรรมจึงไม่สามารถวัดได้จากยุคสมัยใหม่เท่านั้น ต้องเข้าใจว่าแคว้นมคธเปลี่ยนแปลงไปอย่างไรและผลกระทบของการปกครองแบบอาณานิคม โดยเฉพาะอังกฤษต่อการเปลี่ยนแปลงรัฐโดยสิ้นเชิง

แคว้นมคธเคยอยู่แถวหน้าด้านวัฒนธรรมและศิลปะ

แต่ปัจจุบันยังตามหลังตัวชี้วัดทางสังคมยุคใหม่

สิ่งนี้จำเป็นต้องเชื่อมโยงกันเพราะระบบการเมืองของแคว้นมคธล้มเหลวในการตอบรับความคาดหวังของประชาชน

มีความชั่วร้ายในอดีตที่เหลืออยู่บางส่วนซึ่งรวมถึงระบบวรรณะและความคิดเกี่ยวกับระบบศักดินา อย่างไรก็ตาม

บทบาทของแคว้นมคธในอดีตนั้นรวมถึงนักคณิตศาสตร์ที่เก่งที่สุดบางคนที่มีจิตวิญญาณแห่งการซักถาม
แม้จะเกิดคำถามว่าเกิดอะไรขึ้นกับรัฐพิหารที่เริ่มล่มสลาย
คำตอบดังที่ได้กล่าวไปแล้วนั้นขึ้นอยู่กับระบบการเมืองและการขาดกระแสการศึกษาสมัยใหม่
สิ่งเหล่านี้เป็นปัจจัยที่ทำให้การพัฒนาอุตสาหกรรมสมัยใหม่ไม่สอดคล้องกับความต้องการสมัยใหม่ซึ่งผลักดันให้แคว้นมคธในทุกวันนี้จวนจะล้าหลัง
ต้องจำไว้ว่ากระแสวัฒนธรรมเป็นเพียงจุดหนึ่งในการทำความเข้าใจรัฐ
เช่นเดียวกับวิธีที่ผู้คนและวิธีการทำงานของพวกเขาดำเนินต่อไป
แคว้นมคธเคยเป็นแหล่งกำเนิดของทางแยกแห่งอารยธรรมอินเดีย
ซึ่งเป็นที่ซึ่งจักรวรรดิอันยิ่งใหญ่และมรดกอันยาวนานมากมายได้ถูกสร้างขึ้น
แม้ว่าหลายทศวรรษก่อนเอกราชและตำแหน่งที่จมอยู่กับการสร้างรัฐที่ผูกพันกับระบบศักดินาและไม่สามารถปกครองตนเองตามหลักการประชาธิปไตยได้แม้ว่าจะไม่ใช่ทางตะวันตกซึ่งครั้งหนึ่งเคยปรากฏอยู่ในรัฐนั้นก็ตาม
ผู้คนในแคว้นมคธต่อสู้กับการถูกเกลียดชังในหลายพื้นที่ของอินเดีย
แต่ยังได้รับความชื่นชมจากผู้คนในอินเดียอีกจำนวนมากในเรื่องความยืดหยุ่นของพวกเขา
นี่คือจุดที่จำเป็นต้องเน้นย้ำถึงบทบาทของการศึกษาและกระบวนการคิดสมัยใหม่ ซึ่งในที่สุดก็ปรากฏให้เห็นในแคว้นมคธหลังจากหลายปีที่วุ่นวาย
การปกครองในยุคปัจจุบันในแคว้นมคธได้เริ่มดำเนินการตามนโยบายที่ก้าวหน้าหลายประการ แม้ว่าเช่นเดียวกับจิตวิญญาณของอินเดีย
การปฏิบัติแบบชนบทและแบบดั้งเดิมยังไม่ได้หายไปจากรัฐโดยสิ้นเชิง
นี่คือตัวอย่างว่าอินเดียยุคใหม่มีพื้นฐานมาจากอนาธิปไตยในยุคปัจจุบันที่มีรากฐานมาจากอดีตอย่างไร
คำถามเกิดขึ้นที่คำถามที่ว่าวัฒนธรรมกำหนดปัจจุบันของเราอย่างไร
ดังที่ยกตัวอย่างแคว้นมคธไว้เป็นตัวอย่างในทำนองเดียวกัน

เมื่อมองภาพรวมแล้ว
เราก็เข้าใจดีว่าชาวยุโรปเป็นเพียงคลื่นลูกใหญ่ลูกเดียวที่เข้ามาติดต่อกับอินเดีย
ก่อนอินเดียที่เรารู้จักในปัจจุบันนี้เหมือนกับพวกโมกุล เติร์กมาก , มองโกล ,
อัฟกัน เป็นต้น เมื่อพิจารณาความคล้ายคลึงของสหภาพยุโรป
เราสามารถกำหนดได้ในปัจจุบันว่าอินเดียเหมือนกับสหภาพยุโรปคือการรวบรว
มอัตลักษณ์ และคติประจำใจของพวกเขา คือ Unity in Diversity
ถูกนำมาใช้ในหนึ่งในประเทศที่มีพหุนิยมที่ยิ่งใหญ่ที่สุดที่สร้างขึ้นในรูปแบบขอ
งอินเดีย มีหลายคนที่รู้ว่าอารยธรรมของอนุทวีปอินเดียมีมานานกว่า 5,000
ปีที่แล้ว และชาติอินเดียในปัจจุบันก็อยู่ที่นั่นเพียง 75 ปีเท่านั้น
ดังนั้นคำถามมักจะเกิดขึ้นเสมอว่าอินเดียในฐานะชาติเกิดขึ้นเนื่องจากการต่อสู้ที่
รุนแรงเพื่อรวมอำนาจไว้ที่ศูนย์กลาง
และอินเดียโดยรวมไม่เคยตกเป็นอาณานิคม
คนที่อ่านข้อความนี้อาจบอกว่าฉันบ้าไปแล้ว
แต่ตรรกะที่อินเดียตกเป็นอาณานิคม ยุโรปก็ตกเป็นอาณานิคมเช่นกัน
และได้รับการปลดปล่อยหลังปี 1945
โดยที่เยอรมนีตะวันออกได้รับอิสรภาพในปี 1990
ไปตามคำจำกัดความของการล่าอาณานิคมซึ่งโดยทั่วไปแล้วผู้คนที่อพยพมาจาก
ดินแดนต่างประเทศหรือที่อื่น ๆ ความคิดก็เปลี่ยนไปตามแนวโน้มของจักรวรรดิ
นี่เป็นสาเหตุที่ตรรกะของการล่าอาณานิคมที่เกิดขึ้นเฉพาะในอินเดีย แอฟริกา
ละตินอเมริกา และเอเชียมีข้อบกพร่อง ตามชื่อหนังสือ Indian Anarchy
เป็นเพราะมหาอำนาจในอินเดียเข้ามาตั้งถิ่นฐานแล้ว
และเราไม่ต้องแบกรับภาระแห่งความอับอายในยุคอาณานิคม
เนื่องจากแม้แต่ประเทศที่เรียกกันว่าก้าวหน้าอย่างฝรั่งเศส เบลเยียม
เนเธอร์แลนด์ และประเทศอื่นๆ ในยุโรปก็ยังถูกนาซีเยอรมนียึดครอง

อังกฤษซึ่งเป็นอิสระในระหว่างนั้นถูกครอบงำโดยพวกไวกิ้งและแองโกลแอกซอนซึ่งสร้างอัตลักษณ์ให้กับอังกฤษ สกอตแลนด์ ฯลฯ

ดังนั้นหากเราเห็นในลักษณะนั้น

อินเดียเป็นความคิดที่ยิ่งใหญ่ที่มาถึงการตระหนักรู้ถึงการแบกภาระของผู้คนจำนวนมากที่มีภาษาและวัฒนธรรมมากมาย

ซึ่งไม่มีประเทศหรืออำนาจอื่นใดในโลกสามารถทำได้แม้แต่ในเวลานี้

ยุโรปในฐานะทวีปหนึ่งเป็นทวีปโปรดของฉัน

แต่เมื่อเราเห็นสหภาพยุโรปเป็นมหาอำนาจในอาณาเขตทางการเมือง

มันยังคงกระจัดกระจายและวุ่นวาย

แม้ว่าจะมีผู้คนน้อยกว่าและมีทรัพยากรมากขึ้นก็ตาม โดยทั่วไปแล้ว

พวกเราชาวอินเดียคาดเดากันว่าถ้าเรารวมกันเป็นหนึ่ง

เราจะไม่ถูกปกครองโดยกลุ่มบริษัทเดียวเป็นเวลา 190 ปี

อินเดียตะวันออกปกครองทางเทคนิคมาเป็นเวลา 100 ปี

พวกเขายังปกครองอินเดียทั้งหมดอย่างที่เรารู้อีกด้วย

เมื่อพิจารณาจากความโลภแล้ว

มหาอำนาจยุโรปจำนวนมากก็เข้ามาโจมตีทรัพยากรของเรา

แม้กระทั่งก่อนหน้าพวกเขา ระบบศักดินาของเราเองก็ยังพิชิตส่วนอื่น ๆ

ของอินเดียและปล้นสะดม อย่างไรก็ตาม

แนวคิดเรื่องเอกภาพยุโรปที่ยิ่งใหญ่ยังคงเป็นความฝัน

และพวกเขาไม่มีพลังร่วมกันหรือนโยบายต่างประเทศแม้กระทั่งทุกวันนี้

การเคลื่อนไหวของ Brexit

ออกจากสหภาพยุโรปเป็นเหตุการณ์หนึ่งที่แสดงให้เห็นการสร้างสหภาพรัฐต่าง ๆ แม้ว่ารัฐเหล่านั้นจะมีอำนาจอธิปไตยทางวัฒนธรรมก็ตาม

แต่ก็ไม่สามารถรวมกันเป็นหนึ่งได้
การอ้างอิงถึงสถานการณ์ในแคว้นมคธในปัจจุบันจากที่เคยเป็นในอดีต
แสดงให้เห็นว่ารัฐต่างๆ ของอินเดียเคยมีอยู่มาก่อน
แต่มีความคล่องตัวมากกว่ารัฐชาติในยุโรปซึ่งแน่นอนว่ามีการแข่งขันทางอุตสาหกรรมและเชิงพาณิชย์มากกว่ามาก เราก็มีแบบนั้นเหมือนกันในอินเดีย
แต่ถึงแม้จะดูไม่เป็นระเบียบมากกว่าก็ตาม
มีการต่อสู้เพื่อรวมศูนย์อำนาจอยู่เสมอ
ในขณะที่ยุโรปเป็นเวลานานถูกผูกไว้กับวัฒนธรรมที่แตกต่างกันเช่นภูมิภาค
มันเกิดขึ้นในอินเดียซึ่งนำเราไปสู่ส่วนตะวันตกและตอนใต้ของอินเดียและความโดดเด่นทางวัฒนธรรมของพวกเขา
ส่วนนั้นจะเกิดขึ้นในภายหลังเมื่อเราเจาะลึกวัฒนธรรมอื่นๆ
อินเดียอย่างที่เรารู้กันทุกวันนี้ยังคงเป็นชาติที่สร้าง
ให้เราดูจากตัวอย่างที่เราเห็นในอินเดียในปัจจุบัน ดังที่ได้กล่าวไปแล้ว
อินเดียไม่เคยถูกครอบครองโดยกองกำลังเดียว
และประวัติศาสตร์ของชาวพื้นเมืองและผู้ที่เรียกว่าผู้คนจากภายนอกก็จมอยู่ใต้น้ำที่ไหนสักแห่ง นี่คือสาเหตุที่อินเดียมีเอกลักษณ์เฉพาะในฐานะชาติ
จริงอยู่มีหลายประเทศที่สร้างขึ้นเป็นโครงการหลังอาณานิคมและอินเดียก็เป็นหนึ่งในนั้น อย่างไรก็ตาม อินเดียมีเอกลักษณ์เฉพาะในวิธีการสร้างชาติ
อินเดียในฐานะชาติหนึ่งก่อตั้งขึ้นจากแนวคิดในการสร้างโมเสกวัฒนธรรมที่เป็นเอกภาพ ไม่เหมือนประเทศอาณานิคมอื่นๆ ยกเว้นประเทศบราซิล อินโดนีเซีย ปาปัวนิวกินี และประเทศในแอฟริกา
ซึ่งมีความหลากหลายทางชาติพันธุ์และทางภาษามากมาย สหรัฐอเมริกา แคนาดา
และความหลากหลายทางวัฒนธรรมของประเทศในยุโรปสมัยใหม่ไม่นับรวมเนื่องจากไม่ใช่ความหลากหลายทางวัฒนธรรมแบบออร์แกนิก

นี่คือเหตุผลว่าทำไมอินเดียซึ่งมีประชากรจำนวนมากและความหลากหลายทางวั ฒนธรรมจึงมาเป็นแถวหน้า โดยส่วนตัวแล้ว
ฉันเป็นคนใจแคบและไม่ชอบความหลากหลายทางวัฒนธรรมมากเกินไป
แต่สุดท้ายแล้วในฐานะอินเดีย
ฉันยังคงสับสนและบางครั้งก็รู้สึกภาคภูมิใจในความหลากหลายที่มีอยู่มากมาย จริงอยู่ อินเดียมีอิทธิพลในกิจการระดับโลก ไม่เพียงแต่อินเดียเท่านั้น
แต่ยังเป็นผู้บุกเบิกอินเดียยุคใหม่ด้วย
เนื่องจากเขตแดนไม่ได้ถูกกำหนดไว้ในขณะนั้น
การกลับมาที่ชายแดนทำให้ฉันนึกถึงจุดเริ่มต้น
นั่นคือวิธีที่อินเดียในปัจจุบันแตกต่างไปมาก
และทำไมเราไม่แบกรับความอับอายจากมรดกตกทอดจากอาณานิคม
แต่เราได้นำระบบไปข้างหน้าพร้อมกับข้อบกพร่องของเราเองเป็นโอกาสที่จะทำ ให้ดีขึ้น
สำหรับการแสดงความเคารพต่อเลือดอันกล้าหาญของเราที่หลั่งไหลเพื่อแผ่นดิน ของเราในมาตุภูมิของเรา
ฉันไม่ต้องการที่จะทำให้มันฟังดูเหมือนเป็นการโฆษณาชวนเชื่อและการโฆษณ าชวนเชื่อ
แต่อย่าลืมว่าวันนี้และแม้กระทั่งในปีกลายเมื่อไม่มีอินเดียถูกดูดออกจากทรัพยาก รและปล้นสะดมซึ่งทำให้เราตำหนิการขาดจิตสำนึกในชาติ
แล้วเราก็ได้ต่อสู้ดิ้นรนไป เราละทิ้ง Kohinoor
ในตำนานแต่ก็ไม่ละทิ้งสมนาถที่พูดถึงความภาคภูมิใจในมรดกของเรา
ชาวอินเดียต่อสู้เพื่อให้ระบบสตีที่ชั่วร้ายของพวกเขาหายไป
แต่ขณะนี้เรากำลังต่อสู้เพื่อกอบกู้อัตลักษณ์สมัยใหม่ของเรา
ท่ามกลางความท้าทายอันเก่าแก่ที่ราชบริติชบงการด้วยนโยบายการแบ่งแยกและ การปกครองของพวกเขาเอง ซึ่งเราได้เติมเชื้อเพลิงเข้าไปด้วย อย่างไรก็ตาม
อินเดียในปัจจุบันประกอบด้วยรัฐต่างๆ ที่ไม่ได้เป็นส่วนหนึ่งของบริติชราช

ซึ่งหักล้างทฤษฎีที่ว่าพวกเขามีส่วนช่วยสร้างอินเดียจริงๆ ไม่มีใครสร้างอินเดีย มันอยู่ที่นั่นก่อนรูปแบบสมัยใหม่ของวันนี้เฉพาะในรูปแบบที่กว้างใหญ่และลื่นไหลมากขึ้นเท่านั้น

ซึ่งบางครั้งได้รับน้ำเสียงทางการเมืองและความรู้สึกชาตินิยมที่หวนคิดถึง "อัคแฮนด์ ภารัต" (อินเดียที่ไม่มีการแบ่งแยก) วินสตัน เชอร์ชิลล์ ซึ่งมักจะเมินเฉยต่ออินเดียอยู่เสมอ ได้รับข้อเท็จจริงบางอย่างเกี่ยวกับเรา โดยเฉพาะอย่างยิ่งที่น่าเศร้าในส่วนที่คอร์รัปชั่น ไม่ใช่ว่าบริติช บูลด็อกอย่างที่เขารู้จักนั้นมีความเหนือกว่าทางศีลธรรม ยกเว้นสิ่งหนึ่งเท่านั้น อินเดียไม่ได้แย่งชิงแนวโน้มที่มีอยู่ในบางส่วนของยุโรปและแอฟริกา สหภาพอินเดียของเราแม้จะมีการทะเลาะกันภายในและอนาธิปไตยของวัฒนธรรมอยู่ร่วมกัน การสำรวจของ Pew พบว่าเหมือนกับชามอาหารที่แยกจากกันซึ่งวางอยู่ใกล้กัน แต่ไม่ต้องการผสมกันเหมือนหม้อหลอมละลาย ผลลัพธ์มุ่งเป้าไปที่ศาสนาโดยเฉพาะ แต่ก็สามารถดึงเอาวัฒนธรรมของเราได้เช่นกัน อินเดียได้รับความทุกข์ทรมานจากการแบ่งแยกอันเจ็บปวด และสองประเทศที่สับสน เช่นเดียวกับการแยกตัวจากอินเดียในรูปแบบของปากีสถานและบังคลาเทศเกิดขึ้น นี่คือที่มาของคำถามเกี่ยวกับการผสมผสานวัฒนธรรม โดยที่อินเดียคือเอเชียใต้ที่ได้รับการขนานนามว่าเป็นอนุทวีปอินเดีย และอย่าลืมการส่งออกทางวัฒนธรรมของเราทั่วภูมิภาคมหาสมุทรอินเดียที่แพร่กระจายไปทั่วส่วนอื่นๆ ของเอเชีย แนวคิดของอินเดียคือสิ่งที่ทำให้อินเดียมีเอกลักษณ์เฉพาะตัว การกลับไปสู่การขยายตัวทางวัฒนธรรมและบทบาทของรัฐสมัยใหม่ช่วยให้เราเริ่มต้นจากปรากฏการณ์ระดับนานาชาติ BRICS ซึ่งย่อมาจากบราซิล รัสเซีย อินเดีย จีน และแอฟริกาใต้

ในฐานะวงล้อมทางเศรษฐกิจของประเทศกำลังพัฒนาที่เติบโตร่วมกัน และการเปลี่ยนแปลงรูปแบบใหม่ของเศรษฐกิจโลกสามารถมองได้จากมุมมองทางวัฒนธรรม หากเราเริ่มมองหามุมมองทางวัฒนธรรม
ให้เราเริ่มต้นที่บราซิลซึ่งมีภาษาและชาติพันธุ์ที่แตกต่างกันมากมาย และภูมิภาคที่กว้างใหญ่ยังคงไม่สามารถเปรียบเทียบกับอินเดียได้
ประการแรกและสำคัญที่สุด ไม่มีประเทศใดเทียบได้กับประเทศอื่นๆ แต่เมื่อพูดถึงอิทธิพลทางวัฒนธรรมและการเปรียบเทียบของประเทศเศรษฐกิจเกิดใหม่ในแง่ของอิทธิพลทางวัฒนธรรม อินเดียก็แยกจากกันในระดับหนึ่ง ตัวอย่างเช่น รัสเซียมีอาณาจักรขนาดใหญ่และมีอิทธิพลทางวัฒนธรรม ในขณะที่อินเดียถูกรุกรานโดยประเทศในเอเชียกลาง
หากเรายกตัวอย่างคาซัคสถาน อุซเบกิสถาน อิทธิพลทางวัฒนธรรมในยุคแรกๆ ของพวกเขาอยู่ที่นั่นซึ่งแผ่ขยายมาจากรัสเซีย อย่างไรก็ตาม ในแง่ของเชื้อสายทางวัฒนธรรมผ่านภาษาสามารถพบได้ตั้งแต่อินเดียไปจนถึงเอเชียกลาง เมื่อพูดถึงจีน
หนึ่งในมหาอำนาจทางวัฒนธรรมที่ยิ่งใหญ่ที่สุดในเอเชียแม้ว่าพวกเขาจะมีการส่งออกวัฒนธรรมที่ยิ่งใหญ่ที่สุดจากอินเดีย
ซึ่งรวมถึงศิลปะการต่อสู้ที่มีต้นกำเนิดมาจากที่นี่จริงๆ
ดังที่นักการทูตจีนเคยกล่าวไว้เกี่ยวกับอินเดียว่า
"เป็นประเทศเดียวที่ตกเป็นอาณานิคมของเราในด้านวัฒนธรรมมานานกว่า 2,000 ปี โดยไม่มีทหารสักคนเดียวมารุกรานเรา"
สิ่งนี้แสดงให้เราเห็นว่ามีการส่งออกวัฒนธรรมประเภทใดจากอินเดีย ประเทศที่มีความหลากหลายทางวัฒนธรรมอย่างแท้จริงเมื่อพูดถึงอินเดียสามารถเปรียบเทียบได้กับแอฟริกาใต้
ประเทศสายรุ้งตามที่ทราบกันว่ามีขนาดเล็กกว่าอินเดียที่มีประชากรน้อยกว่า แต่มีความหลากหลายทางวัฒนธรรมและภาษามากมาย
ตอนนี้คำถามมาถึงอิทธิพลของแอฟริกาใต้และอินเดีย

ทั้งสองประเทศเป็นประเทศที่มีความหลากหลายทางวัฒนธรรมและมุ่งเน้นความหลากหลาย แต่เมื่อพูดถึงอินเดีย
อิทธิพลของอินเดียก็ไปถึงแอฟริกาใต้แม้ว่าจะอยู่ในรูปแบบทางการเมืองในช่วงไม่กี่ครั้งที่ผ่านมาก็ตาม
นี่คือเหตุผลว่าทำไมอินเดียซึ่งมีต้นกำเนิดมาในรูปแบบต่างๆ
มากมายอย่างต่อเนื่อง
ซึ่งนำมาซึ่งวัฒนธรรมและวิธีการที่อินเดียทำให้อินเดียสมบูรณ์ขึ้น
แม้ว่าเราจะมีความสับสนวุ่นวายก็ตาม
คราวนี้กลับไปสู่คำถามเกี่ยวกับบทบาทของรัฐและวิธีที่พวกเขามีบทบาทในอินเดียในการสร้างรัฐชาติสมัยใหม่ผ่านกระบวนการวุ่นวายของการเปลี่ยนแปลงของรัฐไปสู่วิถีแห่งความโกลาหลแบบใหม่ การค้นหากระบวนการคือสิ่งที่ทำให้อินเดีย. ขอให้เรายกตัวอย่างของรัฐมหาราษฏระซึ่งอยู่ทางตะวันตกของอินเดีย
และเหตุใดมหาราษฏระจึงมีบทบาทในการกำหนดอินเดียในแบบของตัวเอง
นี้สามารถนิยามได้ว่าเป็นการเดินทางของรัฐที่กุมอำนาจอธิปไตยที่แท้จริงและเป็นอำนาจที่สถาปนาขึ้นทั้งกองทัพทางทะเลและทางบกมาช้านาน
ถือเป็นจุดเริ่มต้นของอินเดียในรูปแบบวัฒนธรรม ภูมิประเทศ.
มหาราษฏระมีการเปลี่ยนแปลงไปตามกาลเวลา
และนี่คือเหตุผลว่าทำไมอินเดียจึงเป็นหนึ่งในตัวอย่างที่กำหนดอินเดียในวิถีแห่งการสร้างสรรค์ในฐานะชาติก่อนและหลังยุคแห่งกฎเกณฑ์ที่แตกต่างกันมากมาย
มหาราษฏระเข้ามาในรูปแบบการก่อตั้งรัฐชาติในสมัยก่อนด้วยการสร้างอาณาจักรมาราฐาเพื่อท้าทายกองกำลังของชาวอัฟกันและ โมกุลในเวลาต่อมา
ในขณะเดียวกันก็เผยแพร่รอยเท้าของพวกเขาไปยังส่วนอื่น ๆ ของอินเดีย
ทว่ามหาราษฏระในปัจจุบันแตกต่างจากเวอร์ชันอื่นมากเท่าที่ทราบซึ่งรวมถึงตัวอย่างของคุชราตที่เป็นเอนทิตีที่แตกต่างออกไปในขณะนี้
อย่าลืมว่ามหาราษฏระและความสำคัญทางวัฒนธรรมอยู่ที่การเปลี่ยนแปลงตัวเองในช่วงเวลาอาณานิคมและหลายส่วนอยู่ภายใต้ผู้ปกครองที่แตกต่างกัน

อย่างไรก็ตาม
รัฐมหาราษฎระได้เปลี่ยนแปลงและเคลื่อนตัวไปในฐานะหนึ่งในรัฐสัญลักษณ์ที่สามารถเรียกได้ว่าเป็นรัฐที่แตกต่างออกไปเหมือนกับรัฐอื่นๆ ในอินเดีย
นี่คือสิ่งที่กำหนดอินเดียว่าเป็นประเทศที่เปลี่ยนแปลงอยู่ตลอดเวลา
หากเราดูแผนที่ของอินเดียที่มีลักษณะคล้ายจิ๊กซอว์ซึ่งมีการพัฒนาและเสริมสร้างความสมบูรณ์ให้กับโลกอย่างต่อเนื่อง ดังที่ได้กล่าวไว้ก่อนหน้านี้
รัฐมหาราษฎระในปัจจุบันได้ให้กำเนิดรัฐคุชราต
ซึ่งในตัวมันเองมีภาระทางประวัติศาสตร์และมรดกของตัวเอง
นี่คือสาเหตุที่ผมเริ่มพูดถึงว่าอินเดียไม่ได้มีความละอายต่อการล่าอาณานิคมเหมือนที่เราได้รับการเตือนอยู่ตลอดเวลา
ปัจจุบันอินเดียมีรัฐทางตะวันออกเฉียงเหนือ เช่นเดียวกับ Goa, Pondicherry, Daman, Diu, Dadra และ Nagar Haveli
ซึ่งเป็นอิสระในทางเทคนิคหรืออยู่ภายใต้อำนาจที่กำหนดว่าอินเดียไม่ใช่แบบที่เรารู้จัก ภูมิภาคที่เข้าสู่การสร้างอินเดียนั้นมีการพัฒนาอย่างต่อเนื่อง
ไม่ว่าจะเป็นผ่านการสถาปนารัฐใหม่ หรือการรวมตัวกันของรัฐใหม่ เช่น สิกขิม การขยายตัวทางวัฒนธรรมของอินเดียอยู่ที่นั่นในรูปแบบที่เปลี่ยนแปลงตลอดเวลาดังที่ได้กล่าวไว้ก่อนหน้านี้ในรูปแบบของรัฐอินเดียตะวันออกเฉียงเหนือ เช่น อัสสัม เมฆาลัย นากาแลนด์ อรุณาจัลประเทศ มณีปุระ และมิโซรัม
ซึ่งอิทธิพลของอังกฤษถูกท้าทายอยู่เสมอ
ไม่ต้องพูดถึงเรื่องราวของดินแดนอาณานิคมอื่น ๆ
ดังที่กล่าวไว้ก่อนหน้านี้ซึ่งอยู่ภายใต้การปกครองของโปรตุเกส
มหาอำนาจยุโรปอื่นๆ
มากมายที่มายังอินเดียเช่นเดียวกับทวีปแอฟริกาเพื่อกลืนกินทรัพยากรของเรา
แม้ว่าจะมีการกดขี่จากต่างประเทศ
แต่อิทธิพลทางวัฒนธรรมของอินเดียก็ยังได้รับความเคารพมาโดยตลอด
แม้กระทั่งชาวยุโรปตั้งแต่แม็กซ์ มุลเลอร์ ไปจนถึงวิลเลียม โจนส์ และคนอื่นๆ

อีกหลายคน

อิทธิพลของงานเขียนพระเวทของอินเดียยังพบได้ในวัฒนธรรมการ์ตูนญี่ปุ่นและอะนิเมะยอดนิยมในปัจจุบันด้วยซ้ำ

การสร้างสรรค์อินเดียยุคใหม่ในปัจจุบันประกอบด้วยประสบการณ์ที่สั่งสมมาหลายศตวรรษ สิ่งนี้ยังใช้กับรัฐในลักษณะที่พวกเขามีประสบการณ์ของตนเองจัดขึ้นเอง หรือเปลี่ยนแปลงไปในทางที่ดีขึ้นหรือแย่ลง

มหาราษฏระเป็นตัวอย่างหนึ่ง และนี่คือวิธีที่อินเดียสามารถเห็นได้ในปัจจุบัน นี่คือจุดที่อินเดียมีเอกลักษณ์เฉพาะตัวในฐานะหน่วยงานทางวัฒนธรรมและภูมิศาสตร์ที่มีการเปลี่ยนแปลงมากมายซึ่งมีเพียงไม่กี่ประเทศที่ใหญ่เท่ากับอินเดียและในอดีตที่มีประชากรอย่างอินเดียเท่านั้นที่สามารถอ้างสิทธิ์ได้

นี่คือสาเหตุที่อินเดียมีแนวคิดที่แตกต่างจากแนวคิดที่เราพูดอยู่เสมอว่ามาจากโลกอาณานิคม

ในเรื่องนี้เราไม่ควรลืมว่าอินเดียถูกสร้างขึ้นโดยชาวอินเดียในรูปแบบของซาร์ดาร์ ปาเทล ไอรอนแมนหรือบิสมาร์กแห่งอินเดียของเราเอง

พระองค์ทรงรวมเป็นหนึ่งและได้รับพื้นที่ทางตะวันออกเฉียงเหนือของอินเดียตามสนธิสัญญาที่ดำเนินการกับอังกฤษแล้วหรือการเจรจาแยกกัน

แนวคิดเรื่องอินเดียจึงเป็นแนวคิดที่จักรวรรดิมารัทธาซึ่งต่อต้านเจตนารมณ์ของอังกฤษมายาวนานก่อนจะล่มสลายคืออินเดียหนึ่งเดียว

ในขณะที่รัฐมหาราษฏระจากมหาคุชราตก็เป็นส่วนหนึ่งของอินเดียอีกแห่งหนึ่งเช่นกัน รัฐมหาราษฏระในปัจจุบันเป็นหนึ่งในผู้มีส่วนสนับสนุน GDP ชั้นนำในปัจจุบัน สิ่งนี้ไม่ได้ทำให้ความจริงที่ว่า Marathas ในอดีตจนถึงชุมชน Marathi

ในอินเดียในปัจจุบันได้แกะสลักเอกลักษณ์ทางวัฒนธรรมของตนเองได้อย่างไรท่ามกลางทั้งหมดนี้

อินเดียยังคงอยู่จากกาลก่อนและย้ายไปยังสหภาพอินเดียซึ่งปัจจุบันเป็นหนึ่งในสังคมที่มีพหุนิยมมากที่สุดในโลก

ประเทศในแอฟริกามีความหลากหลายอย่างมาก และประเทศอื่นๆ มากมาย เช่น ปาปัวนิวกินี อินโดนีเซีย หรือไนจีเรีย

ถึงแม้ว่าโดยจำนวนประชากรหรือตามขนาดพื้นที่ตามลำดับสำหรับประเทศในแอฟริกาหรือที่กล่าวถึงข้างต้นสามารถก้าวข้ามความหลากหลายทางวัฒนธรรมของอินเดียได้ ยกเว้นสหรัฐอเมริกา

ออสเตรเลียซึ่งมีภาษามากมายและมีขนาดใหญ่กว่านั้นยังคงต้องยอมรับจำนวนประชากรที่แท้จริงและความหลากหลายทางวัฒนธรรมของอินเดียซึ่งมีประชากรจำนวนมากมหาศาล

ไม่มีใครอธิบายได้ว่าอะไรคือสิ่งที่สร้างมาให้กับอินเดียในลักษณะเฉพาะเจาะจงอย่างหนึ่ง นี่คือความงดงามของอินเดียตลอดจนจุดแข็งและจุดอ่อนของมัน

อินเดียเป็นเหมือนสหภาพแอฟริกาหรือสหภาพยุโรป

ยกเว้นเพียงว่าไม่มีประเทศใดในยุโรปหรือแอฟริกาที่ใหญ่เท่ากับอินเดีย

นอกจากนี้อย่าลืมเมื่อเราหารือเกี่ยวกับอินเดีย

เราต้องพิจารณาขอบเขตของอินเดียและอิทธิพลของมันทั่วโลกด้วย

แล้วเราจะเริ่มต้นที่ไหนให้เราเริ่มจากวัฒนธรรมของปัญจาบ

รัฐปัญจาบซึ่งเป็นที่รู้จักในฐานะศูนย์กลางของอินเดียตอนเหนือต้องเผชิญกับการรุกรานทางวัฒนธรรมจากส่วนต่างๆ ของโลก

ปัญจาบในปัจจุบันมีการแบ่งแยกทางการเมืองในทั้งสองประเทศที่เพิ่งเชื่อมต่อผ่านทางเดิน Kartarpur เพื่อการมาเยือนอันศักดิ์สิทธิ์

ถ้าเราย้อนกลับไปในประวัติศาสตร์

ปัญจาบถูกสร้างขึ้นผ่านการอพยพหลายครั้งที่เกิดขึ้นจากภายนอกและในอินเดีย

นี่คือการอ้างถึงการย้ายถิ่นภายนอกโดยไม่ต้องลงรายละเอียดข้อโต้แย้งของการอพยพของชาวอารยัน

เทคนิคการทำฟาร์มอันอุดมสมบูรณ์ในอดีตซึ่งมีความเชื่อมโยงกับอารยธรรมลุ่มแม่น้ำสินธุ

นี่เป็นปัญจาบเดียวกับที่มีบทบาทอย่างมากในอาณาจักรโมรยาและคุปตะ

เป็นรัฐเดียวกับที่นับตั้งแต่สมัยที่มีการรุกรานวัฒนธรรมครั้งใหญ่จากส่วนอื่น ๆ ที่มีความเชื่อมโยงระหว่างอัฟกานิสถานและกรีซผ่านรัฐนี้ทั้งทางสายเลือดตลอดจนอิทธิพลทางวัฒนธรรมและการเมือง

ปัญจาบเดียวกันนี้พัฒนาขึ้นในยุคกลางจากอิทธิพลของการปกครองภายใต้อำนาจเดลีของผู้ปกครองเตอร์กเช่นเดียวกับอิทธิพลของโมกุลต่อภูมิภาคปัญจาบที่ไม่มีการแบ่งแยก ทั้งหมดนี้มาจากคำถามที่จุดเริ่มต้นของหน้านี้

อัฟกานิสถานมีความสัมพันธ์ที่สำคัญมากกับอินเดียผ่านทางปัญจาบและอิทธิพลมาจากทั้งสองฝ่าย

นี่คือวิธีที่สามารถตั้งคำถามเกี่ยวกับการเชื่อมโยงจากอินเดียไปยังส่วนอื่นๆ ของโลกได้

ปัญจาบและวิวัฒนาการทางวัฒนธรรมมาในรูปแบบของการสัมผัสกับอิทธิพลจากต่างประเทศและยังช่วยเพิ่มคุณค่าอีกด้วย

วิวัฒนาการอย่างต่อเนื่องของผู้คนมาในรูปแบบของวิธีที่อินเดียมีปฏิสัมพันธ์ทั่วโลก เช่นเดียวกับการพัฒนาของประเทศอื่นๆ ท่ามกลางทั้งหมดนี้

ปัญจาบในฐานะรัฐที่อยู่ใจกลางอินเดียตอนเหนือ

ตลอดจนเส้นทางการอพยพและการขนส่งจำนวนมากที่ได้รับอิทธิพลจากชาวกรีก ชาวอัฟกันได้ให้กำเนิดระบบค็อกเทลแห่งวัฒนธรรม

ซึ่งปัญจาบดังที่เรารู้จักในปัจจุบันได้พัฒนาไป

ความรุ่งโรจน์ทางศาสนาและการต่อสู้ของรัฐปัญจาบมาในเวลาต่อมาพร้อมกับการต่อต้านอย่างแข็งกร้าวจากชุมชน Khalsa ที่กล้าหาญที่ก่อตัวขึ้น

การต่อสู้กับพวกโมกุลและการปกครองแบบเผด็จการของออรังเซ็บทำให้แคว้นปัญจาบแยกจากกัน

แต่ถ้าเราเจาะลึกอาหารและอิทธิพลทางวัฒนธรรมในแง่ของดนตรี

สังคมก็จะมีความเชื่อมโยงกับอัฟกานิสถานและอิหร่านก็สามารถดึงดูดได้

ไม่ใช่เพียงผู้พลัดถิ่นชาวปัญจาบที่เข้ามาตั้งถิ่นฐานในแคนาดาหรือสหราชอาณาจักร ออสเตรเลีย และสหรัฐอเมริกาเป็นจำนวนมาก แม้แต่ในปัจจุบันนี้

กลุ่มที่มาจากปัญจาบในรูปแบบของชุมชนซิกข์ที่ตั้งถิ่นฐานในอัฟกานิสถานและอิหร่านเป็นประจักษ์พยานถึงการเดินทางทางศาสนาของผู้นำศาสนาซิกข์ ความพยายามของพวกเขาในการต่อต้านกองกำลังของชาวอัฟกันทั้งก่อนและระหว่างสมัยอาณานิคมถือเป็นเครื่องหมายแห่งความกล้าหาญตลอดจนความเมตตาของชาวปัญจาบหรือโดยเฉพาะทหารซิกข์และอาณาจักรของพวกเขาที่แกะสลักเอกลักษณ์ของรัฐ ก่อนการมาถึงของการต่อสู้เพื่ออิสรภาพ
ซึ่งมีส่วนสำคัญหลังการสวรรคตของมหาราชา รานจิต ซิงห์ ซึ่งทำให้ Bhagat Singh เป็นหนึ่งในชื่อที่ได้รับการยกย่องมากที่สุดในบรรดาหลาย ๆ
คนที่เริ่มต้นจากพรรค Ghadar เอง และอย่าลืม Lala Lajpat Rai และ Sardhar Udham Singh
ผู้ซึ่งมีการหาประโยชน์อย่างกล้าหาญและความรักชาติเข้ามาในชีวิตเมื่อไม่นานมานี้ อินเดียเป็นเหมือนงานแสดงสินค้าขนาดใหญ่มาโดยตลอดซึ่งมีสีสัน รสชาติ เสียง และดนตรีที่แตกต่างกันเข้ามาเพื่อสร้างสิ่งที่เรามองว่าเป็นอินเดีย
อิทธิพลของอินเดียมีความเชื่อมโยงกันทั่วโลก
และได้รับอิทธิพลทางวัฒนธรรมจากทั่วโลกด้วยเช่นกัน
เมื่อเรามองไปที่แคชเมียร์ที่เคลื่อนตัวออกไปนอกแคว้นปัญจาบ
โดยที่ชัมมูรวมไปถึงอิทธิพลของฮินดู ซิก โดกราส
และอิทธิพลของอิสลามทั้งหมดก็สามารถพบได้
มหาราชารันจิตซิงห์ถึงราชาฮารีซิงห์
อิทธิพลของอาณาจักรอินเดียในช่วงสุดท้ายของความยิ่งใหญ่และความร่ำรวยตลอดจนประวัติศาสตร์อันหลากหลายของชัมมูและแคชเมียร์ สิ่งสำคัญที่สุดเช่นเดียวกับปัญจาบ
แนวคิดเรื่องชัมมูและแคชเมียร์ได้รับความเคลื่อนไหวทางวัฒนธรรมมากมายและอิทธิพลจากภูมิภาคอัฟกานิสถาน อิหร่าน และเอเชียกลาง

แม้ว่าปัจจุบันรัฐชัมมูและแคชเมียร์ในปัจจุบันแสดงถึงการแข่งขันอันยิ่งใหญ่แล
ะขมขื่นระหว่างอินเดียและปากีสถาน
แต่การเดินทางทางวัฒนธรรมของอินเดียก็เป็นข้อพิสูจน์ที่น่าภาคภูมิใจต่อวัฒนธ
รรมอันกว้างขวางและหลากหลายของชัมมูและแคชเมียร์
ได้เห็นการเดินทางทางวัฒนธรรมของการที่รัฐต่างๆ
ของอินเดียในปัจจุบันก่อตัวขึ้นบนพื้นฐานของภาษาศาสตร์
โดยแท้จริงแล้วมีการเดินทางทางวัฒนธรรมที่เป็นเอกลักษณ์ของตนเอง ทั้งๆ
ที่รัฐเหล่านั้นไม่มีการดำรงอยู่ของตนเองตามอัตลักษณ์ทางภาษา
อีกสองรัฐซึ่งรวมถึงอุตตราขั ณ
ฑ์ที่จัดตั้งขึ้นใหม่จากอุตตรประเทศและหิมาจัลประเทศยังนำเราไปสู่แนวคิดที่ว่า
แนวคิดหลักของอินเดียเปลี่ยนแปลงไปอย่างไร
ไม่เคยมีประเด็นที่นักวิชาการหลายคนพูดร่วมกันเสมอมาในขณะที่พยายามนิยา
มอินเดีย แม้ว่านี่จะเป็นข้อโต้แย้งที่มีข้อบกพร่อง
แต่ก็ไม่ใช่เรื่องจริงอย่างแน่นอน
ตัวอย่างของอุตตรประเทศและจากรัฐนั้นที่แกะสลักอุตตราขั ณ
ฑ์และหิมาจัลประเทศล้วนมีอัตลักษณ์ที่แยกจากกันในฐานะรัฐทางภาษาล่าสุด
อย่างไรก็ตาม หากเรามองย้อนกลับไปที่แผนที่วัฒนธรรมของทั้งสามรัฐนี้
ก็จะพิสูจน์ได้ว่าทั้งสามรัฐมีการเดินทางที่เชื่อมโยงกันอย่างมาก
โดยที่อาณาจักรอูดห์มีความเชื่อมโยงและการต่อสู้กับอาณาจักรที่ตั้งอยู่ในหิมาจั
ลเช่นกัน
กลับมาที่เส้นทางแห่งการเดินทางทางวัฒนธรรมในทำนองเดียวกันกับภูมิภาคปั
ญจาบและแคชเมียร์
ส่วนอีกสองภูมิภาคสำคัญรอบเดลีพร้อมกับพื้นที่ที่เรารู้จักในปัจจุบัน ได้แก่
อุตตรประเทศ อุตตราขั ณ ฑ์ และหิมาจัลประเทศ
ก่อตัวเป็นพื้นที่ทางตอนเหนือของอินเดียในแง่ของการอพยพ
การพัฒนาทางภาษาและวัฒนธรรมที่ทำให้มีเอกลักษณ์เฉพาะตัว

การเคลื่อนไหวของผู้คนจากทางตอนเหนือรวมถึงปากีสถานและอัฟกานิสถานสมัยใหม่ อิหร่าน และแม้แต่เอเชียกลางผ่านรัฐเหล่านี้ที่กล่าวถึงก็ย้ายไปยังส่วนอื่นๆ ของอินเดียด้วย ดังนั้น ในขณะที่ย้อนกลับไปที่ชัมมูและแคชเมียร์ในปัจจุบัน ปัญหาทางการเมืองของวิกฤตอัตลักษณ์จึงมีความซับซ้อน
เนื่องจากไม่ใช่ภูมิภาคที่มีพื้นฐานมาจากศาสนาอิสลามหรือฮินดู
แต่เป็นการผสมผสานระหว่างทั้งสองอย่าง
มีสถานที่ทางจิตวิญญาณและสถานที่ศักดิ์สิทธิ์ของทั้งสองศาสนาในภูมิภาคซึ่งมีการพัฒนาตามช่วงเวลาและคลื่นนับพันปี ดังนั้น
แม้ว่าเรื่องราวของคนส่วนใหญ่ที่นับถือศาสนาอิสลามในแคชเมียร์ซึ่งปกครองโดยเจ้าชายชาวฮินดูถือเป็นบทสุดท้ายของภูมิภาคที่มีข้อขัดแย้งดังที่เราทราบกันทุกวันนี้ แต่เรื่องราวก็ไม่ได้เริ่มต้นที่นั่นหรือสิ้นสุด
มันแสดงให้เห็นว่าความคิดของอินเดียขัดแย้งกันเพียงใด
ข้อโต้แย้งล่าสุดเกี่ยวกับคำพูดของอินเดียในฐานะสหภาพรัฐเกิดขึ้นในการอภิปรายของรัฐสภา อย่างไรก็ตาม สิ่งนี้ไม่เพียงแต่ถูกอ้างถึงในรัฐธรรมนูญเท่านั้น แต่โดยธรรมชาติแล้วสิ่งนี้ทำให้อินเดียเป็นประเทศที่แปลกประหลาดซึ่งมีลักษณะเหมือนทวีปมากกว่าและรู้จักกันในชื่อภูมิภาคอนุทวีปอินเดียอยู่แล้ว
ในขณะที่เราย้ายไปยังส่วนอื่นๆ
ของอินเดียตอนเหนือในรูปแบบของอุตตรประเทศ หรยาณา
จากนั้นไปทางตะวันตกเฉียงเหนือเล็กน้อยกับราชสถาน
ประวัติศาสตร์ทางวัฒนธรรมทำให้เรามีมุมมองที่แตกต่างออกไปมากของอินเดีย
หากเราก้าวไปสู่วัฒนธรรมดนตรีของอินเดียเราจะเห็นว่าดนตรีก่อตัวในรูปแบบต่างๆ แต่มีจุดร่วมที่เหมือนกัน ตัวอย่างของรัฐที่ให้ไว้ข้างต้นทำให้นึกถึง Thumri, Tappa, Khayaal, Raag, Banjara และดนตรีรูปแบบอื่นๆ
มีรสนิยมที่แตกต่างกัน
และแน่นอนว่าองค์ประกอบดนตรีที่แตกต่างกันในแต่ละแนวเพลงเหล่านี้

อย่างไรก็ตาม เมื่อเราพูดถึงประวัติศาสตร์อารยธรรมและการแต่งกายของผู้คน การปกครอง และการกิน ล้วนมีจุดร่วมในอินเดีย
คนอาจจะพูดกันว่าความพิเศษของบ่อน้ำแห่งนี้
ในกรณีนี้ต้องจำไว้ว่าไม่มีอารยธรรมใดอารยธรรมเดียว
ไม่ว่าจะเป็นแม่น้ำสินธุหรืออารยธรรมทางตอนใต้สุดของอินเดียที่ให้กำเนิดภาษา ชาติพันธุ์ และอารยธรรมมากมายมากมาย นิสัยการกิน
คุณสามารถยกตัวอย่างภาษาจีน อียิปต์ สุเมเรียน อินคา แอซเท็ก
แต่เมื่อพูดถึงอารยธรรมในอินเดียซึ่งเติบโตไม่เพียงแต่ในแง่ของภาษาที่หลากหลายเท่านั้น แต่ยังรวมถึงอัตลักษณ์ด้วย
หากพิจารณาถึงอารยธรรมจีนดังที่กล่าวข้างต้น ตระกูลภาษาที่ออกมา
ภาษาจีนกลางก็มีอิทธิพลอย่างมากทั่วโลก
แต่ก็ไม่ได้สร้างองค์ประกอบทางวัฒนธรรมที่โดดเด่นมากนักแม้จะมาจากสาขาเดียวกันก็ตาม สิ่งนี้อาจกล่าวได้สำหรับอารยธรรมโบราณอื่นๆ เช่น อียิปต์ สุเมเรียน และแม้กระทั่งอินคา แอซเท็ก
แม้ว่าอารยธรรมหลังนี้จะให้บริการภาษาพื้นเมืองมากมายในอเมริกาใต้ซึ่งมีมรดกทางภาษาอันอุดมสมบูรณ์เป็นของตัวเองอย่างไม่ต้องสงสัย อย่างไรก็ตาม
เมื่อเราพิจารณาถึงความแตกต่างทางวัฒนธรรม คำถามก็เกิดขึ้น
แม้ว่าผมจะไม่ใช่ผู้เชี่ยวชาญในภาษาพื้นเมืองของทวีปอเมริกา
แต่ก็ไม่มีใครปฏิเสธได้ว่าอิทธิพลแบบอินดิกแบบนี้สามารถพบได้จากเทพนิยาย
เรื่องเล่าทางวัฒนธรรมที่มาจากจุดเดียวแต่มีรากเหง้ามากมายจนไม่น่าเชื่อในหลายๆ ด้าน ปัจจุบัน บางส่วนของอารยธรรมสินธุพบได้ในปากีสถานยุคใหม่
อย่างไรก็ตาม
แนวคิดคือการหยิบยกแนวคิดที่ว่าอินเดียเป็นเพียงองค์กรสมัยใหม่ในตัวเอง
แต่เครือข่ายวัฒนธรรมอันกว้างใหญ่ได้ระเบิดและระเบิดออกเป็นสาขาต่างๆ
มากมายตั้งแต่อนุทวีปอินเดียไปจนถึงส่วนต่างๆ ของอินเดียและทั่วโลก

ก้าวต่อจากทางตอนเหนือของอินเดียหากเราดูทางตะวันออกและทางตะวันออกเฉียงเหนือของอินเดีย
มันจะทำให้เรามีเรื่องราวของการผสมผสานทางวัฒนธรรมประเภทต่างๆ
มันจะพาคุณไปสู่เส้นทางแห่งความเข้าใจที่แตกต่างกันว่าประวัติศาสตร์และองค์ประกอบทางวัฒนธรรมก่อตัวขึ้นอย่างไร
อินเดียที่เปรียบเสมือนจิ๊กซอว์ทำให้เกิดความเข้าใจที่น่าสนใจยิ่งขึ้นเมื่อมองไปทางตะวันออกและตะวันออกเฉียงเหนือ
การมุ่งเน้นส่วนใหญ่ในการทำความเข้าใจสภาพแวดล้อมทางวัฒนธรรมของอินเดียทำให้พลาดโอกาสในภูมิภาคเหล่านี้
และเหตุใดภูมิภาคนี้จึงมีบทบาทสำคัญในการสร้างอินเดียในแบบที่เรารู้จัก ดังนั้น
จะต้องดูและเน้นไปที่ลานตาวัฒนธรรมอินเดียจากภูมิภาคเหล่านี้ซึ่งศาสนา วัฒนธรรม
และประวัติศาสตร์การเมืองได้รับอิทธิพลไม่เพียงแต่จากทางตอนเหนือของอินเดีย ทางตะวันตกของอินเดียเท่านั้น
แต่ยังได้รับอิทธิพลจากทางตะวันออกนอกเหนือจากอินเดียโดยไม่ลืมทางตอนใต้ของอินเดียด้วย อินเดียด้วย ด้วยวิธีนี้
พันธุกรรมของผู้คนในอินเดียตะวันออกเฉียงเหนือในปัจจุบันจึงคล้ายคลึงกับรากเหง้าทางวัฒนธรรมของเอเชียตะวันออกเฉียงใต้
แนวคิดในการทำความเข้าใจบทบาทของภูมิภาคตะวันออกและตะวันออกเฉียงเหนือทำให้เราเห็นภาพว่าพลวัตของภูมิภาคของอินเดียเริ่มเป็นรูปเป็นร่างในส่วนนี้อย่างไร
เริ่มต้นด้วยแคว้นเบงกอลในขณะที่แคว้นมคธและประวัติศาสตร์ทางวัฒนธรรมของแคว้นนี้ได้รับการสัมผัสอย่างผิวเผินซึ่งเราจะได้กลับมาอีกครั้ง
เบงกอลในฐานะรัฐเกิดขึ้นมากในภายหลังหลังจากได้รับเอกราช
แต่กระบวนการทางวัฒนธรรมในฐานะรัฐนั้นมีมาเป็นเวลานานแล้ว

การผสมผสานของธาตุต่างๆ ในรัฐเบงกอลในส่วนนี้ของอินเดียมีมานานแล้ว สามารถสืบย้อนได้ตั้งแต่สมัยสุลต่านแห่งเดลีตั้งแต่ราชวงศ์ทาสไปจนถึงราชวงศ์คิลจีและราชวงศ์ตุคห์ลัก จนกระทั่งมหาเศรษฐีแห่งแคว้นเบงกอลเป็นอิสระจากอิทธิพลของเดลีในช่วงหลายปีประมาณกลางทศวรรษที่ 1700 ในเรื่องนี้สภาพของรัฐโอริสสาที่เรารู้จักในปัจจุบันมีการดำรงอยู่ทางวัฒนธรรมอย่างต่อเนื่อง แต่ไม่มีสถานะทางภาษาที่แยกจากกัน แม้จะมีทั้งหมดนี้ แผนที่วัฒนธรรมที่เป็นรูปเป็นร่างในภาคตะวันออกของอินเดียก็มีการเดินทางเป็นของตัวเอง นี่คือจุดที่รากแรกของการรุกรานของยุโรปเริ่มต้นขึ้น เส้นทางการค้าที่สำคัญที่สุดเส้นทางหนึ่งสำหรับชาวยุโรปเริ่มต้นที่นี่ เบงกอล พิหาร และโอริสสาล้วนเจริญรุ่งเรืองแม้ว่าจะอยู่รวมกันเป็นจังหวัดเดียวก็ตาม มีความอุดมสมบูรณ์ของดินตลอดจนทรัพยากรธรรมชาติ แต่หากเราดูวันนี้เราจะพบว่าเมื่อมองจากภูมิภาคเหล่านี้แล้ว อินเดียจะเป็นผลผลิตทางการเกษตรหรือทางอุตสาหกรรมที่มีความต้องการมากมาย แม้ว่าภูมิภาคเบงกอลจะได้รับการจัดอันดับในแง่ของผลผลิตเพื่อการเกษตรเมื่อเปรียบเทียบกับฟาร์มขนาดเล็กที่มีอยู่ในภูมิภาค นี่คือวิธีที่ภูมิภาคเบงกอลยังคงรักษาแท็กภูมิภาคที่เจริญรุ่งเรืองและอุดมสมบูรณ์ แม้ว่าความกังวลที่เพิ่มขึ้นเกี่ยวกับผลกระทบจากการเปลี่ยนแปลงสภาพภูมิอากาศก็ตาม เรื่องราวของอินเดียก็มีความขัดแย้งและการเปรียบเทียบเช่นกันในด้านเกษตรกรรมด้วย หากเราเห็นอีกส่วนหนึ่งของอินเดีย เช่น ปัญจาบ รัฐหรยาณา ซึ่งมีความท้าทายในการเป็นตะกร้าข้าวสาลีของประเทศเราเอง ภูมิภาคทางตะวันออกของประเทศเป็นแหล่งเพาะการค้ามาเป็นเวลานาน แม้ว่าในด้านการบริหารหากเราแยกรัฐเหล่านี้ออกเป็นรายบุคคล เราก็จะเห็นว่ารัฐส่วนใหญ่เผชิญกับการเลิกอุตสาหกรรมหรือความยากจนมาเป็นเวลานาน . ค่าเฉลี่ยนั้นสูงกว่าค่าเฉลี่ยของประเทศในแง่ของความยากจน

เช่นเดียวกับการว่างงานหรือการว่างงานที่ไม่เปิดเผย แม้ว่ารัฐต่างๆ เช่น เบงกอลตะวันตกและโอริสสา รวมถึงแคว้นมคธ ยังได้ดำเนินการแก้ไขบางอย่างแล้ว

มีการลงทุนทางสังคมที่ค่อนข้างมั่นคงในรัฐ โอริสสาและเบงกอลตะวันตก แม้ว่าการคอร์รัปชั่นทางการเมืองและหัวไม้ในรัฐเบงกอลตะวันตกจะเพิ่มขึ้นอย่างต่อเนื่องตั้งแต่สมัยรัฐสภาจนถึงจุดสูงสุดภายใต้การปกครองของพรรคคอมมิวนิสต์โดยมีอิทธิพลอย่างต่อเนื่องมาจนถึงทุกวันนี้ภายใต้ระบอบการปกครองปัจจุบัน ทั้งหมดนี้ได้หล่อหลอมภูมิภาคตะวันออกที่น่าเบื่อของอินเดีย ซึ่งมีส่วนทำให้อินเดียตะวันออกเฉียงเหนือถูกตัดขาดและไม่เติบโตเช่นกัน แม้ว่านโยบายของรัฐบาลจะไม่ได้มุ่งเน้นไปที่การพัฒนาในภูมิภาคก็ตาม ดังนั้นเราจึงตระหนักดีว่าอินเดียจะต้องมองจากระยะที่มุ่งเน้นเวลา ครั้งหนึ่งภูมิภาคตะวันออกของอินเดียอุดมไปด้วยสิ่งทอ อาหาร เครื่องเทศซึ่งมีอยู่ทุกวันนี้

แต่ความก้าวหน้าของการพัฒนาอุตสาหกรรมซึ่งหยิบยกขึ้นมาในภาคตะวันออกของอินเดียตั้งแต่สมัยอาณานิคมกลับสูญหายไป แนวโน้มนี้ถูกจับกุมโดย Odisha

ด้วยการลงทุนที่มั่นคงและการพัฒนาสังคมในรัฐที่ยากจนมากซึ่งขณะนี้คลานขึ้นมาในอันดับดัชนีการพัฒนารัฐของอินเดีย แม้ว่าจะยังมีอีกหลายสิ่งที่ต้องการ ดังนั้นคำถามเรื่องกาลเวลาและอิทธิพลของมันในภูมิภาคทางตะวันออกของอินเดียจึงเป็นสิ่งที่คาดเดาไม่ได้

เบงกอลต้องทนทุกข์ทรมานจากภาวะที่กลืนไม่เข้าคายไม่ออกทางการเมือง และแคว้นมคธก็สูญเสียเสน่ห์ในฐานะรัฐสมัยใหม่จากความรุ่งโรจน์ในอดีตมาโดยตลอด ต้องขอบคุณการแบ่งชนชั้นวรรณะและนโยบายสาธารณะที่ถดถอย มันเป็นเพียงรัฐ โอริสสาซึ่งเป็นสัญญาณแห่งความหวังและเบงกอลใหม่พยายามสร้างตัวเองให้เป็นรัฐที่เป็นมิตรกับอุตสาหกรรม

คำถามนี้สามารถเอาชนะประวัติศาสตร์การเมืองที่สับสนอลหม่านของอินเดียซึ่ง

ส่งผลกระทบต่อการพัฒนาอุตสาหกรรมมาเป็นเวลานานในหนังสือเล่มหน้าได้หรือไม่

ความสัมพันธ์อินเดีย-แอฟริกา: สถานการณ์ Win-Win ยังไม่ได้รับการดูแล

ความสัมพันธ์อินเดีย-แอฟริกาเบื้องต้น

ความสัมพันธ์ระหว่างอินเดียและแอฟริกามีมายาวนาน
ในอดีตอินเดียและแอฟริกามีความสัมพันธ์ทางการค้าที่เกี่ยวข้องกับเครื่องเทศ งาช้าง และสินค้าอื่นๆ ซึ่งมีการแลกเปลี่ยนกันระหว่างสองส่วนของโลกนี้
อินเดียและแอฟริกาในสมัยก่อนอาณานิคมมีจักรวรรดิร่วมกันในรูปของ "มหาเศรษฐี" (จักรพรรดิ) ของ Sachin และ Janjira ในอินเดียในยุคกลาง
การค้าขายระหว่างอินเดียและแอฟริกาในยุคก่อนอาณานิคมก็มีการค้ามนุษย์ในรูปแบบของทาสเช่นกัน อย่างไรก็ตาม
แง่มุมของความสัมพันธ์ในยุคก่อนอาณานิคมไม่มีองค์ประกอบของการใช้ทรัพยากรฝ่ายเดียว
นั่นคือวิธีที่อินเดียและจักรวรรดิแอฟริการักษาความสัมพันธ์ในความสัมพันธ์ซึ่งกันและกัน
ทรัพยากรและการใช้ประโยชน์จากความสัมพันธ์ที่มีร่วมกันได้สร้างความผูกพัน ถ้าไม่ใช่ในหมู่ประชาชนในแง่นั้น
ความสัมพันธ์แบบชนชั้นสูงก็จะมีพื้นฐานอยู่บนความชื่นชมและความเคารพซึ่งกันและกัน จากนั้นยุคอาณานิคมก็มาถึงที่เกิดเหตุอย่างช้าๆ
ประวัติศาสตร์แห่งความอับอายในยุคอาณานิคมได้ครอบงำทั้งแอฟริกาและอินเดีย
ช่วงเวลาแห่งการปกครองอาณานิคมซึ่งดึงทรัพยากรจากทั้งสองส่วนของโลกยังทำให้การไหลเวียนของข้อมูลอย่างเสรีเป็นอัมพาตอย่างรุนแรง
ความสัมพันธ์ระหว่างสองส่วนของโลกถูกนำมาใช้เพื่อการแสวงหาผลประโยชน์จากอาณานิคมโดยมหาอำนาจอาณานิคม ทรัพยากรมนุษย์

ทรัพยากรธรรมชาติถูกดึงออกมาทั้งหมด
และอันตรายของการเป็นทาสกำลังส่งผลกระทบต่อทั้งสองส่วนของโลก
ท่ามกลางเหตุการณ์ทั้งหมดนี้ มหาตมะ คานธี ก็ได้ปรากฏตัวขึ้น
ซึ่งรู้สึกถึงความเจ็บปวดของการตกเป็นอาณานิคมในแอฟริกาจากประเทศอาณานิคมนั่นเอง
แนวความคิดเรื่องการต่อสู้ร่วมกันและความเคลื่อนไหวเพื่อสิทธิก็เพิ่มขึ้นอย่างรวดเร็ว
ความผูกพันร่วมกันของการผูกติดอยู่กับความอับอายของการครอบงำอาณานิคม ทำให้ศตวรรษที่ [19] และ 20 มีบริบทที่กว้างกว่า
นี่เป็นมรดกร่วมกันของวัฒนธรรมและอารยธรรมโบราณสองแห่ง
ต่อมาเป็นยุคหลังการล่าอาณานิคมซึ่งได้สร้างรูปแบบความสัมพันธ์ใหม่ในความสัมพันธ์ระหว่างอินเดียและแอฟริกาในช่วงปลาย [ศตวรรษที่] 20 เป็นต้นไป
"วิสัยทัศน์ใหม่ของอินเดียในการ ***เป็นผู้นำของโลกที่สามหรือกลุ่มประเทศกำลังพัฒนาภายใต้ขบวนการไม่ฝักใฝ่ฝ่ายใด กลุ่มประเทศ G-77 กำลังถูกสะท้อนอย่างช้าๆ ในยุคปัจจุบัน"*** (Madsley และ McCann 2010) อินเดียต้องการเพิ่มการแสดงตนในแอฟริกา
จีนและอินเดียมีการต่อสู้ครั้งใหม่ซึ่งเติบโตขึ้นในแง่ของอัตตาและความคาดหวังของการใช้พลังงานในด้านที่นุ่มนวลกว่า
คำถามที่เกิดขึ้นก็คือว่าถ้าอินเดียกำลังมองหาที่จะวาดความสัมพันธ์กับแอฟริกาบนผืนผ้าใบใหม่
ไม่ต้องสงสัยเลยว่าอินเดียพยายามที่จะเพิ่มการมีส่วนร่วมกับแอฟริกาหลังการล่าอาณานิคม นั่นรวมถึงสะพานที่มีอยู่แล้วผ่านอินเดียพลัดถิ่นผ่านทวีปแอฟริกา *(Pradhan, 2008)*

คำถามเกิดขึ้นว่าอินเดียกำลังมองหาการใช้แอฟริกาเพื่อผลประโยชน์ของตนเองมากกว่าการสร้างความสัมพันธ์ซึ่งกันและกันในยุคก่อนหรือ ***ไม่*** (Broadman, 2007) โดยจะต้องวิเคราะห์ข้อเท็จจริงอย่างละเอียด "อย่างไรก็ตามไม่สามารถปฏิเสธได้ว่าความสัมพันธ์อินเดีย-แอฟริกามีความสำคัญพอๆ กับความสัมพันธ์ *ระหว่าง* อินเดียกับจีน" *(Carmody, 2011)*
ความสัมพันธ์ระหว่างอินเดียและแอฟริกาเกิดขึ้นในยุคใหม่:
อินเดียและแอฟริกามีหลายสิ่งที่เหมือนกัน เช่น ทรัพยากรธรรมชาติและความยากจน อย่างไรก็ตาม

สิ่งที่ทำให้ความสัมพันธ์นี้น่าสนใจก็คือ ขณะนี้อินเดียกำลังถูกมองว่าเป็นมหาอำนาจใหม่พร้อมกับพลังใหม่ของโลกาภิวัตน์ บทบาทของอินเดียกำลังได้รับการพิจารณาเพื่อปรับปรุงสถานการณ์ทั่วโลก ดังที่ได้กล่าวไว้ก่อนหน้านี้การต่อสู้กับจีนในแง่ของบทบาทที่ประเทศกำลังมองหาในแอฟริกาเป็นสิ่งสำคัญมาก
ความร่วมมือทางเทคโนโลยีได้เกิดขึ้นแล้วในประเทศต่างๆ เช่น เซเนกัล เคนยา ฯลฯ (Mohan, 2006)
เป็นแนวทางที่กลุ่มมหาอำนาจใหม่ในรูปแบบของอินเดียและจีนพิจารณาการใช้ประโยชน์ของแอฟริกา
อินเดียในด้านนี้ต้องระวังไม่ให้ออกมาเป็นมหาอำนาจอีกฝ่ายที่มองหา "การแย่งชิงแอฟริกา"
ความสัมพันธ์อันยอดเยี่ยมระหว่างอินเดียและแอฟริกาบนพื้นฐานสถานที่แห่งมรดกร่วมกันและสมัยโบราณ ได้รับการเสริมสร้างให้แข็งแกร่งขึ้นโดยผู้นำ เช่น คานธีและแมนเดลา
พร้อมตัวอย่างที่ยอดเยี่ยมของการต่อสู้อย่างสันติต่อผู้กดขี่จักรวรรดิ

ขณะนี้ยุคสมัยกำลังเปลี่ยนแปลงไปสำหรับความร่วมมือในการเพิ่มและรวมถึงพื้นที่ใหม่ การศึกษา และเทคโนโลยีด้วย
แนวคิดสำหรับการทำงานร่วมกันเป็นหนึ่งในวิธีการหลักที่อินเดียและแอฟริกาสามารถมองหาเพื่อมีส่วนร่วมในการพัฒนาความร่วมมือใต้-ใต้
ความคิดที่ว่าอินเดียจะเป็นพันธมิตรที่มีเมตตาในแอฟริกาอย่างแท้จริงนั้นมีอยู่ในการพิจารณาจาก เดลี *(* Alden และ Viera, 2005)
ความวิตกกังวลและความกังขาของชาวแอฟริกันว่าอินเดียกำลังมองหาการใช้ความสัมพันธ์ในสมรภูมิตัวแทนเพื่อฉายพลังของตนอย่างไร
ถือเป็นประเด็นสำคัญประการหนึ่ง
โครงการของอินเดียซึ่งเน้นด้านเทคนิคมากขึ้นและครอบคลุมมุมมองที่นุ่มนวลเกี่ยวกับความร่วมมือเป็นสิ่งสำคัญ อินเดียได้ริเริ่มโครงการที่เรียกว่า TU-9 ซึ่งครอบคลุมการให้ความช่วยเหลือแก่ประเทศที่พัฒนาน้อยกว่าในแอฟริกาในแง่ของการพัฒนาโครงสร้างพื้นฐาน วงเงินสินเชื่อ และเครือข่ายข้อมูล
นี่เป็นสิ่งสำคัญมากในการตอบโต้การลงทุนมหาศาลของจีนในแอฟริกาและการใช้ทรัพยากรแรงงานจากประเทศจีนโดยเฉพาะ อย่างไรก็ตาม
ข้าพเจ้าไม่อยากชี้ให้เห็นว่าการลงทุนของจีนไม่มีมูลค่าในแอฟริกา ที่จริงแล้ว มุมมองที่ฉันอยากจะนำเสนอก็คือ ทั้งจีนและอินเดียหรือ **"ชินเดีย"** ตามที่หลายๆ คนชอบพูดถึง สามารถสร้างแกนความร่วมมือที่ยิ่งใหญ่ขึ้นในแอฟริกาได้ *(Martin, 2008)* นี่อาจเป็นจุดเริ่มต้นของความสัมพันธ์ที่ดี อย่างไรก็ตาม
การยึดติดกับบริบทว่าอินเดียกำลังมองหารูปแบบความสัมพันธ์ของแอฟริกาอย่างไรนั้นเป็นเรื่องยาก ในด้านหนึ่ง อินเดียกำลังจัดหาทรัพยากรที่นุ่มนวลกว่า แต่ยังมีความรับผิดชอบในการรักษาคุณค่าทางศีลธรรมของตนในแง่ของการไม่เดินในเส้นทางเดียวกันกับผู้กดขี่อาณานิคมครั้งก่อนๆ
อินเดียยืนอยู่ในตำแหน่งที่มีเอกลักษณ์ในการต่อสู้กับแอฟริการ่วมกับแอฟริกาเพื่

อต่อต้านความแตกต่างระดับโลก
เนื่องจากทั้งสองสามารถเห็นอกเห็นใจซึ่งกันและกัน *(Hill, 2003)*
อินเดียในฐานะมหาอำนาจที่เพิ่มขึ้นและมีความรับผิดชอบมากขึ้น
ควรคำนึงถึงสิ่งนี้อยู่เสมอ

ความสัมพันธ์อินเดีย-แอฟริกาภายใต้ลัทธิพหุภาคี   :

การสร้างความสัมพันธ์ใหม่ระหว่างอินเดียและแอฟริกาได้ดำเนินไปในเส้นทางใหม่ผ่านลัทธิพหุภาคี ตัวอย่างได้แก่
การสร้างแนวทางการทูตใหม่กับประเทศต่างๆ เช่น
แอฟริกาใต้ที่เข้าร่วมกับอินเดียและบราซิลบนแพลตฟอร์มต่างๆ เช่น อินเดีย บราซิล และแอฟริกาใต้ (IBSA) *(Dunn & Shaw, 2001)*
นี่คือจุดเริ่มต้นของการก่อตัวใหม่ของแกนการทูตที่สามารถเพิ่มการทำงานของแกนอินเดีย-แอฟริกา *(Bowles et al 2007)* ในความเป็นจริง
การแข่งขันเพื่อการพัฒนาและความร่วมมือในแอฟริการะหว่างจีนและอินเดียกำลังเกิดขึ้นในรูปแบบใหม่ผ่านการมีส่วนร่วมพหุภาคี
อินเดียและแอฟริกาในฐานะทวีปก็ไม่ควรถูกมองว่าเป็นการสู้รบระดับทวิภาคี
แนวคิดในการมองความร่วมมือใต้-ใต้ครั้งใหม่กำลังเกิดขึ้นในรูปแบบใหม่พร้อมกับการเกิดขึ้นของแกนพหุภาคี
BRICS PLUS เป็นแนวคิดใหม่ที่ประเทศในแอฟริกาอื่นๆ เช่น อียิปต์ และไนจีเรีย ก็ได้รับการพิจารณาเช่นกัน *(Goldstein, 2007)*
นี่จะเป็นจุดเริ่มต้นของการมีส่วนร่วมเชิงกลยุทธ์ใหม่และวิธีที่การจัดหาเงินทุนและกลไกการจัดหาเงินทุนสำหรับการพัฒนาสามารถเกิดขึ้นได้จากหลายแหล่ง
นั่นคือกุญแจสำคัญสำหรับการพัฒนาใหม่ที่จะเกิดขึ้นกับโครงการเพื่อการปรับปรุงประสิทธิภาพ อินเดียได้ทำเช่นนั้นตั้งแต่ครั้งการประชุมสุดยอดอินเดีย-แอฟริกาทุกๆ สามปี
แม้ว่าการมีส่วนร่วมระหว่างอินเดียและแอฟริกาจะเป็นระหว่างสองฝ่าย
แต่ก็ไม่ควรมองจากมุมมองของแอฟริกาว่าเป็นทวีปเดียวเท่านั้น

ในบริบทของการมีส่วนร่วมกับแอฟริกา ควรพิจารณาทวีปแอฟริกาจากมุมมองของจุดสุดยอดของประเทศมากกว่า 50 *(Cooper, 2005)* ทุกประเทศมีวัตถุประสงค์เฉพาะของตน และพิจารณาการคำนวณวัตถุประสงค์เฉพาะของตนที่ต้องการทำให้สำเร็จ อินเดียมองหาการมีส่วนร่วมกับประเทศต่างๆ ในแอฟริกา นี่คือวิธีที่นโยบายใหม่ของการมีส่วนร่วมความร่วมมือกับแอฟริกาจากอินเดียสามารถแสดงให้เห็นได้ในอนาคต เป็นแนวคิดใหม่และแนวทางในการสร้างกรอบการพัฒนาความร่วมมือใต้-ใต้ โดยวิสัยทัศน์จะต้องมุ่งเน้นไปที่แกนไม่เพียงแต่ในระดับทวิภาคีเท่านั้น แต่ในระดับการมีส่วนร่วมกับประเทศเกิดใหม่อื่น ๆ เช่นกัน *(Shaw, 2550)*. อินเดียกำลังมองหาที่จะทำเช่นนั้นด้วยกลยุทธ์ใหม่ในการใช้มหาอำนาจที่ใหญ่กว่าอื่นๆ ในแผนการลงทุนในแอฟริกา แอฟริกาก็มีประเทศต่างๆ ด้วยเช่นกัน เช่น ไนจีเรีย อียิปต์ แอฟริกาใต้ เป็นต้น นอกจากนี้ การเกิดขึ้นของประเทศต่างๆ เช่น กานา เคนยา ทำให้เกิดการผสมผสานที่สมบูรณ์แบบของโอกาสที่อินเดียและประเทศต่างๆ เช่น บราซิล แอฟริกาใต้ และแม้แต่จีน ญี่ปุ่น สามารถร่วมมือกันและดำเนินการไปแล้ว อินเดียมองหาการลงทุนด้านการเกษตร พลังงาน และทรัพยากรอื่นๆ จากทวีปนี้เพื่อสนองความต้องการด้านการพัฒนาของทั้งสองประเทศ อาจมีความสงสัยในแรงจูงใจที่แท้จริงของอินเดียในการเข้าร่วมกับแอฟริกา อย่างไรก็ตาม แพลตฟอร์มพหุภาคี เช่น IBSA, BRICSPLUS และแพลตฟอร์มอื่นๆ ที่อินเดียสามารถจัดตั้งทีมกับประเทศอื่นๆ จะเป็นแนวทางที่ดีเยี่ยมสำหรับการมีส่วนร่วมในอนาคต

ความสัมพันธ์อินเดีย-แอฟริกาในอนาคต ความสัมพันธ์อินเดีย-แอฟริกาสามารถกำหนดศตวรรษที่ 21

และสร้างโลกใหม่แห่งโอกาสได้อย่างแท้จริง
มีศักยภาพมหาศาลในความสัมพันธ์และแง่มุมของการทำงานกับองค์ประกอบของพลังงานอัจฉริยะด้วย
ความรับผิดชอบในการพัฒนาความสัมพันธ์ขึ้นอยู่กับว่าการมีส่วนร่วมจะเกิดขึ้นทั้งในระดับเอกชนและภาครัฐอย่างไร
การมีส่วนร่วมระหว่างองค์กรระหว่างแอฟริกากับอินเดียเป็นสิ่งจำเป็น
ซึ่งได้เกิดขึ้นแล้วในด้านโทรคมนาคม พลังงาน และภาคส่วนอื่นๆ
อินเดียมีความรับผิดชอบในการลงทุนในแอฟริกาตามความหมายที่แท้จริงของความร่วมมือใต้-ใต้ *(Cox, 1996)*
การลงทุนของรัฐบาลอินเดียและบริษัทเอกชนในแอฟริกาควรขยายไปสู่ความร่วมมือทางเทคนิค
แน่นอนว่าขอบเขตความร่วมมืออาจรวมถึงการทำงานด้านการป้องกันและเทคโนโลยีขั้นสูง เช่น อวกาศ การแพทย์ และการเกษตร เป็นต้น
อินเดียจำเป็นต้องระวังสิ่งนี้ ท่ามกลางโอกาสในการทำงานร่วมกัน
ไม่ควรถูกดูดติดกับดักของการเป็นหุ้นส่วนที่หยิ่งผยอง
อินเดียยังต้องจำไว้ด้วยว่าไม่ควรมองข้ามเป้าหมายที่ใหญ่กว่าในการสร้างความสัมพันธ์กับแอฟริกาบนพื้นฐานที่มั่นคง
แน่นอนว่าสิ่งนี้จะไม่เพียงแต่รวมถึงการสร้างบทสนทนาเท่านั้น
แต่ยังรวมถึงการเชื่อในแง่มุมที่เข้มแข็งของความสัมพันธ์อีกด้วย
บริบทของการเหยียดเชื้อชาติยังเป็นประเด็นที่ละเอียดอ่อนมาก
เนื่องจากชาวแอฟริกันพลัดถิ่นในอินเดียต้องถูกโจมตีทางเชื้อชาติเป็นระยะๆ
อินเดียจำเป็นต้องระวังสิ่งนี้
เนื่องจากการผลักดันอำนาจอ่อนของอินเดียในแอฟริกาที่มีชาวอินเดียพลัดถิ่นและความเชื่อมโยงทางประวัติศาสตร์อาจถูกกัดกร่อนได้
ความท้าทายของอินเดียคือการเปลี่ยนแปลงความเชื่อที่ว่าแอฟริกาเป็นหุ้นส่วนที่สำคัญมากในวิสัยทัศน์ในการสร้างโลกใหม่และเสมอภาค

การสร้างความสัมพันธ์อินเดีย-แอฟริกาในอนาคตจะขึ้นอยู่กับการสร้างอนาคตที่ยั่งยืนสำหรับประชากรส่วนใหญ่ของโลก *(Knight, 2000)*
การขจัดความยากจนและการสร้างมาตรฐานการครองชีพของประชาชนทั้งสองส่วนของโลกให้มีอนาคตที่ดีกว่าควรเป็นวัตถุประสงค์ของความร่วมมือในอนาคต
มหาอำนาจอาณานิคมเก่าของยุโรปและแม้แต่สหรัฐอเมริกากำลังเอนเอียงในการแทรกแซงในแง่ของความช่วยเหลือจากต่างประเทศและการลงทุน *(Joffe, 1997)*
นี่คือสถานที่ที่การเกิดขึ้นของมหาอำนาจใหม่ในรูปแบบของจีนและอินเดียกำลังเกิดขึ้น อย่างไรก็ตาม
โปรดจำชื่อเรื่องของบทนี้และดังที่ได้กล่าวไว้ก่อนหน้านี้ถึงความรับผิดชอบของอินเดียในการพัฒนา กลยุทธ์การลงทุน ความร่วมมือ
และความร่วมมือกับแอฟริกาจำเป็นต้องใช้แนวทางที่สมดุลสำหรับอนาคต ประเทศเคนยา
กานากำลังเกิดขึ้นอย่างรวดเร็วในแง่ของเทคโนโลยีสารสนเทศและการลงทุนของผู้ประกอบการอื่นๆ
ซึ่งมีขอบเขตมหาศาลสำหรับการลงทุนของอินเดียที่จะร่วมมือกัน *(Nayar, 2001)*
นี่ไม่ใช่แค่ภาคส่วนที่มีแสงสว่างสำหรับความร่วมมือและการทำงานร่วมกันเท่านั้น
แต่ยังสามารถใช้ทรัพยากรมนุษย์รุ่นใหม่และมีความสามารถจากทั้งสองฝ่ายได้อีกด้วย พลวัตของความสัมพันธ์สามารถเปลี่ยนแปลงได้
แต่มีคำมั่นสัญญาอันยิ่งใหญ่สำหรับพลวัตในอนาคตของศตวรรษที่ 21

อินเดียในฐานะแบรนด์ระดับชาติที่สร้างสมดุลระหว่างเรื่องราวของการพัฒนากับความท้าทายของพลเมืองในประเด็นระดับโลกในศตวรรษ ที่ 21

บทนำ :

เทคโนโลยีเป็นผู้เปลี่ยนเกมที่ใหญ่ที่สุดในโลกในปัจจุบัน วิถีชีวิตของเราในโลกปัจจุบันขับเคลื่อนและเชื่อมโยงด้วยเทคโนโลยี อย่างไรก็ตาม เทคโนโลยีเป็นแบบไดนามิกและไม่เคยหยุดอยู่ที่ทางแยกใดทางหนึ่งโดยเฉพาะ อารยธรรมของมนุษย์ที่เริ่มต้นนั้นเป็นเรื่องราวของการเติบโตของเทคโนโลยีและวิวัฒนาการของเผ่าพันธุ์มนุษย์ควบคู่ไปด้วย โลกถูกแบ่งแยกตามการเข้าถึงเทคโนโลยีอยู่เสมอ นับตั้งแต่รุ่งอรุณของมนุษยชาติ แนวคิดในการพัฒนาและใช้ทรัพยากรที่ดีที่สุดได้ก่อให้เกิดวิวัฒนาการทางเทคโนโลยี ท่ามกลางเหตุการณ์ทั้งหมดนี้ ชีวิตมนุษย์ของเราได้รับการเปลี่ยนแปลงด้วยเทคโนโลยีในรูปแบบของของใช้ส่วนตัว ไม่ว่าจะเป็นโทรศัพท์ที่ฉลาดพอที่จะทำหน้าที่ที่เป็นไปได้ทั้งหมดที่คุณสามารถจินตนาการได้ โดยระบุว่าเทคโนโลยีทำให้ชีวิตของเราง่ายขึ้นและมีส่วนร่วมอย่างแน่นอน อย่างไรก็ตาม เราต้องไม่ลืมว่าความสามารถด้านเทคโนโลยีก็มีความท้าทายเช่นกัน ขณะนี้เทคโนโลยีกำลังก้าวไปอีกขั้นโดยที่ข้อมูลเป็นเชื้อเพลิง และด้วยเหตุนี้ เทคโนโลยีจึงก้าวขึ้นมามีบทบาทในโลกของนโยบายของรัฐบาลและความคิดริเริ่มด้านธรรมาภิบาล

บทความนี้ต้องการเน้นย้ำถึงความสำคัญของเทคโนโลยีและการกำกับดูแลทรัพยากรในเมือง
โดยเฉพาะอย่างยิ่งเมื่อมีการถกเถียงกันอย่างเข้มข้นมากขึ้นเกี่ยวกับการเปลี่ยนแปลงสภาพภูมิอากาศ ภาวะโลกร้อน ฯลฯ
มันมีความเชื่อมโยงโดยตรงกับระดับการปล่อยมลพิษที่สูง
พลังงานเป็นองค์ประกอบสำคัญสำหรับการเติบโตและความก้าวหน้าของอารยธรรมมนุษย์ เมื่อเราพัฒนาไปตามยุคสมัย
บทบาทของการใช้ข้อมูลเพื่อชีวิตมนุษย์ที่ดีขึ้นจึงมีคำถามมากมาย เช่น อาหาร สุขภาพ การขนส่ง ถือเป็นประเด็นสำคัญที่มีการพูดคุยกันอยู่แล้ว อย่างไรก็ตาม เมื่อพูดถึงการควบคุมวิธีที่ดีที่สุดเท่าที่จะเป็นไปได้สำหรับการส่งออกพลังงานของแต่ละบุคคล
ธรรมาภิบาลในประเทศกำลังพัฒนาส่วนใหญ่ยังคงมีความสำคัญน้อยมาก
นี่คือจุดที่บทบาทของเทคโนโลยีมีความสำคัญ ดังนั้น
บทความนี้จะพยายามเชื่อมโยงการเพิ่มประสิทธิภาพด้านอาหาร สุขภาพ และการขนส่ง และการเพิ่มประสิทธิภาพพลังงาน
เนื่องจากเสาหลักทั้งสี่ประการและเทคโนโลยีจะมีบทบาทในกระบวนการโดยรวมของการกำกับดูแลได้อย่างไร จะถูกจัดการที่นี่
แนวคิดคือเพื่อสร้างความเข้าใจว่าธรรมาภิบาลมีบทบาทอย่างไรในสังคมมนุษย์โดยรวม และอินเดียกำลังทำอะไรในเรื่องเหล่านี้
ในประเทศที่มีประชากรมากที่สุดในโลกในช่วงไม่กี่ปีที่ผ่านมา
เป็นที่ทราบกันดีว่าการ์ด Aadhar, UPI
เป็นผู้เปลี่ยนเกมรายใหญ่ที่สุดบางส่วนที่เกี่ยวข้องกับการจัดการข้อมูลพลเมืองและเทคโนโลยีทางการเงิน อย่างไรก็ตาม
การเริ่มต้นของเทคโนโลยีในโลกของการผลิตอาหาร/การเกษตร
บริการด้านสุขภาพ การขนส่ง และสุดท้ายแต่ไม่ท้ายสุด

การจัดการพลังงานในเมืองจะมีบทบาทสำคัญมากและได้มีไว้สำหรับการกำกับดู
แลและการตัดสินใจเชิงนโยบายในอินเดียแล้ว การเปลี่ยนแปลงเกิดขึ้นอย่างช้าๆ
แต่ขณะนี้บทบาทของเทคโนโลยีในด้านการปกครองเหล่านี้กำลังดำเนินไป
กระบวนทัศน์ของเทคโนโลยีและการกำกับดูแลมีการเปลี่ยนแปลงไปแล้ว
ดังที่เห็นได้ชัดเจนแล้วในผลงานของ Almgren & Skobelev, D. (2020)
บทความนี้กล่าวถึง "กระบวนทัศน์ทางเทคโนโลยีที่สี่ (คลื่น) (พ.ศ. 2473-2528)
มีลักษณะเฉพาะด้วยวิศวกรรมกำลัง การผลิตเครื่องจักร
และการผลิตวัสดุสังเคราะห์และอุปกรณ์สื่อสารใหม่
และมีส่วนทำให้เกิดการผลิตสินค้าอุปโภคบริโภค อาวุธ มอเตอร์ในปริมาณมาก
ยานพาหนะโดยสารและรถบรรทุก เครื่องยนต์ภาคสนาม เครื่องบิน
และความสำคัญที่เพิ่มขึ้นของผลิตภัณฑ์คอมพิวเตอร์และซอฟต์แวร์
คุณลักษณะเฉพาะของคลื่นลูกที่สี่ยังคงพบเห็นได้ทั่วไป
แม้แต่ในประเทศที่พัฒนาแล้วมากก็ตาม
ภาคอุตสาหกรรมในช่วงที่สี่คือภาคอุตสาหกรรมที่ใช้ทรัพยากรธรรมชาติจำนวน
มาก (รวมถึงพลังงาน)

กระบวนทัศน์ทางเทคโนโลยีที่ห้ามีพื้นฐานอยู่บนวิทยาการคอมพิวเตอร์
ไมโครอิเล็กทรอนิกส์ เทคโนโลยีชีวภาพ
แหล่งพลังงานและการผลิตพลังงานรูปแบบใหม่ พันธุวิศวกรรม วัสดุ
การสื่อสารผ่านดาวเทียม และการสำรวจอวกาศ
นอกจากนี้ยังเป็นช่วงเวลาแห่งการโยกย้ายจากบริษัท 'เดี่ยวๆ' เพียงบริษัทเดียว
สู่เครือข่ายอิเล็กทรอนิกส์ที่เชื่อมโยงกันขององค์กรขนาดเล็ก ขนาดกลาง
และขนาดใหญ่ โดยมีปฏิสัมพันธ์อย่างใกล้ชิดในด้านเทคโนโลยี
การควบคุมคุณภาพผลิตภัณฑ์ และการวางแผนนวัตกรรม
คุณลักษณะที่โดดเด่นของคลื่นลูกที่ห้าคือบทบาทที่เพิ่มขึ้นของส่วนประกอบไม
โครอิเล็กทรอนิกส์
ข้อดีของกระบวนทัศน์ที่ห้าอยู่ที่การแยกการผลิตและการบริโภคเป็นรายบุคคล

ความยืดหยุ่นในการผลิตที่เพิ่มขึ้น
และการใส่ใจอย่างมากต่อประสิทธิภาพของทรัพยากร
ต้นกำเนิดของกระบวนทัศน์ทางเทคโนโลยีที่หกสามารถย้อนกลับไปได้ประมาณปี 2010 เทคโนโลยีชีวภาพและนาโนเทคโนโลยี พันธุวิศวกรรม
เทคโนโลยีเมมเบรนและควอนตัม โฟโตนิก ไมโครกลศาสตร์
และพลังงานแสนสาหัส กลายเป็นโซลูชั่นแบบเดิมๆ มากขึ้นเรื่อยๆ
ผู้เชี่ยวชาญคาดหวังว่าการสังเคราะห์พื้นที่เหล่านี้จะนำไปสู่การคำนวณควอนตัม
และปัญญาประดิษฐ์ในที่สุด
และช่วยให้สามารถเข้าถึงระดับการพัฒนาใหม่ขั้นพื้นฐานของระบบภาครัฐ
สังคม และเศรษฐกิจ
ผู้เชี่ยวชาญคาดการณ์ว่ากระบวนทัศน์ทางเทคโนโลยีที่หกจะเข้าสู่ระยะการเจริญเติบโตหลังจากปี 2040 คาดว่าการปฏิวัติทางวิทยาศาสตร์ เทคนิค
และเทคโนโลยีครั้งใหม่ซึ่งอิงจากความสำเร็จในด้านเทคโนโลยีพื้นฐานดังกล่าว
จะเกิดขึ้นในช่วงปี 2563-2568 มีเหตุผลในการประมาณค่าดังกล่าว: ในปี 2010
ประเทศที่พัฒนาแล้วทางเศรษฐกิจมากที่สุดมีกำลังการผลิต 20 %
ในกระบวนทัศน์ทางเทคโนโลยีที่สี่ 60 % ในกระบวนทัศน์ที่ห้า และประมาณ 5
% ในกระบวนทัศน์ที่หก
ขณะนี้เรากำลังติดตามการปรับโครงสร้างของเศรษฐกิจโลก
เราสามารถลองทำนายการกำเนิดของกระบวนทัศน์ทางเทคโนโลยีใหม่จากเทคโนโลยีไอทีและการสื่อสารและวิศวกรรมชีวภาพด้วยโซลูชั่นนาโนเทคโนโลยีในระดับหนึ่งในประเทศที่มีการพัฒนาอย่างดีของ 'โลกที่หนึ่ง'
ซึ่งท้ายที่สุดจะนำไปสู่ผลประโยชน์ 'ระยะยาว' คลื่นแห่งการเติบโต
ราคาน้ำมันที่ลดลงเป็นสัญญาณบ่งบอกถึงการสิ้นสุดระยะเวลา 'การส่งมอบ'
และกระบวนทัศน์ทางเทคโนโลยีใหม่จะเติบโตอย่างทวีคูณในส่วนเล็กๆ
ต้องขอบคุณ 'การแพร่กระจาย'

ของเทคโนโลยีที่เป็นนวัตกรรมและประหยัดทรัพยากร
และการลดความเข้มข้นของพลังงานในการผลิตโดยรวม"

วิวัฒนาการของเทคโนโลยีและการกำกับดูแลในความสัมพันธ์ที่ประสานงาน:
อย่างไรก็ตาม ก่อนที่บทความจะเข้าสู่การสนทนาในส่วนนั้น
จะต้องได้รับการเตือนว่าอินเดียได้ใช้เทคโนโลยีแล้วในรูปแบบของการเก็บข้อมู
ลสำหรับพลเมืองกว่า 1.4 พันล้านคนในรูปแบบของบัตร Aadhar
ระบบนี้เปรียบเสมือนบัตรประกันสังคมของสหรัฐอเมริกาที่เสร็จสมบูรณ์แล้วทั่
วอินเดีย
บทความนี้ต้องการยกตัวอย่างการดำเนินการขนาดมหึมานี้ให้เป็นหนึ่งในตัวอย่า
งคลาสสิกของวิธีการบันทึกและใช้งานข้อมูลเพื่อวัตถุประสงค์ที่เกี่ยวข้องกับการ
กำกับดูแล โดยไม่คำนึงถึงข้อเท็จจริงด้านภูมิศาสตร์
ความหลากหลายทางประชากรศาสตร์ และปัจจัยทางสังคมอื่นๆ
สิ่งนี้ได้ถูกนำไปใช้แล้วในลักษณะของการดำเนินนโยบายที่เกี่ยวข้องกับนโยบา
ยของรัฐบาลในอินเดีย
การรวบรวมข้อมูลของประชาชนทั่วไปสำหรับโครงการที่เกี่ยวข้องกับสวัสดิกา
รของพวกเขาถือเป็นตัวเปลี่ยนเกมสำหรับคนหลายล้านคนในอินเดีย
นี่คือสิ่งที่พิสูจน์ว่าเทคโนโลยีและการกำกับดูแลได้กลายเป็นส่วนสำคัญในชีวิต
ของเราแล้ว ในแง่ของการมีส่วนร่วมโดยรวมของ Aadhar ซึ่งมีคติประจำใจว่า
"สิทธิสำหรับพลเมืองทุกคน" กลับกลายเป็นความจริงอย่างแท้จริง
จากการโอนเงิน แผนการฝากเงินของรัฐบาลกลายเป็นเรื่องง่ายขึ้น
โดยบัญชีธนาคารจะเชื่อมโยงกับหมายเลขบัตร Aadhar
ขั้นตอนสำคัญประการหนึ่งในอินเดียคือการหยุดการรั่วไหลของการรั่วไหลเกี่ยว
กับการโอนเงินและการคอร์รัปชั่นของผู้หลอกลวง
นี่คือจุดที่นำไปสู่การแยกและจุดเปลี่ยนของความสัมพันธ์ระหว่างเทคโนโลยีแล
ะการกำกับดูแลนโยบาย

เดวิส และคณะ (2012) กล่าวในรายงานของพวกเขาว่า
"การปกครองสามารถได้รับผลกระทบผ่านกลไกที่หลากหลาย
รวมถึงการดำเนินการทางทหาร การโอนเงิน
การประกาศใช้เครื่องมือทางกฎหมาย การตีพิมพ์รายงานทางวิทยาศาสตร์
การรณรงค์โฆษณา
เทคโนโลยีการกำกับดูแลที่แตกต่างกันเกี่ยวข้องกับการสร้างและการจัดสรรทรัพยากรประเภทต่างๆ รวมถึงทรัพยากรที่เป็นวัตถุ เช่น เงินหรือบุคลากร
และทรัพยากรที่จับต้องไม่ได้ เช่น สถานะและข้อมูล
เทคโนโลยีที่แตกต่างกันยังมีอิทธิพลต่อการควบคุมที่แตกต่างกันออกไป
ตัวอย่างเช่น
การตรวจสอบทางการเงินซึ่งเป็นเทคโนโลยีของการกำกับดูแลกิจการอาจได้รับ
อิทธิพลอย่างมากจากการผสมผสานระหว่างกฎระเบียบทางกฎหมายและการกำกับดูแลตนเองโดยละเอียด
ในขณะที่การตรวจสอบด้านสิ่งแวดล้อมถูกกำหนดโดยแรงกดดันจากกลุ่มผู้ปฏิบัติงานที่กระจัดกระจายมากขึ้นซึ่งแสดงบรรทัดฐานที่มีรายละเอียดน้อยลง
วิธีที่การกำกับดูแลดังกล่าวดำเนินการมักจะซับซ้อนอย่างมาก
ทำให้เกิดความท้าทายเชิงประจักษ์และการวิเคราะห์อย่างมากในความพยายามที่
จะเข้าใจบทบาทของตัวบ่งชี้ในฐานะเทคโนโลยีของการกำกับดูแลดังกล่าว"

เช่น Canedo **และคณะ** (2020) อธิบายว่าด้วย
"กระบวนการกำกับดูแลที่มีการกำหนดไว้อย่างดี องค์กรต่างๆ
จะได้รับความได้เปรียบเชิงกลยุทธ์เหนือองค์กรอื่นๆ
เนื่องจากประเมินและปรับปรุงกระบวนการและบริการของตนอย่างเป็นระบบ
ส่งผลให้องค์กรทำงานได้ดีขึ้น
และส่งผลให้มีความสามารถในการแข่งขันมากขึ้น"
มีความเชื่อมโยงระหว่างเทคโนโลยีสารสนเทศและการสื่อสาร (ICT)

กับการกำกับดูแลที่ได้รับการปรับปรุง
สร้างความได้เปรียบทางการแข่งขันสำหรับองค์กรและประชาชน"
เพื่อให้เรื่องชัดเจนหากมีคนสับสนว่าบทบาทของเทคโนโลยีสามารถมองเห็นได้
อย่างไรในรูปแบบของการ์ด Aadhar เราต้องเข้าใจการทำงานของระบบ
มันขึ้นอยู่กับระบบไบโอเมตริกซ์ที่รวบรวมข้อมูลทั้งหมดและยากที่จะทำซ้ำแม้ว่าจะพบบัตรประจำตัว Aadhar ปลอมก็ตาม อย่างไรก็ตาม
เนื่องจากความเป็นส่วนตัวเป็นปัญหาที่น่ากังวลอย่างแท้จริง
รัฐบาลอินเดียจึงสามารถดำเนินการรณรงค์ที่เกี่ยวข้องกับโรคโปลิโอ วัณโรค
โครงการที่เกี่ยวข้องกับน้ำ ตลอดจนโครงการสวัสดิการอื่น ๆ
ได้อย่างมีประสิทธิภาพ
ความพยายามที่ซ้ำซ้อนช่วยลดปัญหาความซ้ำซ้อนน้อยลง
และแม้ว่าการสำรวจสำมะโนประชากรในอินเดียจะยังไม่ได้ดำเนินการตั้งแต่ปี
2554
รัฐบาลก็มีข้อมูลบันทึกไว้สำหรับการรณรงค์หลักส่วนใหญ่ที่ต้องการดำเนินการ
นี่คือจุดที่แนวคิดเกี่ยวกับเทคโนโลยีในรูปแบบของ Big Data
และการกำหนดนโยบายของรัฐบาลทำให้เกิดการจับมือกัน
การทำให้เศรษฐกิจเป็นทางการยังเกิดขึ้นในรูปแบบของภาคเทคโนโลยีฟินเทคที่รุกล้ำในอินเดีย ดังที่เห็นได้ในรูปแบบของการใช้เครื่องสแกน UPI ทั่วประเทศ
รวมถึงผู้ขาย/ผู้ขายภาคที่ไม่มีการรวบรวมกันซึ่งมีระบบ UPI
การปรับระบบธนาคารและการเงินของอินเดียอย่างเป็นทางการได้เริ่มดำเนินการ
ผ่านการถือกำเนิดของเทคโนโลยีนี้
ซึ่งมีบทบาทสำคัญในการให้ความพอเพียงทางการเงินและการรู้หนังสือ
สิ่งเหล่านี้คือตัวอย่างที่สำคัญของบทบาทของเทคโนโลยีในการกำกับดูแลภายในอินเดียแบบองค์รวมและขยายการดำเนินงานอย่างต่อเนื่อง

บทบาทของอินเดียในภาคใต้ของโลกในด้านเทคโนโลยีและการกำกับดูแลที่หลากหลาย

ภาคส่วนแรกที่ได้รับความช่วยเหลืออย่างมากในแง่ของนโยบายและการกำกับดูแลคือภาคอาหาร เมื่อพูดถึงอินเดียและประชากรจำนวนมหาศาล โดยเฉพาะอย่างยิ่งที่ยังคงถูกละเลย การประยุกต์ใช้ที่สำคัญประการหนึ่งสำหรับรัฐบาลก็คือการจัดหาอาหาร จำนวนข้อมูลที่สร้างขึ้นและการนำไปใช้สำหรับโครงการแจกจ่ายอาหารประสบความสำเร็จอย่างมากสำหรับประเทศเช่นอินเดีย วิธีการจำหน่ายอาหารเกิดขึ้นในอินเดียตั้งแต่ได้รับเอกราช อย่างไรก็ตาม การเติบโตของผลกระทบทางเทคโนโลยีเป็นสิ่งสำคัญที่ต้องพิจารณาว่าการแทรกแซงเชิงนโยบายนั้นสร้างความแตกต่างได้จริงหรือไม่ ในยุคของความท้าทายที่เกี่ยวข้องกับโควิดซึ่งมีนัยสำคัญ แนวคิดสำหรับบทบาทของการเก็บข้อมูลไม่สามารถเน้นได้เพียงพอ การรวบรวมข้อมูลจริงเกี่ยวกับวิธีการจัดการข้อมูลที่เกิดขึ้นในแง่ของข้อมูลที่สร้างขึ้นและดำเนินการตามนั้นอาจเป็นเรื่องยากอย่างมาก อย่างไรก็ตาม ความเข้าใจเบื้องต้นเกี่ยวกับข้อเท็จจริงที่ว่าข้อมูลมีความสำคัญต่อการตัดสินใจด้านนโยบายที่สำคัญไม่สามารถมองข้ามได้ ระบบบัตรปันส่วนปลอมและการปลอมแปลงข้อมูลก่อนหน้านี้ยังคงมีอยู่ในปัจจุบัน อย่างไรก็ตาม ระดับและผลกระทบของผลกระทบทางเทคโนโลยีนั้นเกิดขึ้นเพียงพอแล้วเมื่อพูดถึงการแจกจ่ายอาหารสำหรับคนชายขอบส่วนใหญ่ สิ่งนี้ไม่สามารถมองข้ามได้เนื่องจากเป็นการให้ทิศทางและวัตถุประสงค์ในด้านธรรมาภิบาลของอินเดียสำหรับประชากรจำนวนมากที่ได้รับการสนับสนุนจากเทคโนโลยี

    ถัดมาคือภาคส่วนด้านสุขภาพ ซึ่งอินเดียเผชิญกับความท้าทายครั้งใหญ่เนื่องจากมีประชากรจำนวนมาก

การมาถึงของยุคโควิดสร้างปัญหาใหญ่หลวงไปทั่วโลก
ถึงเวลาแล้วที่เทคโนโลยีมีประโยชน์ในการสร้างขั้นตอนสำคัญที่เกี่ยวข้องกับสุขภาพ ประเด็นแรกและสำคัญที่สุดที่เกี่ยวข้องกับเรื่องนี้คือการส่งมอบวัคซีน
บทบาทของเทคโนโลยีไม่เพียงแต่สำหรับการพัฒนาวัคซีนเท่านั้นที่มีความสำคัญ
แต่ยังมีบทบาทสำคัญในการกำกับดูแลข้อมูลที่เกี่ยวข้องกับบุคคลใดก็ตามที่ควรส่งต่อวัคซีนไปให้
มีบทบาทสำคัญในการติดตามโปรแกรมการฉีดวัคซีนตลอดจนจำนวนวัคซีนที่มีอยู่และกำลังได้รับ
การรั่วไหลของวัคซีนต่ำกว่าเมื่อเทียบกับจำนวนวัคซีนจำนวนมากที่แพร่กระจายไปทั่วอินเดีย
นี่เป็นตัวเปลี่ยนเกมในบทบาทของรัฐบาลและการจำหน่ายวัคซีนซึ่งมีมูลค่ามากกว่าพันล้านบวก แท้จริงแล้ว
นี่เป็นการค้นพบเทคโนโลยีที่ใหญ่ที่สุดสำหรับรัฐบาลที่เกี่ยวข้องกับการติดตามข้อมูลที่เกี่ยวข้องกับการฉีดวัคซีนแบบเรียลไทม์ การโจมตีของเว็บไซต์ เช่น โควิน และอื่นๆ ช่วยให้ผู้คนสามารถจองการนัดหมาย
ความพร้อมของวัคซีนสำหรับผู้ที่สามารถเข้าถึงข้อมูลที่เกี่ยวข้องทางออนไลน์
นี่คือวิธีที่เราสามารถเห็นบทบาทของเทคโนโลยีในช่วงเวลาที่ก่อให้เกิดความท้าทายอย่างแท้จริง
ดังนั้นจึงเป็นสิ่งสำคัญที่จะต้องสะท้อนให้เห็นว่าอีกขั้นตอนหนึ่งที่อินเดียกำลังดำเนินการอยู่ในขณะนี้คือเวชระเบียน
อินเดียกำลังดำเนินโครงการด้านสุขภาพที่ใหญ่ที่สุดในโลกในแง่ของการประกันของรัฐบาล ผู้รับผลประโยชน์ทุกคนยังได้รับบัตรด้วย
ในทำนองเดียวกันบนกระดาษ
แม้แต่รัฐบาลระดับรัฐก็ยังมีแผนประกันสุขภาพของตนเอง
ภาคสุขภาพมีความสำคัญเมื่อพูดถึงการจัดการข้อมูล

สิ่งสำคัญที่สุดคือข้อมูลที่เกี่ยวข้องกับสุขภาพเป็นส่วนตัว รวมถึงรายการการรักษาความเจ็บป่วย โรคภัยไข้เจ็บ และความเจ็บป่วย และจำนวนความคุ้มครองประกันสุขภาพของรัฐบาล ในประเทศที่มีประชากรหนาแน่นซึ่งมีข้อมูลจำนวนมากเป็นเดิมพัน บทบาทของเทคโนโลยีและการกำกับดูแลเป็นสิ่งหนึ่งที่แน่นอนเมื่อพูดถึงการจัดการข้อมูลและการแทรกแซงนโยบายเป็นสิ่งสำคัญสำหรับพื้นที่ที่มีความละเอียดอ่อน เช่น สุขภาพ บทบาทของการฉีดวัคซีน การประกันสุขภาพ ตลอดจนการเก็บบันทึกข้อมูลประชากรก็มีความเสี่ยงเช่นกัน แนวคิดเรื่องเทคโนโลยีไม่สามารถถูกมองข้ามได้ เนื่องจากประเทศกำลังพัฒนากำลังพยายามนำเสนอนโยบายทางสังคมในมุมมอง นี่คือที่มาของแนวคิดเกี่ยวกับข้อมูลที่ใช้ในการตัดสินใจด้านนโยบาย อินเดียเป็นผู้นำในการเปลี่ยนแปลงนโยบายที่เกี่ยวข้องกับข้อมูล นี่คือจุดที่เทคโนโลยีส่วนใหญ่ในแง่ของนโยบายที่ปรับแต่งจากบริษัทเอกชนไปจนถึงแนวคิดของรัฐบาลทั่วไปตามความต้องการที่มากขึ้นของประชากร ภาคส่วนสาธารณสุขเป็นหนึ่งในเรื่องราวที่น่าทึ่งของการพัฒนาเป็นตัวอย่างว่าข้อมูลสามารถมีส่วนร่วมในภาคส่วนที่เกี่ยวข้องกับการกำกับดูแลด้านนโยบายหลักที่เกี่ยวข้องกับสุขภาพได้มากเพียงใด

ในด้านอื่นๆ เช่น พื้นที่ที่เกี่ยวข้องกับการคมนาคมและการจราจร โดยเฉพาะด้านทะเบียนรถยนต์ ตั๋วจราจร รวมถึงเทคโนโลยีการเล่นภาษีทางด่วนได้เริ่มเข้ามามีบทบาทแล้ว ซึ่งเห็นได้อยู่แล้วในรูปแบบของบัตรด่วนที่ใช้ชำระภาษีทางด่วน เทคโนโลยีมีประโยชน์ในการช่วยให้การจัดเก็บภาษีง่ายขึ้น การเคลื่อนย้ายยานพาหนะที่ง่ายขึ้นรวมถึงการรวบรวมข้อมูลที่เกี่ยวข้องกับการละเมิดกฎจราจรทำให้รัฐบาลติดตามยานพาหนะได้ง่ายขึ้นรวมถึงการเปลี่ยนแปลงนโยบายอื่น ๆ ที่สามารถเริ่มต้นได้

สิ่งนี้สามารถเห็นได้อยู่แล้วเมื่อเคลืออกนโยบายเลขคู่ซึ่งไม่ได้ผลอย่างที่ควรจะเป็น อย่างไรก็ตาม

มีประเด็นที่แท้จริงที่การแทรกแซงนโยบายสามารถทำได้อย่างมีประสิทธิภาพมากขึ้นผ่านข้อมูลที่รวบรวมไว้

และวิธีการที่ข้อมูลดังกล่าวจะมีบทบาทต่อผลกระทบทางเทคโนโลยี

ไม่สามารถเน้นย้ำได้ว่าเทคโนโลยีไม่ได้จำกัดเพียงความเข้าใจในคอมพิวเตอร์ โทรศัพท์มือถือ เครื่องซักผ้า เครื่องกรองน้ำ ฯลฯ

มันไม่สมเหตุสมผลจนกระทั่งและเว้นแต่จะมีข้อมูลหรือข้อมูล

มันเป็นเชื้อเพลิงที่ขึ้นอยู่กับสิ่งที่เทคโนโลยีสามารถให้ความได้เปรียบและก้าวต่อไปในวิวัฒนาการที่เกี่ยวข้องกับนโยบาย

การปฏิบัติตามนโยบายและการกำกับดูแลที่ดีที่สุดจะสมบูรณ์ยิ่งขึ้นเมื่อมีข้อมูลสำรอง

พลเมืองทุกคนเป็นกลไกการจัดเก็บข้อมูลที่รัฐบาลสามารถทำได้และต้องดำเนินการในศตวรรษ ที่ 21 ซึ่งเป็นหนังสือดิจิทัล

แนวคิดสำหรับเมืองอัจฉริยะและธรรมาภิบาลในเมืองนั้นขึ้นอยู่กับเทคโนโลยีและการกำกับดูแล เช่น Canedo และคณะ (2020) ชี้ให้เห็นว่า

“ในขณะที่เทคโนโลยีดิจิทัลสามารถปรับปรุงการแก้ปัญหาในเมืองได้ แต่การจัดตำแหน่งบ่อยครั้งระหว่างกรอบงานเมืองอัจฉริยะและอุดมการณ์ทั่วไปของเทคโนโลยียังคงเป็นปัญหา ซึ่งมีอิทธิพลต่อวิธีคิด การปกครอง และการมีส่วนร่วมในเมืองของเรา สิ่งนี้ได้ก่อให้เกิด “ความคิดที่ชาญฉลาด” โดยที่ “เมืองต่างๆ มีหน้าที่รับผิดชอบต่อความสำเร็จของความฉลาด กล่าวคือ การยึดมั่นในแบบจำลองเฉพาะของเมืองที่มีความก้าวหน้าทางเทคโนโลยี สีเขียว และน่าดึงดูดทางเศรษฐกิจ ในขณะที่เมืองที่ 'หลากหลาย' ซึ่งปฏิบัติตามเส้นทางการพัฒนาที่แตกต่างกัน ถูกตีกรอบใหม่โดยปริยายว่าเป็นความเบี่ยงเบนอันชาญฉลาด”

นี่คือจุดที่ความคิดริเริ่มเชิงนโยบายของรัฐบาลอินเดีย โดยเฉพาะอย่างยิ่งในแง่ของความคิดริเริ่มเมืองอัจฉริยะ สามารถมองเห็นได้ว่าเป็นการผสมผสานระหว่างเทคโนโลยีและการกำกับดูแลที่เข้ามาเป็นส่วนหนึ่งของการจัดการเมือง สิ่งนี้สามารถเห็นได้ในเมืองที่มีการจัดการขยะอย่างชาญฉลาดเพื่อเปลี่ยนแปลงเมืองต่างๆ เช่น อินดอร์ และแม้แต่ในเมืองอื่นๆ เช่น นิวทาวน์ โกลกาตา และเบงกาลูรู เป็นต้น แนวคิดสำหรับการเติบโตของเทคโนโลยีในอินเดียเป็นสิ่งที่ช่วยในการเบิกจ่ายความคิดริเริ่มด้านนโยบายมากมาย ในแง่ของรายงานเกี่ยวกับบทบาทของเทคโนโลยีและการกำกับดูแล แนวคิดในการจัดการเมืองโดยเฉพาะอย่างยิ่งในแง่ของนโยบายที่เกี่ยวข้องกับสภาพภูมิอากาศเป็นสิ่งที่ต้องพิจารณา ความสำคัญที่เพิ่มขึ้นของเทคโนโลยีมีความสำคัญอย่างยิ่งในการควบคุมและพิจารณาปริมาณการปล่อยก๊าซเรือนกระจก ในประเทศเช่นอินเดียที่การปล่อยก๊าซคาร์บอนเป็นหนึ่งในข้อกังวลหลัก สถานการณ์ในอุดมคติคือการใช้กลไกการควบคุมสำหรับอุตสาหกรรม บุคคล และหน่วยงานอื่นๆ ที่เกี่ยวข้องกับการปล่อยก๊าซเรือนกระจก นี่คือจุดที่ข้อกังวลหลักในการเพิ่มประสิทธิภาพทรัพยากรและประสิทธิภาพการใช้พลังงานสามารถยกระดับให้ดีขึ้นได้ โดยเฉพาะในเขตเมือง การอภิปรายก่อนหน้านี้ที่เกี่ยวข้องกับด้านสุขภาพ เทคโนโลยี การขนส่งล้วนมีบทบาทในการควบคุมประสิทธิภาพที่เกี่ยวข้องกับการปล่อยมลพิษ ซึ่งสามารถมีบทบาทสำคัญในการกำกับดูแลที่เกี่ยวข้องกับการสร้างเมืองอัจฉริยะ การวางแผนในอนาคตของเมืองอัจฉริยะในอินเดียกำลังดำเนินการทีละขั้นตอนเพื่อสร้างระบบนิเวศและสภาพแวดล้อมในเมืองที่สร้างขึ้นจากแนวคิดของเมืองที่

ประหยัดพลังงาน
มันเกี่ยวข้องกับการสร้างระบบที่เป็นมิตรต่อสิ่งแวดล้อมซึ่งสามารถต่อยอดเทคโนโลยีสำหรับระบบประหยัดพลังงานได้จริง
สังคมเมืองที่ทันสมัยและก้าวหน้าส่วนใหญ่ต่างใช้พลังงานอย่างมีประสิทธิภาพอยู่แล้ว
ซึ่งเป็นก้าวสำคัญสำหรับเทคโนโลยีการทำงานร่วมกันและการกำกับดูแลเมืองต่างๆ
ในอินเดียเผชิญกับความท้าทายอันยิ่งใหญ่ที่เกิดขึ้นจากอุณหภูมิโลกที่สูงขึ้น การขยายตัวของเมืองโดยไม่ได้วางแผนไว้
และการปล่อยก๊าซเรือนกระจกที่ไม่สามารถควบคุมได้ เพื่อทำให้สิ่งต่าง ๆ ดีขึ้นสำหรับการปกครองเมือง
โดยเฉพาะอย่างยิ่งในเรื่องของการลดมลพิษและการควบคุมการปล่อยมลพิษ จะต้องใช้เทคโนโลยีอันยิ่งใหญ่ จะเห็นได้จากวิธีการวางเครื่องกรองมลพิษ
มันถูกนำเสนอตามข้อมูลที่รวบรวมตามข้อมูลที่เกี่ยวข้องกับการปล่อยก๊าซเรือนกระจก
เป็นสิ่งสำคัญสำหรับการปกครองเมือง โดยเฉพาะอย่างยิ่งจากระดับการตัดสินใจนโยบายท้องถิ่นในการแนะนำเทคโนโลยี
ด้านการกำกับดูแลจะขึ้นอยู่กับความเข้าใจที่ถูกต้องเกี่ยวกับความสำคัญของข้อมูล เทคโนโลยีในรูปแบบการควบคุมเครื่องปรับอากาศ รถยนต์ไฟฟ้า
สิ่งอำนวยความสะดวกอื่น ๆ เช่น บันไดเลื่อน ลิฟต์
ล้วนเป็นส่วนหนึ่งของสังคมเมืองเดียวกัน
การเพิ่มขึ้นและการเติบโตของสังคมเมืองในอินเดียโดยรวมยังไม่มีการวางแผนและกำลังเร่งรีบ
นี่คือจุดที่บทบาทของสถาบันนโยบายสาธารณะจำเป็นต้องขยายออกไปจากเมืองไปสู่เมืองเล็กๆ
และกำหนดทิศทางสำหรับการดำเนินการขั้นต่อไปสำหรับการเติบโตและวิวัฒน

าการของเรื่องที่เกี่ยวข้องกับการกำกับดูแลซึ่งได้รับการช่วยเหลือทางเทคโนโลยี นี่คือจุดสนใจของรัฐบาลอินเดียนับตั้งแต่มีกลไกการวางผังเมืองอัจฉริยะ โครงการนี้อยู่ในช่วงทศวรรษที่ผ่านมาและมีบางเมืองที่แสดงศักยภาพอย่างมาก แม้ว่าการเพิ่มประสิทธิภาพและความสามัคคีในการใช้ทรัพยากรยังคงรออยู่

การเพิ่มขึ้นของอุตสาหกรรมโทรคมนาคมเป็นหนึ่งในประเด็นสำคัญที่ขับเคลื่อนการปฏิวัติข้อมูลและโทรคมนาคมที่ขับเคลื่อนอินเดีย

การแพร่กระจายและการเติบโตของขอบเขตโทรคมนาคมทั่วอินเดียทำให้ประชาชนทั่วไปและรัฐบาลสามารถเชื่อมต่อกันในระดับที่ดีขึ้น

การกำจัดชนชั้นสูงและความยุ่งเหยิงของภาษาอังกฤษออกไป แม้แต่ภาษาอื่นๆ ในตอนนี้ก็ยังมีพื้นที่กว้างขวางในแบบที่พวกเขาสามารถเข้าถึงมวลชนได้ โทรศัพท์มือถือได้กลายเป็นหนึ่งในเครื่องมือหลักในการเข้าถึงเกษตรกร กลุ่มคนชายขอบอื่นๆ และแน่นอนว่าเป็นกลุ่มชนชั้นสูงในเมือง อย่างไรก็ตามเพื่อไม่ให้สับสนทั้งสามส่วน หากพิจารณาเกษตรกร เป็นเวลานานแล้วบทบาทของเทคโนโลยีก็สามารถพบได้ในการที่เกษตรกรได้รับข้อมูลจากรัฐบาล ทั้งสภาพอากาศ รูปแบบของดิน เป็นต้น

นี่เป็นตัวอย่างคลาสสิกของวิธีที่เทคโนโลยีและธรรมาภิบาลสามารถมีบทบาทในสังคมยุคใหม่ของประเทศกำลังพัฒนา

แม้ว่าจะอยู่ในชุมชนที่มีการแบ่งชั้นก็ตาม

บทบาทของการกำกับดูแลมีความสำคัญเมื่อต้องสร้างผลกระทบต่อส่วนที่ใหญ่ขึ้น จะต้องสร้างผลกระทบ และบทบาทของผู้เล่นเอกชนก็มีบทบาทสำคัญเช่นกัน อัตราข้อมูลที่ถูกลงช่วยให้สามารถเข้าถึงนโยบายสำคัญที่มีความหมายและอาจส่งผลกระทบต่อส่วนที่ใหญ่ขึ้น

เกษตรกรรมในอินเดียขึ้นอยู่กับองค์ประกอบพื้นฐานมาเป็นเวลานานนับตั้งแต่การถือกำเนิดทางเทคโนโลยี

    การเพิ่มขึ้นของนโยบาย เช่น

การปฏิวัติเขียวเป็นผลมาจากความกล้าหาญทางเทคโนโลยีที่เปลี่ยนแปลงอินเดีย นี่เป็นหนึ่งในตัวอย่างบุกเบิกของวิธีที่เทคโนโลยีและการกำกับดูแลมารวมกันเพื่อสร้างสะพานเชื่อมระหว่างเทคโนโลยีและการกำกับดูแล นี่เป็นก้าวแรกของความเพียงพอด้านอาหารในอินเดียที่สามารถมองเห็นได้จากการเกิดขึ้นของเทคโนโลยีและนโยบายการกำกับดูแลที่เกี่ยวข้องกับนโยบาย นั่นคือวิธีการ เมื่อใด ที่ไหน ทำไมจึงสามารถนับความก้าวหน้าทางเทคโนโลยีได้ จากการศึกษาของอินเดียชี้ให้เห็นว่าเทคโนโลยีจากซีกโลกใต้มีบทบาทในการเข้าถึงข้อมูลและสารสนเทศอย่างไร ประเด็นสำคัญที่กล่าวถึงข้างต้น เช่น อาหาร สุขภาพ การขนส่ง และโดยเฉพาะอย่างยิ่งที่เกี่ยวข้องกับการพัฒนาที่ยั่งยืน การติดตามข้อมูลที่สำคัญเป็นสิ่งสำคัญมาก นี่คือวิธีที่อินเดียใช้เทคโนโลยีกับตัวอย่างของการปฏิวัติเขียว การปฏิวัติโทรคมนาคม ฯลฯ ในแง่ของประเด็นที่เกี่ยวข้องกับการกำกับดูแล สวัสดิการสังคม การเข้าถึงโครงการของรัฐบาลมีบทบาทสำคัญในการแทรกแซงนโยบาย สิ่งนี้สามารถเห็นได้จากวิธีที่อินเดียบรรลุเป้าหมายสำคัญบางประการในช่วงเวลาหนึ่ง อย่างไรก็ตาม ความท้าทายที่ใหญ่ที่สุดที่อินเดียเผชิญอยู่ในปัจจุบันคือวิธีที่รัฐบาลสามารถสร้างสมดุลระหว่างเป้าหมายที่เป็นกลางทางคาร์บอนกับเป้าหมายการพัฒนาที่ยั่งยืน โดยไม่ประนีประนอมกับความท้าทายอันยิ่งใหญ่ตามแรงบันดาลใจในการพัฒนา ประเทศจากซีกโลกใต้กำลังเผชิญกับความท้าทายอันยิ่งใหญ่ซึ่งไม่ใช่เรื่องง่าย แต่ถึงกระนั้น ความปรารถนาก็จะยังคงอยู่ตลอดไป

อนาคตของเทคโนโลยีและการกำกับดูแลในระดับโลก:

Mulligan & Bamberger, (2018) กล่าวถึง “เมืองต่างๆ มีหน้าที่รับผิดชอบต่อความสำเร็จของความฉลาด กล่าวคือ

การยึดมั่นในแบบจำลองเฉพาะของเมืองที่มีความก้าวหน้าทางเทคโนโลยี เป็นมิตรต่อสิ่งแวดล้อม และน่าดึงดูดทางเศรษฐกิจ ในขณะที่เมืองที่ 'หลากหลาย' ซึ่งมีเส้นทางการพัฒนาที่แตกต่างกัน ปรับกรอบใหม่โดยปริยายว่าเป็นความเบี่ยงเบนอันชาญฉลาด"

บทความนี้ไม่ได้เสนอกรอบทางทฤษฎีหรือแบบจำลอง อย่างไรก็ตาม วัตถุประสงค์คือเพื่อติดตามว่าบทบาทของเทคโนโลยีมีส่วนร่วมในกระบวนการวิวัฒนาการของการกำกับดูแลที่ได้รับความช่วยเหลือจากเทคโนโลยีอย่างไร แนวคิดเรื่องเทคโนโลยีและการกำกับดูแลเป็นกระบวนการที่สอดคล้องกันที่ทุกประเทศต้องใช้เพื่อประโยชน์ที่มากขึ้นของสังคมและประชากร นี่คือวิธีที่ระดับการกำกับดูแลโดยรวมได้รับการปรับปรุงและเพิ่มขึ้นในรูปแบบของเทคโนโลยีที่เป็นกำลังแทรกแซง แนวคิดของกลไกที่เกี่ยวข้องกับนโยบายคือการปล่อยให้ความก้าวหน้าทางเทคโนโลยีซึมซาบในแง่ของคุณค่าสำหรับพลเมืองทั่วไป บทบาทของเทคโนโลยีในอินเดียหากสืบย้อนตั้งแต่ความเป็นอิสระสามารถเห็นได้ในรูปแบบของเทคโนโลยีอวกาศ เทคโนโลยีที่เกี่ยวข้องกับการเกษตรและอาหาร การขนส่ง และการพัฒนาที่เกี่ยวข้องกับพลังงานในที่สุด นี่คือสิ่งที่ทำให้เกิดเรื่องราวของเทคโนโลยีและการกำกับดูแล นอกจากนี้ บทความ/รายงานไม่ได้เน้นไปที่ด้านใดด้านหนึ่งเป็นพิเศษ มีการพยายามสร้างเรื่องราวที่สามารถสร้างจากอดีตและสามารถกำหนดทิศทางสำหรับอนาคตได้ ในอินเดีย ภัยคุกคามที่ใหญ่ที่สุดที่กำลังจะเกิดขึ้นคือในแง่ของความท้าทายในอนาคตนั้นยังขึ้นอยู่กับวิธีที่รัฐบาลสามารถทำงานกับการประยุกต์ใช้เทคโนโลยีที่สามารถช่วยเหลือประชาชนได้จริง

มีการกล่าวถึงแล้วในแง่ของการแทรกแซงที่เกี่ยวข้องกับเทคโนโลยีและนโยบาย
ผ่าน UPI, การธนาคาร, กรณีก่อนหน้าที่เกี่ยวข้องกับสุขภาพ
ความเป็นส่วนตัวของข้อมูลถือเป็นประเด็นสำคัญประการหนึ่งที่น่ากังวลในยุคปั
จจุบัน อย่างไรก็ตาม ในโลกสมัยใหม่
สถานการณ์ในอุดมคติคือการสร้างสมดุลระหว่างข้อเสียด้านเทคโนโลยี
การตัดสินใจเชิงกำกับดูแลและเชิงนโยบายไม่สามารถปราศจากผลข้างเคียงได้
แนวคิดคือการสร้างการกำกับดูแลและเทคโนโลยีเพื่อความปลอดภัยที่ดีขึ้น
การเข้าถึงทรัพยากรที่จะสร้างสังคมที่ยอดเยี่ยม
นี่คือวิธีที่สังคมมนุษย์ยุคใหม่กำลังดำเนินไป
โดยที่ความไว้วางใจของรัฐบาลโดยเฉพาะอย่างยิ่งในระดับเมืองอยู่ที่หัวหอกใน
การกำกับดูแลยุคใหม่ที่ได้รับความช่วยเหลือทางเทคโนโลยี
สิ่งสำคัญอีกประการหนึ่งของการกำกับดูแลที่เกี่ยวข้องกับข้อมูลคือการควบคุม
พื้นที่ดิจิทัล นี่คือสิ่งหนึ่งที่ทำงานเหมือนดาบสองคม
การติดตามพื้นที่ที่เกี่ยวข้องกับอินเทอร์เน็ตเป็นส่วนสำคัญของประเด็นที่เกี่ยวข้อ
งกับนโยบายตลอดจนการตัดสินใจด้านการกำกับดูแล
นี่คือจุดที่ขั้นตอนต่อไปของการกำกับดูแลในยุคของอินเทอร์เน็ตและไซเบอร์สเ
ปซมีความสำคัญ
รวมถึงการส่งเสริมความปลอดภัยและสภาพแวดล้อมที่ปลอดภัยสำหรับประชาช
นโดยเฉพาะเยาวชนและผู้เปราะบางจากภัยคุกคามทางไซเบอร์
ในประเทศเช่นอินเดียที่การฉ้อโกงทางไซเบอร์และการหลอกลวงเป็นหนึ่งในป
ระเทศที่สูงที่สุดในโลก
ฝ่ายกำกับดูแลจะต้องตัดสินใจเชิงนโยบายอย่างระมัดระวังอย่างยิ่ง
การควบคุมอินเทอร์เน็ต WhatsApp
และช่องทางการสื่อสารที่มุ่งเน้นเทคโนโลยีอื่นๆ
ก็มีบทบาทสำคัญในเรื่องนี้เช่นกัน
เป็นเพราะสถานการณ์นี้เองที่ทำให้เทคโนโลยีและการกำกับดูแลยุคใหม่เกิดขึ้น

Hutten (2019) กล่าวถึง "ธรรมาภิบาลนำไปสู่การบริหารจัดการที่ดี ผลงานที่ดี และการลงทุนที่ดีของเงินสาธารณะ พฤติกรรมสาธารณะที่ดีและผลลัพธ์ที่ดี ผู้ว่าการองค์กรบริการสาธารณะเผชิญกับงานที่ยากลำบาก พวกเขาคือบุคคลที่รับผิดชอบในการกำกับดูแล—ความเป็นผู้นำ การกำกับดูแล การประเมินผล และการติดตามขององค์กรที่พวกเขาให้บริการ ความรับผิดชอบของพวกเขาคือเพื่อให้แน่ใจว่าพวกเขาบรรลุเป้าหมายและวัตถุประสงค์ขององค์กรเหล่านี้และทำงานเพื่อประโยชน์สาธารณะ พวกเขาจะต้องนำมาซึ่งผลลัพธ์เชิงบวกให้กับผู้ใช้ เช่นเดียวกับการให้คุณค่าแก่ผู้เสียภาษีที่ให้ทุนสนับสนุนบริการเหล่านี้ พวกเขาต้องสร้างสมดุลระหว่างผลประโยชน์สาธารณะกับความรับผิดชอบและการปฏิบัติตามกฎระเบียบ มีหลักฐานชัดเจนว่าหลายคนประสบปัญหาในการบรรลุความรับผิดชอบเหล่านี้"

แนวทางการเล่าเรื่องกรณีศึกษา: สี่เมืองในอินเดียและนัยต่อการวางผังเมือง

ไม่มีข้อมูลเชิงประจักษ์หรือกรอบทางทฤษฎีตามที่กล่าวไว้ข้างต้นที่ได้รับการเสนอแนะ บทความนี้มุ่งเป้าที่จะติดตามวิวัฒนาการของการกำกับดูแลว่าได้ก่อตัวขึ้นเป็นรูปเป็นร่างขึ้นในประเทศเช่นอินเดีย และพัฒนาไปสู่มิติแห่งอนาคตอย่างไร บทความนี้กล่าวถึงการเดินทางของเทคโนโลยีและการกำกับดูแลที่โอบรับซึ่งกันและกันมาเป็นเวลานาน โดยพยายามที่จะมีส่วนร่วมในแง่ของการวัดการเดินทางของเทคโนโลยีและวิวัฒนาการในการร่วมมือกับการกำกับดูแล ในความเข้าใจเชิงวิชาการ มีบทความที่เน้นความสนใจไปที่โลกแห่งการกำกับดูแลและเทคโนโลยี โดยเฉพาะอย่างยิ่งในโลกไซเบอร์ และภาคเทคโนโลยีสารสนเทศได้เปลี่ยนแปลงไป ในทำนองเดียวกัน

มีแม้กระทั่งงานด้านสุขภาพและการศึกษา
แม้ว่าการวิเคราะห์แบบรวมในภาคส่วนต่างๆ ดูเหมือนจะขาดหายไปก็ตาม
โดยเฉพาะอย่างยิ่งการมุ่งเน้นไปที่พื้นที่ที่หลากหลายโดยเน้นไปที่อินเดียในแง่ของการเข้าถึงวิวัฒนาการทางประวัติศาสตร์คือจุดที่บทความนี้มีส่วนช่วย
มีรูปทรงตามกระแสของกระดาษดังที่ได้กล่าวไปแล้ว
องค์ประกอบของเทคโนโลยีและธรรมาภิบาลในทุกภาคส่วนที่สำคัญดังที่ได้กล่าวไปแล้วข้างต้นในรูปแบบของการศึกษา สุขภาพ ไซเบอร์สเฟียร์ และพลังงาน
ทั้งในด้านต้นกำเนิด วิวัฒนาการ และเส้นทางอนาคตได้เปลี่ยนผ่านมาหลายรอบ
มันสำคัญกว่ามากเมื่ออยู่ในประเทศเช่นอินเดีย
ประเทศที่มีประชากรมากที่สุดในโลกซึ่งมีความท้าทายมากมายสามารถใช้ประโยชน์จากเทคโนโลยีเพื่อการกำกับดูแลที่มุ่งเน้นนโยบายซึ่งส่งผลกระทบต่อคนนับล้าน
บทความนี้พยายามเน้นย้ำและสะท้อนถึงความแตกต่างและความท้าทายที่ได้รับการแก้ไขหรือดำเนินการตามจุดตัดของเทคโนโลยีและการกำกับดูแลซ้ำแล้วซ้ำอีก ในแง่ของภาคส่วนต่างๆ
ตัวอย่างของภาคส่วนที่ได้รับการกล่าวถึงได้สร้างทิศทางใหม่และแกะสลักโอกาสใหม่ๆ งานวิจัยนี้หวังที่จะเปิดช่องทางใหม่สำหรับการวิจัยในอนาคต
ซึ่งจะนำข้อมูลเชิงประจักษ์มาใช้เพื่อขับเคลื่อนขอบเขตของงานวิจัยในแง่ของการมีส่วนทำให้เกิดช่องว่างในการวิจัย
บทความนี้จะช่วยในการกำหนดแนวความคิดเกี่ยวกับเทคโนโลยีและธรรมาภิบาลในพื้นที่ซีกโลกใต้ซึ่งอินเดียเข้ากันได้อย่างลงตัว
ในฐานะประเทศที่ต้องเผชิญกับความท้าทายอันยิ่งใหญ่และเอาชนะได้แม้จะมีข้อบกพร่องมากมาย
ผลงานของนักวิชาการและข้อความที่ตัดตอนมาจากบทความนี้นำเสนอเทคโนโลยีที่เป็นจุดเด่นอาจไม่ใช่ยาครอบจักรวาลสำหรับทุกปัญหา

มีหลายด้านที่เทคโนโลยียังคงสับสน
และที่สำคัญกว่านั้นคือส่วนที่ควรจะนำไปใช้งาน นั่นก็คือ
เรายังต้องต่อสู้กับการใช้งานอย่างเหมาะสมอีกด้วย
การที่ความฉลาดของมนุษย์และเทคโนโลยีมาบรรจบกันเป็นสิ่งสำคัญและสำคัญในการวิวัฒนาการของขั้นตอนต่างๆ ที่การกำกับดูแลจะดำเนินการร่วมกัน
องค์ประกอบที่ขับเคลื่อนด้วยข้อมูลและอิงตามจุดตัดของการกำหนดนโยบายที่ช่วยให้รัฐบาลสามารถกำกับดูแลในแง่ของขั้นตอนนโยบายที่สำคัญพร้อมกับการมาถึงของปัญญาประดิษฐ์ที่เริ่มต้นขึ้นเป็นก้าวในอนาคตของการเดินทางระหว่างเทคโนโลยีและการกำกับดูแล

ความท้าทายของประเทศอย่างอินเดียในแง่ของการรักษาสมดุลระหว่างแรงบันดาลใจและสิ่งแวดล้อม

ไม่น่าแปลกใจเลยที่พบว่าเมืองในอินเดียติดอันดับเมืองที่มีมลพิษมากที่สุดในโลกอย่างต่อเนื่อง ส่วนแบ่งของรายงานด้านสิ่งแวดล้อมของ Lion ในช่วง 10 ปีที่ผ่านมามาพร้อมกับรายงานว่าเมืองในอินเดียมีมลพิษอย่างไร

แม้ว่าโดยทั่วไปจะมีความสับสนระหว่างมลภาวะและการเปลี่ยนแปลงสภาพภูมิอากาศ แต่สถานการณ์ไม่ควรเป็นเช่นนั้น

การเปลี่ยนแปลงสภาพภูมิอากาศโดยเฉพาะอย่างยิ่งในรูปของภาวะโลกร้อนมักมีสาเหตุมาจากมลภาวะ ในปัจจุบัน

เมื่อพูดถึงความเข้าใจเกี่ยวกับวิธีการควบคุมมลพิษ การปล่อยมลพิษ
และความสมดุลของการพัฒนาที่ยั่งยืน
แนวคิดก็คือการใช้บทบาทของธรรมาภิบาลและเทคโนโลยี
คำถามยังคงอยู่เสมอว่าอย่างไร?
บทความนี้มุ่งเน้นไปที่ประเด็นความท้าทายของอินเดียมาโดยตลอด
ดังที่กล่าวไว้ก่อนหน้านี้บทความนี้มีเนื้อหาเกี่ยวกับการเล่าเรื่องมากกว่าเชิงประจักษ์

ความท้าทายของประเทศที่มีประชากรมากที่สุดในโลกเช่นอินเดียคือพรมแดนสามด้านซึ่งจะกล่าวถึงในภายหลัง เมืองต่างๆ
ในอินเดียพยายามใช้เทคโนโลยีในแง่ของการต่อสู้กับมลพิษและผลกระทบที่ตามมา
เดลีได้พยายามที่จะนำระบบเลขคู่คี่เข้ามาเป็นคำสั่งในการปกครองโดยรัฐบาลเดลี อย่างไรก็ตาม บทบาทของเทคโนโลยียังล่าช้าอยู่
อาจมีคำถามว่าเทคโนโลยีมีบทบาทอย่างไร ประการแรกและสำคัญที่สุด
ฐานข้อมูลของรถยนต์ที่จดทะเบียนในที่อยู่เดียวกันไม่ว่าจะลงท้ายด้วยเลขคู่หรือคี่จำเป็นต้องได้รับการติดตามเพื่อทำให้นโยบายมีความหมายอย่างแท้จริง
นั่นคือหากครอบครัวมีสมาชิกสี่คนโดยมีรถสองคันซึ่งมีป้ายทะเบียนที่ลงท้ายด้วยเลขคี่และคู่ตามลำดับ
ครอบครัวจะได้รับอนุญาตให้ออกรถยนต์ได้เพียงคันเดียวตามหมายเลขที่พวกเขาเลือก
บทบาทของการจัดการฐานข้อมูลและการเก็บภาษีระยะไกลผ่านการชำระเงินผ่านโทรศัพท์มือถือมีประโยชน์ดังนี้ อินเดียมีเทคโนโลยีอยู่แล้ว
แต่การใช้งานในพื้นที่ขยายเพื่อจัดการกับความท้าทายหลักในการเอาชนะปัญหาที่เกี่ยวข้องกับมลพิษถือเป็นสิ่งสำคัญ
อินเดียยังมุ่งเน้นไปที่การสร้างโครงสร้างพื้นฐานการขนส่งสาธารณะในรูปแบบของรถไฟใต้ดินที่ยาวที่สุดแห่งหนึ่งในโลก
การแนะนำระบบจองตั๋วที่ราบรื่นและการรักษาราคาที่ไม่แพงในรถไฟใต้ดินเดลีเป็นวิธีการหนึ่งจากหลายๆ วิธี ถัดมาเป็นการนำเทคโนโลยีการทำแผนที่ AQI (Air Quality Indicators)
และการใส่เครื่องฟอกอากาศในบริเวณที่บอบบางเพื่อให้ได้คุณภาพอากาศที่ระบายอากาศได้ โครงการนำร่องได้เริ่มต้นขึ้นแล้ว
แต่เน้นย้ำถึงความท้าทายด้านมลพิษ ความยากจน และจำนวนประชากร

โกลกาตา: เบงกอลและภาคตะวันออกของอินเดีย

หากเราเริ่มดูชายฝั่งตะวันออกของอินเดียซึ่งมีเมืองสำคัญต่างๆ เช่น โกลกาตา ภูพเนศวร เป็นต้น บทบาทของการมองการอนุรักษ์ธรรมชาติ การวางผังเมือง และการปกครองที่เกี่ยวข้องกับเทคโนโลยีก็มีบทบาทสำคัญมาก เมื่อพูดถึงชายฝั่งตะวันออกของอินเดีย ภาวะโลกร้อนและการเปลี่ยนแปลงสภาพภูมิอากาศทำให้เมืองชายฝั่งตะวันออกจำเป็นต้องเผชิญกับพายุไซโคลนอย่างน้อยหนึ่งครั้งทุกปี ไม่เพียงแต่นำมาซึ่งความยุ่งยากอย่างมากสำหรับฝ่ายบริหารเท่านั้น แต่ยังนำมาซึ่งความท้าทายหลายประการในการฟื้นฟูอีกด้วย จะเห็นได้ว่าประเทศกำลังพัฒนาที่ยากจนกว่า เช่น เฮติ เนปาล เผชิญกับภัยพิบัติทางธรรมชาติและการเปลี่ยนแปลงสภาพภูมิอากาศอยู่แล้ว เมื่อพูดถึงปรากฏการณ์นี้ รัฐบาลของรัฐเบงกอลตะวันตกได้มุ่งเน้นไปที่การอนุรักษ์ **ต้นไม้ซุนดารี (ป่าชายเลน)** [1] และปลูกฝังให้มากขึ้นเนื่องจากมีบทบาทอย่างมากในการบรรเทาความรุนแรงของพายุไซโคลนที่ก่อตัวทุกปี การปลูกต้นไม้มากขึ้นเรื่อยๆ ช่วยให้พื้นที่สำหรับการตั้งถิ่นฐานในเมืองทางตะวันออกสามารถเผชิญกับพายุไซโคลนโดยใช้กำลังที่ดุร้ายน้อยลง โดยเฉพาะจากโกลกาตา นี่คือตัวอย่างของความรู้พื้นเมืองที่กำลังถูกนำไปปฏิบัติ นอกจากนี้ ควบคู่ไปกับการนำความรู้พื้นเมืองไปปฏิบัติ ยังมีผลกระทบและอิทธิพลของความรู้ซึ่งพบแล้วจากการใช้การทำแผนที่เชิงพื้นที่และตำแหน่งของเทคโนโลยีพายุไซโคลนที่ตกต่ำ (Cyclonic Depression) ก็มีบทบาทสำคัญในบทบาทของ กลไกการกำกับดูแล

---

[1]. https://scroll.in/article/1032297/in-west-bengal-ambitious-efforts-to-plant-mangroves-yield-limited-results

เมื่อพูดถึงการทำแผนที่ทางภูมิศาสตร์และอวกาศของพายุไซโคลนและแง่มุมอื่น ๆ อินเดียได้ริเริ่มเปิดตัวดาวเทียมเพื่อตรวจสอบสภาพภูมิอากาศ มลพิษทางอากาศในนามของเอเชียใต้ทั้งหมด นี่ไม่ใช่แค่ความคิดริเริ่มใหม่ แต่ยังแสดงถึงบทบาทสำคัญของอินเดียในการสร้างแบรนด์ระดับชาติในรูปแบบของประเทศที่ดำเนินการช่วยเหลือพื้นที่ใกล้เคียงในการตรวจสอบสภาพภูมิอากาศและการทำแผนที่มลพิษได้ดียิ่งขึ้น

ตอนนี้กลับไปสู่จุดเริ่มต้นแนวคิดในการปกป้องเมืองในเขตตะวันออกจะขึ้นอยู่กับการดำเนินการตามความรู้ของชนพื้นเมือง จากนั้นจึงสร้างการประยุกต์ใช้เทคโนโลยีเพื่อการกำกับดูแลพร้อมกับความท้าทายที่ไม่สมเหตุสมผลที่กำลังจะเกิดขึ้น

ตอนนี้ย้ายเข้าสู่โซนตอนใต้ของอินเดียแล้ว

อีกกรณีหนึ่งของเบงกาลูรูในฐานะเมืองคือศูนย์กลางของการอภิปรายสำหรับความท้าทายชุดอื่นมาโดยตลอด อย่างไรก็ตามนั่นจะเข้ามาในภายหลัง

เมื่อพูดถึงความท้าทายแล้ว

โกลกาตายังคงมีปัญหาของตัวเองซึ่งจำเป็นต้องได้รับการแก้ไข

โกลกาตาเป็นหนึ่งในเมืองที่คับคั่งไปด้วยมลพิษในระดับที่รุนแรง

ซึ่งความคิดริเริ่มอันชาญฉลาดที่ผสมผสานเข้ากับเทคโนโลยีได้เริ่มเข้ามาแล้ว

มาในรูปแบบรถโดยสารอัจฉริยะพร้อมเครื่องฟอกอากาศ[2] ,ร้านรีไซเคิลและขยะอัจฉริยะ[3] ซึ่งกำลังเกิดขึ้นแล้วในเมืองอื่นๆ

---

[2] https://www.hindustantimes.com/cities/kolkata-news/west-bengal-govt-launches-buses-with-air-purifiers-in-kolkata-to-beat-pollution-101686042102914.html

[3] https://timesofindia.indiatimes.com/city/kolkata/new-town-gets-one-stop-waste-to-wealth-store/articleshow/78689888.cms

ของอินเดียด้วยเช่นกัน
เพิ่มเติมในภายหลังแต่ก่อนอื่นที่สำคัญที่สุดคือความสำคัญสำหรับประเทศเช่นอินเดียซึ่งมีความท้าทายมากมาย เมื่อพูดถึงภูเขา
บทความนี้จะกล่าวถึงเดลีและปัญหาใหญ่ที่เกี่ยวข้องกับปัญหาการปล่อยมลพิษและขยะบนภูเขาที่เพิ่มขึ้น จากการที่เมืองกัลกัตตาดำเนินต่อไป
เมืองนี้ต้องเผชิญกับความท้าทายอันยิ่งใหญ่ในแง่ของฝุ่นละอองในอากาศ
โกลกาตาในฐานะเมืองที่สำคัญที่สุดคือการตั้งถิ่นฐานในเมืองที่ไม่ได้วางแผนไว้ ซึ่งสร้างขึ้นในสมัยอังกฤษ
เมืองนี้เหมือนกับประเทศกำลังพัฒนาหรือประเทศอาณานิคมใหม่อื่นๆ ต้องเผชิญกับความท้าทายอยู่เสมอ
โดยมีข้อยกเว้นบางประการสำหรับอาณานิคมของผู้ตั้งถิ่นฐาน เช่น สหรัฐอเมริกา ออสเตรเลีย นิวซีแลนด์ และแคนาดา
ตอนนี้กลับไปที่โกลกาตาเพื่อเอาชนะความท้าทายในการเติบโตของการตั้งถิ่นฐานในเมือง
เมืองดาวเทียมเพื่อลดผลกระทบของการปล่อยก๊าซเรือนกระจกและปรับปรุงคุณภาพชีวิตถือเป็นนโยบายแรกที่กำหนด นี่คือจุดที่การรับสมัครดาวเทียม เช่น เมืองซอลท์เลคและนิวทาวน์ รอบเมืองโกลกาตา ได้เกิดขึ้น
เหล่านี้เป็นการตั้งถิ่นฐานตามแผนและจัดเตรียมเทคโนโลยีที่ขับเคลื่อนชีวิตในเมืองด้วยการวางแผนและขอบเขตสำหรับการลงทุน การขยาย
และการปรับปรุงให้ดีขึ้น
ตัวอย่างที่ดีที่สุดเกี่ยวกับเรื่องนี้อาจอยู่ในรูปแบบของเมืองใหม่ โกลกาตา ที่มีระดับมลพิษต่ำกว่า นอกจากนี้ ยังได้รับการสนับสนุนจากการวางผังเมือง การจัดการขยะ และความเชื่อมโยงกับข้อโต้แย้งเบื้องต้นของรายงาน
ซึ่งนำมาสู่การอนุรักษ์พลังงาน การขนส่ง
และการจัดการข้อมูลเกี่ยวกับคุณภาพชีวิตในเมือง
การพัฒนาใหม่นี้สามารถยกตัวอย่างใหม่ได้

เบงกาลูรู: หุบเขาซิลิคอนแห่งอินเดีย

ซึ่งจะทำให้เราต้องย้ายออกจากภาคตะวันออกของประเทศไปยังตอนใต้ของประเทศคือบังกาลอร์หรือเบงกาลูรู

ในเมืองนั้นมีความท้าทายที่แตกต่างกันแม้ว่าจะมีธีมที่เหมือนกันก็ตาม

การตั้งถิ่นฐานในเมืองที่เพิ่มขึ้น

การก่อสร้างจำนวนนับไม่ถ้วนที่ดำเนินการอย่างเร่งรีบและสิ้นหวังได้สร้างความท้าทายอีกชุดหนึ่งให้กับเมืองนี้

การเพิ่มขึ้นของเมืองในฐานะศูนย์กลางเทคโนโลยีได้เปลี่ยนเมืองสวนของอินเดียซึ่งครั้งหนึ่งเคยเป็นค่ายทหารทหารให้กลายเป็นชุมชนเมืองสมัยใหม่

อย่างไรก็ตาม

ระดับของปัญหาเมืองที่เกี่ยวข้องกับคุณภาพชีวิตและการรับมือกับความเจริญของประชากรในเมืองยังคงเป็นที่ต้องการ[4].

บังกาลอร์เป็นกรณีเล่าเรื่องที่นำเสนอประเด็นการขยายตัวของเมืองอย่างรวดเร็ว การปล่อยก๊าซเรือนกระจกในเมือง และปัญหาในการจัดการกับคุณภาพชีวิต การพัฒนาที่ยั่งยืน และการปล่อยก๊าซเรือนกระจก

ทั้งหมดนี้สามารถตรวจสอบและแก้ไขได้ผ่านการสนับสนุนและมุ่งเน้นไปที่การขนส่งสาธารณะ

เป็นพื้นที่หนึ่งที่สถานะความทะเยอทะยานของพลเมืองอินเดียในการเป็นเจ้าของรถยนต์ส่วนตัวซึ่งขัดต่อลัทธิวัตถุนิยมในยุคก่อนของสังคมตะวันตก ตลอดจนการขาดความคิดริเริ่มของรัฐบาลในการลงทุนด้านระบบขนส่งสาธารณะ โดยเฉพาะอย่างยิ่งระบบขนส่งมวลชนในเมือง เมื่อ 5 ปีที่แล้วได้สร้างความเสียหายให้กับบังกาลอร์ ในช่วง 5 ปีที่ผ่านมา

---

[4] https://bengaluru.citizenmatters.in/making-sense-of-bengalurus-messy-urban-development-data-117710

ดูเหมือนว่าจะเป็นการเร่งรีบในการปรับปรุงโครงสร้างพื้นฐานสาธารณะของบังกาลอร์
ตัวมันเองมีปัญหากับการตั้งถิ่นฐานในเมืองที่เข้ามาและยึดครองพื้นที่ในเมือง
บังกาลอร์ดำเนินตามขั้นตอนระดับโลกและแม้แต่จากขั้นตอนในเมืองต่างๆ ของอินเดีย ในที่สุดก็พยายามที่จะมาพร้อมกับการตอบสนองที่ประสานกัน ซึ่งเกี่ยวข้องกับการกำหนดนโยบายประเภทเดียวกันเหมือนกับที่กล่าวถึงเกี่ยวกับโกลกาตา ทุกสิ่งที่พูดและทำ
บังกาลอร์ในการจัดการกับปัญหาในเมืองดูเหมือนจะยังไม่เข้าใจวิธีจัดการกับปัญหาอย่างถ่องแท้
เมืองนี้เผชิญกับแรงกดดันที่เพิ่มขึ้นพร้อมกับความท้าทายที่ซับซ้อนที่เพิ่มขึ้นในการใช้ชีวิตในเมือง
การขยายตัวของเมืองโดยไม่ได้วางแผนถือเป็นความท้าทายที่เข้มงวด ซึ่งสามารถแก้ไขได้ด้วยการกำกับดูแลข้อมูล
การบริหารจัดการที่ปราศจากการทุจริต
และการจัดการเทคโนโลยีในองค์ประกอบของการวางผังเมืองเท่านั้น
อย่างไรก็ตาม พูดง่ายกว่าทำ และไม่ใช่แค่การเขียนลงบนกระดาษเท่านั้น
แนวคิดควรเป็นการกระจายประชากร ลดการขนส่งส่วนบุคคล
แล้วรับเงินลงทุนสำหรับโครงการ โครงสร้างพื้นฐานสาธารณะ   บนกระดาษ
การลงทุนที่เกิดขึ้นสำหรับการขนส่งสาธารณะที่ช่วยให้ความสะดวกและการเคลื่อนย้ายของการจราจร
บังกาลอร์เป็นหนึ่งในเมืองเหล่านั้นที่ต้องเผชิญกับการขยายตัวของเมืองที่เฟื่องฟูโดยไม่ได้วางแผนล่วงหน้ามากนัก
โครงสร้างพื้นฐานและการเชื่อมโยงเทคโนโลยีเพื่อการกำกับดูแลเมืองเป็นสิ่งที่อินเดียต้องดูแลสำหรับคนรุ่นอนาคตอย่างแน่นอน
เบงกาลูรูเป็นกรณีคลาสสิกที่การจัดการทรัพยากรในเมืองที่ไม่ถูกต้องในเมืองทำให้เกิดปัญหา เป็นเรื่องน่าขันที่แม้จะได้รับการขนานนามว่าเป็น

"หุบเขาซิลิคอนแห่งอินเดีย" แต่การวางผังเมืองจำเป็นต้องดีขึ้นและแม่นยำ บังกาลอร์แม้จะไม่จัดอยู่ในประเภทของเมืองที่มีมลพิษรุนแรง แม้ว่าจะมีความท้าทายในเรื่องการจราจรติดขัดและสิ่งอำนวยความสะดวกในเมืองก็ตาม

บทบาทของเทคโนโลยีและการกำกับดูแลเป็นตัวอย่างที่ดีว่าแนวคิดเรื่องคุณภาพชีวิตที่ดีนั้นขึ้นอยู่กับการพัฒนาสิ่งอำนวยความสะดวกในเมือง ซึ่งช่วยลดผลกระทบจากภาวะโลกร้อน การเปลี่ยนแปลงสภาพภูมิอากาศที่เกิดจากการจราจรในเมือง การปล่อยก๊าซเรือนกระจก และความกดดันด้านประชากรในเมืองเพื่อสร้างกลไกการพัฒนาที่ยั่งยืน ประเด็นที่กล่าวไปแล้วโดยเฉพาะสำหรับเมืองต่างๆ ในอินเดียจะมุ่งเน้นไปที่ความท้าทายและความกดดันที่กำลังจะเกิดขึ้น การปรับปรุงแหล่งน้ำ แรงจูงใจในการใช้ระบบขนส่งสาธารณะ กีดกันการขนส่งสาธารณะ ตลอดจนการปรับปรุงโครงสร้างพื้นฐานของเมือง[5]. เป็นหนทางข้างหน้าสำหรับการพัฒนาโครงสร้างพื้นฐานในเมืองตลอดจนการเติบโตของเมืองต่างๆ ในลักษณะที่สามารถนำอินเดียไปสู่เป้าหมายของความเป็นกลางคาร์บอนภายในปี 2513 ความท้าทายมีความรุนแรงมากในบริบทของการขยายตัวของเมืองอย่างรวดเร็วและความท้าทายที่รุนแรงที่กำลังเข้ามาแล้ว เบงกาลูรูอาจใช้เวลาเล็กน้อยในการผลักดันโซลูชันอันชาญฉลาดที่เรียบง่ายแต่ทำได้ ระบบการจราจร การตรวจสอบพลังงาน และการวางผังเมือง

---

[5] https://bangaloremirror.indiatimes.com/bangalore/civic/bengaluru-we-have-a-problem-its-our-lakes/articleshow/97289067.cms

ได้รับการพูดถึงแล้วในแง่ของความพยายามในการประสานงานของเทคโนโลยีกับการกำกับดูแล ถัดมาคือคำถามเกี่ยวกับขั้นตอนง่ายๆ ที่สามารถจัดทำเป็นการกำหนดกรมธรรม์ได้

มุมไบ: เมืองสูงสุดของอินเดียจากชายฝั่งตะวันตก

ทุกคนที่กล่าวและดำเนินการเล่าเรื่องนี้สามารถนำไปสู่ชายฝั่งตะวันตกของอินเดียโดยมุ่งเน้นไปที่มุมไบ

หนึ่งในเมืองที่แออัดและได้รับผลกระทบอย่างกว้างขวางที่สุดของอินเดียและทั่วโลกจากจำนวนประชากรที่เพิ่มขึ้นและโครงสร้างพื้นฐานสาธารณะที่ส่งเสียงดังเอี๊ยดรวมถึงปัญหาที่อยู่อาศัย

มุมไบแสดงถึงความท้าทายของการพัฒนาเมืองในยุคปัจจุบันโดยไม่ชะลอตัวหรือหย่อนยาน เมืองทางชายฝั่งตะวันตกของอินเดียมีปัญหามากมายที่ต้องแก้ไขโดยเฉพาะอย่างยิ่งเมื่อเมืองนี้เสี่ยงต่อความกดดันด้านประชากรในเมือง

ระดับน้ำทะเลที่สูงขึ้น รวมถึงฝันร้ายของโครงสร้างพื้นฐานที่มีปัญหาที่อยู่อาศัย มุมไบได้เริ่มทำงานในลักษณะสามง่ามแล้ว

ประการแรกมาในรูปแบบของการทวงคืนที่ดินจากทะเลเพื่อสร้างโครงการขนส่งและเกี่ยวข้องกับโครงสร้างพื้นฐานด้วย

สิ่งนี้มีนัยสำคัญในการลดแรงกดดันต่อการขนส่งซึ่งเป็นปัญหามาโดยตลอดเนื่องจากถนนที่ไม่ได้วางแผนไว้ ขาดพื้นที่เปิดโล่ง และการเพิ่มขึ้นของรถยนต์ส่วนตัวบนถนน

นี่คือที่มาของแง่มุมที่สองซึ่งก็คือการผลักดันการขยายตัวเชิงรุกในโครงสร้างพื้นฐานสาธารณะ โดยเฉพาะอย่างยิ่งการคมนาคมขนส่ง

มุมไบต้องเผชิญกับแรงกดดันอย่างหนักต่อเครือข่ายรถไฟท้องถิ่นมาโดยตลอดเนื่องจากผู้คนที่มาจากชานเมืองซึ่งมีแรงกดดันด้านจำนวนประชากรสูงมาก

นี่คือจุดที่การขยายตัวของระบบขนส่งมวลชนแบบด่วนเข้ามามีบทบาทสำคัญและให้ความสำคัญ

ถัดมาคือปัญหาคุณภาพชีวิตคนเมืองในมุมไบซึ่งมีความรุนแรงและสุดโต่งในหล

ายด้าน

มุมไบได้รับการยอมรับอย่างไม่มีใครอยากได้จากการเป็นเจ้าภาพสลัมที่ใหญ่ที่สุ

ดในเอเชีย

นี่คือจุดที่การพัฒนาเมืองและเมืองบริวารมีบทบาทสำคัญในการลดการตั้งถิ่นฐา

นในเมืองและลดการนั่งยองๆ

นาวีมุมไบเป็นตัวอย่างของโครงการดังกล่าวที่มีการจัดการพื้นที่ที่ดีขึ้น

สิ่งอำนวยความสะดวกสาธารณะที่ได้รับการปรับปรุง

และการปล่อยก๊าซเรือนกระจกในเมืองที่ลดลง

การเชื่อมโยงชุมชนเมืองทั้งสองเข้าด้วยกันเป็นก้าวแรกของมุมไบ

โครงการที่คล้ายกันนี้กำลังดำเนินการในเมืองโกลกาตา เดลี

และแม้แต่ในเบงกาลูรู และเมืองอื่นๆ ที่ไม่ได้กล่าวถึงในที่นี้

อินเดียต้องการแสดงตนเป็นมหาอำนาจและเป็นประเทศเกิดใหม่ที่น่าภาคภูมิใจ

อย่างไรก็ตาม การที่สิ่งนั้นจะเกิดขึ้น

ยกเว้นความท้าทายทางการเมืองและเศรษฐกิจสังคมเป็นสิ่งแรก

ที่ต้องให้ความสำคัญคือการทำให้ประชาชนมีคุณภาพชีวิตที่ดี

มาตรฐานการครองชีพหากวัดในแง่ของการครอบครองวัตถุ

สามารถพบได้ในสลัมของดาราวี (สลัมที่ใหญ่ที่สุดในเอเชีย) อย่างไรก็ตาม

หากใครไปเยี่ยมชมห้องนั่งยองๆ

ของพวกเขาที่ยืนอยู่บริเวณขอบเมืองใกล้สนามบิน

พวกเขาเต็มไปด้วยการตั้งถิ่นฐานที่เทียบได้กับประเทศอื่นๆ

ในโลกกำลังพัฒนาที่กำลังต่อสู้กับความยากจนในเมือง

และความท้าทายในเมืองชุดใหม่ที่มาพร้อมกับมัน

รัฐบาลมุมไบและอินเดียจำเป็นต้องและต้องทำงานในระดับหนึ่งเพื่อสร้างเมืองที่

ดีขึ้นหรือให้การเข้าถึงโอกาสของชีวิตที่ดีขึ้นสำหรับคนรุ่นต่อไป

เมืองมุมไบซึ่งได้ชื่อว่าเป็นเมืองสูงสุดเช่นเดียวกับเมืองอื่นๆ ของอินเดีย

ต้องเผชิญกับปัญหาพลเมืองที่อาจไม่รู้สึกว่ามีความรับผิดชอบหรืออาจขาดความรู้หรือเจตนา[6]. เมืองต่างๆ ของประเทศกำลังพัฒนาเผชิญกับปัญหาการมีส่วนร่วมของประชาชนหรือขาดศีลธรรมตลอดจนการศึกษาที่จะมีส่วนร่วม
มุมไบอาจเป็นส่วนหนึ่งของหมวดหมู่นั้นซึ่งอาจกล่าวได้ว่าเป็นเมืองอื่นๆ ในอินเดีย แต่อาจเป็นไปได้ว่าปัญหานี้ในมุมไบอาจเด่นชัดมาก ระเบียบวินัย การมีส่วนร่วมของพลเมืองอย่างแข็งขัน และบทบาทของเทคโนโลยีและการกำกับดูแลมีมาในอินเดียในช่วงเวลาของโควิด 19
นี่คือวิธีที่เรื่องราวของทุกเมืองในอินเดียสามารถดำเนินต่อไปได้แม้ว่าจะมีการคอร์รัปชั่นที่หยั่งรากลึกและปัญหาอื่น ๆ เช่นกัน
ในประเทศที่มีประชากรมากเกินไป เช่น อินเดีย ซึ่งมีงานหรือแหล่งที่มาของงานตั้งอยู่รอบเมืองใหญ่ แรงผลักดันในการตั้งถิ่นฐานใหม่ในเมืองได้รับการเน้นย้ำมากพอแล้ว การจัดสรรทรัพยากรเป็นสิ่งสำคัญสำหรับความท้าทายแห่งศตวรรษที่ 21
อินเดียเป็นประเทศใหญ่ที่มีความท้าทายมากมาย และรายงานฉบับนี้ได้นำเสนอเรื่องราวของเมืองใหญ่สี่เมืองทั่วประเทศ ซึ่งมีประเด็นร่วมกันเกี่ยวกับความกดดันของจำนวนประชากรในเมือง การขาดสิ่งอำนวยความสะดวกด้านการขนส่งสาธารณะ และโครงสร้างพื้นฐานของเมือง
มุมไบเช่นเดียวกับอีกสองที่กล่าวถึงข้างต้นกำลังมุ่งเน้นไปที่เรื่องนี้ แต่ท่ามกลางทั้งหมดนี้

---

[6] https://m.timesofindia.com/city/mumbai/how-planning-and-development-of-mumbai-can-involve-citizens/articleshow/100691710.cms

บทความนี้ไม่ต้องการละทิ้งบทบาทของเทคโนโลยีและการกำกับดูแล มุมไบตามที่กล่าวไว้ก่อนหน้านี้ต้องเผชิญกับความท้าทายมากมายแต่กลับแข็งแกร่งขึ้นอีกครั้ง โครงการใหม่ๆ เช่น โครงการถนนเลียบชายฝั่งที่กำลังจะเปิดในปลายปีนี้ ถือเป็นตัวอย่างสมัยใหม่ของการพัฒนาโครงสร้างพื้นฐานเชิงนวัตกรรมที่จะช่วยลดเวลาในการสัญจร แนวคิดเรื่องความสะดวกในการสัญจรในแง่ของบันทึกข้อมูลการจราจร สิ่งจูงใจ ตลอดจนการลงโทษ ยังมีบทบาทสำคัญในการลดแรงกดดันต่อชีวิตในเมืองอีกด้วย สำหรับการปรับปรุงเขตเมืองใหม่ สลัมธาราวีทั้งหมดกำลังอยู่ระหว่างการก่อสร้างใหม่ในแง่ของการจัดสรรพื้นที่ และได้รับการออกแบบใหม่โดยคำนึงถึงการจัดหาสิ่งอำนวยความสะดวกขั้นพื้นฐาน[7]. สิ่งเหล่านี้เป็นก้าวเล็กๆ และสำคัญในการสร้างประสบการณ์ใหม่ของการใช้ชีวิตในเมืองที่มีการจราจรคับคั่งหนาแน่นทางตอนใต้ของโลก สิ่งนี้นำเราไปสู่จุดสุดท้ายแต่ไม่ท้ายสุดคือเดลีในแง่ของความท้าทายในเมือง

กรุงเดลีและเมืองหลวงอันแสนวุ่นวาย

เดลีเป็นเมืองเก่าซึ่งแสดงถึงประวัติศาสตร์อันยาวนาน แต่ยังเป็นเครื่องเตือนใจถึงชีวิตในเมืองที่ซบเซาและมีประชากรหนาแน่นเกินไป นิวเดลีเป็นเมืองรูปแบบใหม่ที่เกิดขึ้นในฐานะชุมชนเมืองเพื่อจัดการกับวิกฤติการณ์และปัญหาของเมือง

---

[7] https://asia.nikkei.com/Spotlight/Asia-Insight/Mumbai-slum-residents-stand-up-against-Adani-s-redevelopment-plan

เดลีได้รับการจัดอันดับให้เป็นเมืองที่มีมลพิษมากที่สุดในโลกอย่างต่อเนื่องซึ่งเกี่ยวข้องกับขั้นตอนต่างๆ ที่ได้มีการดำเนินการไปแล้ว
แต่ยังไม่ได้รับการพิสูจน์ว่าไม่เพียงพอ การเพิ่มจำนวนรถโดยสารไฟฟ้า
รถโดยสารที่ใช้แก๊สเพื่อลดการปล่อยเชื้อเพลิงฟอสซิล
ยังคงเป็นเรื่องยากที่จะลดจำนวนลง
สิ่งนี้มีความเหมือนกันบางประการกับความหนาแน่นของเมือง
การคมนาคมส่วนตัว และปัจจัยต่างๆ ที่ได้กล่าวถึงก่อนหน้านี้สำหรับเมืองอื่นๆ
อย่างไรก็ตาม เดลีเป็นหนึ่งในเมืองต่างๆ
ของอินเดียที่มีการคมนาคมขนส่งในเมืองที่ยาวที่สุด อย่างไรก็ตาม
ปัญหาที่แท้จริงอยู่ที่การปล่อยก๊าซทางอุตสาหกรรมรวมถึงการปล่อยก๊าซเรือนกระจกที่เกี่ยวข้องกับการเกษตรที่มาจากรัฐใกล้เคียงที่อยู่รอบๆ เดลี
เมื่อพูดถึงเรื่องดังกล่าว
ขอให้เราลองกลับมาเชื่อมโยงกับบทบาทของเทคโนโลยีและการกำกับดูแล
โดยเฉพาะอย่างยิ่งที่เกี่ยวข้องกับปัญหาภาวะโลกร้อน
การเปลี่ยนแปลงสภาพภูมิอากาศ และการจัดการเมือง
เดลีสามารถเป็นตัวอย่างสำคัญของโครงการริเริ่มนี้
และรัฐบาลอินเดียจะมีบทบาทในเรื่องนี้ได้อย่างไร
รัฐบาลเดลีกำลังทำงานร่วมกับรัฐใกล้เคียงเพื่อลดการปล่อยก๊าซเรือนกระจกและทำให้เกิดการเปลี่ยนแปลงนโยบายที่เหมาะสม[8]
เทคโนโลยีสามารถมีบทบาทสำคัญในวิธีที่กล่าวไว้ข้างต้นผ่านการถ่ายภาพเชิงพื้นที่ การทำแผนที่ความร้อน และการนำนโยบายในการติดตั้งเครื่องลดความชื้น เครื่องฟอกอากาศ แม้ว่าสิ่งเหล่านี้จะเป็นโปรแกรมที่ใช้เงินจำนวนมาก

---

[8] https://www.newindianexpress.com/cities/delhi/2023/may/16/experts-brainstorm-on-strategies-to-improve-air-quality-in-delhi-2575552.html

แต่ก็สามารถทำได้ ในความเป็นจริง
ธนาคารโลกได้ให้กู้ยืมเงินบางส่วนเพื่อใช้โครงสร้างพื้นฐานบางอย่างตามบรรทัดเหล่านี้แล้ว บทบาทที่สำคัญอื่นๆ
สำหรับการใช้เทคโนโลยีจะขึ้นอยู่กับคาร์บอนเครดิตและโครงการจูงใจสีเขียวในพื้นที่อุตสาหกรรมรอบๆ เมืองเดลี ซึ่งทำให้แม่น้ำเดลี
เมืองยมุนามีมลพิษอยู่แล้ว
และมีส่วนทำให้เกิดหนึ่งในอากาศที่มีพิษมากที่สุดในโลก
การขาดความคิดริเริ่มในการจัดการกับปัญหาในระดับที่ใหญ่กว่าได้ก่อให้เกิดปัญหามากมาย
ปัญหาหนึ่งของการจัดการขยะในเมืองเป็นอีกเรื่องที่น่าปวดหัวสำหรับเดลีเนื่องจากมีขยะจำนวนมากขึ้นในเขตชานเมืองเดลี
นี่อาจเป็นพื้นที่สำคัญที่บทบาทของเทคโนโลยีและการกำกับดูแลตามหลักฐานเชิงประจักษ์สามารถเป็นประโยชน์ได้
เนื่องจากในเมืองใหญ่อย่างเดลีซึ่งมีความท้าทายหลายประการ
ปัญหาเริ่มต้นจากการขาดการวางแผนและการลงทุน
ในแง่ของการจัดการขยะในประเทศเดียวกัน
เมืองอย่างอินดอร์แม้ว่าจะมีประชากรน้อยกว่าและแออัด
แต่สตาร์ทอัพก็กำลังดำเนินการแยกขยะ
เดลีเป็นหนึ่งในเมืองเหล่านั้นที่ต้องบอกว่าเป็นเวลายืมอย่างแท้จริง
รัฐบาลเดลีในการแย่งชิงระบบราชการกับรัฐบาลกลางได้พลาดการดำเนินนโยบายหลายอย่างที่อาจมีความสำคัญ
บทบาทของเทคโนโลยีและการกำกับดูแลเป็นกุญแจสำคัญในการแก้ปัญหา
แต่ข้อเสนอแนะบนกระดาษเพียงอย่างเดียวคงใช้ไม่ได้ผล
เนื่องจากยังขาดการมุ่งเน้นที่การกำกับดูแลโดยพลเมืองเป็นศูนย์กลาง
เดลีซึ่งเป็นเมืองหลวงของอินเดียต้องเผชิญกับปัญหาทางเศรษฐกิจสังคมและการเมือง

นอกเหนือจากภาวะโลกร้อนและการเปลี่ยนแปลงสภาพภูมิอากาศซึ่งเป็นปัญหาที่แท้จริง
จำเป็นต้องมีแนวทางหลายด้านเพื่อแก้ไขปัญหาความท้าทายในเมืองของอินเดีย
รัฐบาลเดลีพยายามเพิ่มการลงทุนด้านระบบขนส่งสาธารณะและการพัฒนาโครงสร้างพื้นฐานซึ่งยังขาดอยู่
ไม่ต้องพูดถึงประเด็นการปล่อยของเสียทางการเกษตรและการปล่อยของเสียจากอุตสาหกรรมที่ถูกกล่าวถึงนี้
ความกดดันประเภทนี้ต่อเมืองใหญ่บางแห่งยังคงมีอยู่ในบริบทของโลก แต่แรงกดดันด้านประชากรของจีน อินเดีย และเอเชียโดยทั่วไป ทำให้เป็นงานที่ยากยิ่งขึ้น
ในยุคปัจจุบันการปล่อยก๊าซเรือนกระจกต่อหัวของอินเดียยังต่ำกว่าสหรัฐอเมริกาและประเทศตะวันตกอื่นๆ จากยุโรป
เดลีล้มเหลวอย่างต่อเนื่องในความมุ่งมั่นในการสร้างเมืองที่สามารถดำรงอยู่ได้ตามมาตรฐานการครองชีพที่อนุญาต
โดยเฉพาะอย่างยิ่งการเป็นเมืองหลวงของอินเดียและสำนักงานใหญ่ของรัฐบาลในการบริหาร ได้รับการพิสูจน์แล้วว่าเป็นภาพโปสเตอร์ของเมืองที่ล้มเหลว
และแม้ว่าเมืองที่มีการวางแผนไว้รอบๆ
เมืองหลวงของประเทศอินเดียซึ่งมีศูนย์กลางอยู่ที่เดลี เช่น นอยดา และจันดิการ์ ได้เกิดขึ้นแล้ว แต่ปัญหาในการสร้างเมืองเดลีที่ยั่งยืนยังขาดอยู่[9]
ความหวังสำหรับอนาคตระดับโลกที่ยั่งยืนโดยมีอินเดียเป็นผู้นำจากเอเชียสู่โลก:
ดังนั้นจึงอาจกล่าวได้ว่าความท้าทายหลายประการจะเกิดขึ้นในอนาคตอันใกล้นี้ การศึกษาของอินเดียเน้นถึงความท้าทายของการวางผังเมือง

---

[9] https://scroll.in/article/1036752/state-pollution-control-boards-in-india-neither-have-enough-staff-nor-expertise

ทั่วโลกจะต้องมารวมตัวกันและโดยเฉพาะอย่างยิ่งประเทศในเอเชียจำเป็นต้องริเริ่มที่เข้มแข็งขึ้นเพื่อสิ่งเดียวกัน แม้ว่าแม้แต่ทวีปอื่นๆ ในแอฟริกา โดยเฉพาะภูมิภาค Sahel ก็ต้องเผชิญกับภัยแล้งอย่างรุนแรง และป่าฝนอเมซอนในบราซิลก็ยังเผชิญกับการทำลายล้างเนื่องจากไฟป่า ทวีปที่ครองมนุษยชาติ $^{2/3}$ จำเป็นต้องมีบทบาทสำคัญ และท่ามกลางประเทศที่มีประชากรมากที่สุดอย่างอินเดียและประเทศเพื่อนบ้านประเทศจีน

ประเทศที่มีประชากรมากที่สุดเป็นอันดับสองก็มีบทบาทสำคัญเช่นนี้ การวางผังเมืองอัจฉริยะ การจัดการระบบนิเวศแม่น้ำ เช่น **โครงการ Nawami Gange (การฟื้นฟูแม่น้ำคงคา)**[10] UN จัดให้เป็นหนึ่งในโครงการ 10 อันดับแรกที่เกี่ยวข้องกับการพัฒนาที่ยั่งยืนในโลก ที่สามารถเป็นสัญญาณแห่งการเปลี่ยนแปลงได้ ความท้าทายจะเข้มข้นขึ้น และรัฐบาลเพียงลำพังไม่สามารถมีบทบาทได้ ความต้องการของประชาชนจะต้องดำเนินการเชิงรุกมากขึ้น เนื่องจากภาระของโลกที่กำลังจะมาถึงจะมาถึงสามประเทศที่มีประชากรมากที่สุดในรูปแบบของจีน อินเดีย และสหรัฐอเมริกา ดังนั้น อินเดียภายใต้โครงการที่มีความทะเยอทะยานในปัจจุบันที่เกี่ยวข้องกับการปกป้องสิ่งแวดล้อมและการพัฒนาที่ยั่งยืนจึงมาพร้อมกับความคิดริเริ่มเช่น LIFE **(ไลฟ์สไตล์เพื่อสิ่งแวดล้อม)**[11] และพันธมิตรพลังงานแสงอาทิตย์นานาชาติ

---

[10] https://avenuemail.in/global-recognition-to-namami-gange-programme/

[11] https://www.thehindu.com/news/national/pm-modi-launch-mission-life-presence-un-secretary-general-antonio-guterres/article66035847.ece

(ISA)

[12] ความคิดริเริ่มทั้งสองนี้ควบคู่ไปกับการผลักดันของรัฐบาลให้ลดการใช้เชื้อเพลิงฟอสซิลสำหรับรถยนต์และแทนที่ด้วยเชื้อเพลิงชีวภาพ เช่น เอทานอลที่ทำจากกากอ้อย นอกจากนี้ยังมีการผลักดันให้มีการนำรถยนต์ไฟฟ้า **มาใช้ภายใต้** FAME (Faster Adoption and Manufacturing of Electric and Hybrid Vehicles)[13] โครงการ แม้ว่ารถยนต์ไฟฟ้ายังไม่ได้รับการพิสูจน์อย่างแน่ชัดว่าสามารถลดระดับมลพิษได้ แต่ก็ยังเป็นขั้นตอนทีละขั้นตอนสู่เป้าหมายอันทะเยอทะยานในการลดการปล่อยก๊าซเรือนกระจกให้เป็นศูนย์ภายในปี 2513 สำหรับประเทศอย่างอินเดีย นี่ถือเป็นเรื่องใหญ่ และแม้ว่าจะดูตัวเลขการปล่อยก๊าซเรือนกระจกในปัจจุบัน แต่ก็ถือว่าต่ำที่สุดในบรรดาประเทศใหญ่ๆ ในด้านต่อหัว และเป็นหนึ่งในประเทศเดียวเท่านั้นที่สอดคล้องกับเป้าหมายที่ตั้งไว้สำหรับ **เป้าหมายการพัฒนาที่ยั่งยืนในปี 2573** . หนทางยังอีกยาวไกล แต่อินเดียแม้ในสมัยโบราณก็ยังมีความรู้และแนวความคิดในการใช้ทรัพยากรที่ยั่งยืนและย่อยสลายได้ทางชีวภาพ เช่น ก๊าซหุงต้มจากมูลวัวที่มีชื่อว่าก๊าซขยะชีวภาพที่มีความสวยงามมากกว่า อินเดียกุมอำนาจของโลกปัจจุบันและอารยธรรมของมนุษย์ร่วมสมัยให้ก้าวไปข้างหน้า เทคโนโลยีสะอาดและสตาร์ทอัพเกษตรที่เข้ามาจากเมืองเล็กๆ

---

[12] https://www.pv-magazine-india.com/2023/06/15/india-france-discuss-isa-priorities-for-accelerating-global-energy-transition/

[13] https://m.timesofindia.com/business/budget/govt-budgets-for-green-growth-but-experts-call-it-inadequate-to-tackle-air-pollution/articleshow/97559795.cms

ของอินเดียกำลังพยายามให้ความช่วยเหลือในการแก้ปัญหาความท้าทายในอนาคต นี่คือวิธีที่ภาพรวมของอินเดียที่ก้าวไปข้างหน้าในศตวรรษที่ [21] พยายามสร้างความสมดุลระหว่างความต้องการที่มุ่งหวังของประเทศที่กำลังพัฒนาอย่างรวดเร็วกับความท้าทายในการรักษาการพัฒนาที่ยั่งยืน
นี่เป็นสถานการณ์ที่จับต้องได้ [22]
ประการที่อินเดียมีดินแดนและชาติพันธุ์ที่หลากหลาย
นอกเหนือจากความเป็นจริงทางภูมิศาสตร์ คานธีเคยกล่าวไว้ว่า "
เรามีเพียงพอสำหรับความต้องการของทุกคน
แต่ไม่ใช่สำหรับความโลภของใครเพียงคนเดียว "
ปรัชญาคานธีนี้ไม่เพียงแต่ต้องปฏิบัติตามโดยอินเดียเท่านั้น
แต่ยังต้องปฏิบัติตามโดยทุกประเทศ
แต่ที่สำคัญที่สุดคืออินเดียด้วยเหตุผลที่กล่าวมาข้างต้น
เขียนให้สั้นและสรุปได้ในที่สุดว่านี่คือรายงานที่มีโครงสร้างการเล่าเรื่องแบบสะท้อน
และทิศทางในอนาคตของรายงานสามารถย้อนกลับไปในประเด็นเหล่านี้ที่กล่าวถึง
และก้าวไปข้างหน้าด้วยข้อมูลเชิงประจักษ์เพื่อพิสูจน์และหักล้างในขอบเขตของการเล่าเรื่องของรายงานผ่านการค้นพบเชิงประจักษ์

หน่วยที่ 2: เอเชีย

เอเชียและมิติต่างๆ
ที่เพิ่มขึ้นของโลกาภิวัตน์เพื่อการบูรณาการทางเศรษฐกิจ

การแนะนำ

แนวคิดเรื่องเวลาที่ถูกแบ่งออกเป็นยุคสองครั้งในรูปแบบของคริสตศักราชและคริสตศักราชแพร่หลายอยู่บนพื้นฐานของพระชนม์ชีพของพระเยซูคริสต์ พระเมสสิยาห์อันโดดเด่นซึ่งได้แบ่งประวัติศาสตร์โลกออกเป็นสองเขตที่แตกต่างกัน คนหนึ่งก่อนการประสูติของพระคริสต์ และอีกคนหนึ่งหลังจากการสิ้นพระชนม์ของพระองค์ ขณะนี้
การระบาดใหญ่ของ covid19 ทั่วโลกอาจถูกมองในลักษณะเดียวกันทุกประการ สิ่งหนึ่งที่เราสามารถมองในลักษณะเดียวกันได้คือโลกที่มีอยู่ก่อนการระบาดของ covd19
และอีกโลกหนึ่งซึ่งขณะนี้เรายังอยู่ในกระบวนการและกำลังมองหาช่วงเวลาที่อาจถือได้ว่าเป็นสิ่งที่หลังโควิด 19 (Yunling, 2015)
นี่คือจุดที่แนวคิดเกี่ยวกับการเมือง เศรษฐกิจ และสังคมระดับโลกได้รับการเปลี่ยนแปลงในกระบวนการของการแพร่ระบาดของโควิด 19
ในโลกที่มีการบูรณาการจำนวนมากและโลกาภิวัตน์ได้ก้าวไปอย่างรวดเร็ว ยังคงมีช่องโหว่ขนาดใหญ่หลงเหลืออยู่ ทุกวันนี้
ในช่วงเวลาของการระบาดใหญ่ที่ไม่คาดฝัน การเมืองโลก เศรษฐกิจ การค้า และสังคมที่เกี่ยวข้องก็เปลี่ยนแปลงไปเช่นกัน
อาจเป็นที่ถกเถียงกันอยู่ว่าโลกเผชิญกับโรคระบาดซึ่งอาจเรียกได้ว่าเป็นโรคระบาดหากองค์การอนามัยโลกดำรงอยู่ตั้งแต่สมัย *กาฬโรค* ในศตวรรษที่ [15]
จนกระทั่ง *ไข้หวัดสเปน* ในศตวรรษที่ [20] อย่างไรก็ตาม

เนื่องจากโลกทุกวันนี้ไม่เพียงแต่มีประชากรมากขึ้นเท่านั้น
แต่ที่สำคัญที่สุดคือมีความเชื่อมโยงกันมากขึ้น
ผลกระทบจะขยายวงกว้างโดยไม่มีการพูดเกินจริง
แนวคิดของบทความนี้คือการทำความเข้าใจว่า
"นีโอเรียลลิสม์คือความสมจริงแบบใหม่ที่ขับเคลื่อนไปทั่วเอเชีย" หรือไม่
เป็นคำถามสำคัญที่อิงจากรายงานที่กำลังจัดทำอยู่
โลกหลังการระบาดใหญ่และแนวโน้มใหม่ๆ
ในเอเชียที่กำลังจะมาถึงในฐานะผู้เล่นที่สำคัญที่สุดของสองประเทศ BRICS
คือจุดที่บทความนี้จะเจาะลึกลงไป

โลกเหนือกับโลกใต้

วิกฤต covid19
ถือกำเนิดขึ้นในยุคโลกาภิวัตน์ที่ล่มสลายไปแล้วหากยังไม่พังทลายลงอย่างสิ้นเชิง[14]. มีหลายครั้งที่โลกต้องเผชิญกับความท้าทายหลายอย่างในเวลาเดียวกัน
สงครามโลกหรือโรคระบาดควบคู่ไปกับภาวะเศรษฐกิจถดถอย
ความตึงเครียดทางสังคมได้แพร่กระจายไปทั่วประวัติศาสตร์โลก อย่างไรก็ตาม
มีคำถามเกิดขึ้นว่าโลกในช่วงเวลาแห่งความขัดแย้ง
ในด้านหนึ่งมีขีดจำกัดของโลกาภิวัตน์ที่กำลังมาถึง และการแยกส่วนอื่นๆ
บนพื้นฐานของความไม่ไว้วางใจและความสงสัย หากไม่เคยเกิดขึ้นมาก่อน
ถือเป็นสิ่งใหม่ในยุคร่วมสมัยอย่างแน่นอน โควิด 19
เป็นหนึ่งในช่วงเวลาแห่งการทำลายอุปสรรคและสร้างบทใหม่ในโลกที่แบ่งแยก
ระหว่างภูมิศาสตร์การเมืองของ "วาระการพัฒนาโลกเหนือกับโลกใต้"
และ/หรือ

"การปะทะกันทางเศรษฐกิจและสังคมและวัฒนธรรมของภาคตะวันออกของโล

---

[14] (Steven A. Altman, 2020) "Covid19 จะมีผลกระทบต่อโลกาภิวัฒน์อย่างยั่งยืนหรือไม่?

ก ต่อต้านตะวันตก" ในระหว่างทั้งหมดนี้ มีคำถามสำคัญที่ต้องถูกถามว่าความรับผิดชอบที่ไม่เพียงแต่จะนำโลกด้วยอำนาจที่มีอำนาจเหนือกว่าแต่เพียงผู้เดียวเท่านั้น แต่ยังรวมไปถึงการรวมตัวกันของอำนาจในตำแหน่งส่วนรวม (Chee, 2015)

นอกจากนี้ยังมีส่วนขยายของแนวคิดนี้ว่าจะมีการทบทวนพลวัตหรือการแก้ไขที่เกิดขึ้นในควอแดรนท์ระดับโลกที่แบ่งทั่วโลกในภาคเหนือเทียบกับภาคใต้และตะวันออกเทียบกับตะวันตก

มันเป็นความท้าทายที่อาจไม่สามารถพบกับความเย่อหยิ่งและความหยิ่งยโสของตะวันตก แต่อาจไม่สามารถบรรลุถึงระเบียบโลกใหม่ได้

กรอบทฤษฎี

กรอบทางทฤษฎีสำหรับบทความนี้มีพื้นฐานอยู่บนแนวคิดเรื่อง "การแบ่งเขตดินแดน"

วิธีที่ประเทศอินเดียและจีนใช้แนวคิดในการปกป้องอธิปไตยของตนเองเป็นส่วนหนึ่งของบทความนี้

อีกสองแง่มุมที่กำลังพยายามนำเสนอบทความนี้คือแนวคิดเรื่องการลดดินแดนและการเปลี่ยนดินแดนใหม่ ซึ่งเป็นการสูญเสียดินแดนทั้งทางกายภาพ เศรษฐกิจ หรือวัฒนธรรม

และอีกประการหนึ่งคือกระบวนการในการฟื้นคืนดินแดนเดียวกันในดินแดนที่ไม่มีอิทธิพลอยู่ที่นั่น อ่อนแอลงหรือสูญหายไปทั้งทางกายภาพ เศรษฐกิจสังคม และวัฒนธรรม

บูรณาการทางเศรษฐกิจ

คำถามที่สำคัญที่สุดคือเกี่ยวกับแนวทางทางเศรษฐกิจและการเมืองของการบูรณาการระดับโลก

แนวคิดนี้เป็นเรื่องเกี่ยวกับวิธีที่การแพร่ระบาดทั่วโลกในปัจจุบันได้ก่อให้เกิดการเปลี่ยนแปลงครั้งใหญ่ทางเศรษฐกิจและสังคมและผลที่ตามมา ตอนนี้

ถ้าเราจำกัดแนวทางของระบบโลกนี้ให้แคบลง
ก็ให้เราจำกัดให้แคบลงไปยังทวีปที่อยู่ตรงกลางของสถานการณ์ระดับโลกเกี่ยวกับการเปลี่ยนแปลง
ทวีปที่อยู่ท่ามกลางพายุแห่งการเปลี่ยนแปลงของคลื่นโรคระบาด
น่าจะเป็นทวีปเอเชีย (Zhao, 2020)
ทวีปเอเชียมีประวัติศาสตร์อันยาวนานและอยู่ในแถวหน้าของเรื่องราวทางวัฒนธรรมและการเมืองระดับโลกมาเป็นเวลานาน
หากเรามองย้อนกลับไปในประวัติศาสตร์ของอารยธรรมมนุษย์ทั่วโลก
ไม่ว่าจะเป็นอารยธรรมเก่าอย่าง *แม่น้ำสินธุ เมโสโปเตเมีย สุเมเรียน จีน และแม้แต่อารยธรรมอียิปต์*
เมื่อพิจารณาว่าอียิปต์เป็นส่วนขยายของเอเชียตะวันตก
คงจะชัดเจนว่ามีทวีปเอเชียเป็น แสงสว่างแห่งความก้าวหน้าของอารยธรรมโลก
มีเพียงอารยธรรมกรีกและโรมันเท่านั้นที่มองเห็นได้ว่าถือกำเนิดมาจากโลกตะวันตก แม้แต่ในด้านวัฒนธรรม ไม่ว่าจะเป็น *ญี่ปุ่น จีน อินเดีย เปอร์เซีย อาหรับ ตุรกี และแม้แต่รัสเซีย*
ซึ่งทำหน้าที่เป็นสะพานข้ามไปทางตะวันตกจากทางตะวันออกหรือเอเชีย
พิสูจน์ความจริงที่ว่าทวีปเอเชียเป็นหนึ่งใน
ปัจจัยสำคัญในการขับเคลื่อนวัฒนธรรมของอารยธรรมมนุษย์
เอเชียจึงมีความสำคัญของตนเองอย่างชัดเจน
    เมื่อพูดถึงเอเชีย ภูมิภาคของ *เอเชียตะวันตก*
ซึ่งถูกเรียกว่าเป็นอาณานิคมเนื่องจาก *ตะวันออกกลาง*
มีมิติที่สำคัญมากในการเล่น
ที่นี่เป็นหนึ่งในภูมิภาคยุทธศาสตร์ที่สำคัญที่สุดของโลกและแน่นอนในเอเชียที่มหาอำนาจตะวันตกยังคงพัวพันอยู่ การต่อสู้เพื่อความยุติธรรม ประชาธิปไตย และการพัฒนาชีวิตของประชาชนมีการต่อสู้ของตัวเอง
ในช่วงเวลาของการแพร่ระบาด เกิดความไม่สงบในเลบานอน

ความกังวลเกี่ยวกับปาเลสไตน์และภัยคุกคามทางเศรษฐกิจที่เกิดขึ้นพร้อมกับความกังวลและความล่าช้าเกี่ยวกับความล่าช้าของงาน *Dubai World Expo 2020* ซึ่งปัจจุบันถูกเลื่อนออกไปเป็นปี 2021 และแม้แต่ ฟุตบอลโลกกาตาร์ 2022 ดังนั้นพื้นที่ทางตะวันตกของเอเชียซึ่งเชื่อมต่อกับยุโรป แอฟริกา และเอเชียจึงมีบทบาทในห่วงโซ่อุปทานที่สำคัญมากเช่นกัน การคว่ำบาตรอิหร่านหรือการเมืองภายในของซาอุดิอาระเบียโดยเฉพาะอย่างยิ่งในปัจจุบันอาจเป็นหายนะได้ ความตึงเครียดในประเด็นอิสราเอล-ปาเลสไตน์[15] เศรษฐศาสตร์ที่เปราะบางของจอร์แดน นอกเหนือจากเลบานอน และแน่นอนว่าอิรัก-ซีเรียที่ได้รับความเสียหายบนเส้นทางการฟื้นฟูที่ไม่รู้จัก เป็นปัญหาเร่งด่วนที่สุดบางประเด็นที่ไม่มีวิธีแก้ปัญหาในระยะยาว และมีแต่จะทำให้เรื่องแย่ลงเท่านั้นที่โรคระบาดใหญ่ทั่วโลกอยู่ที่นี่ เมื่อพูดถึงภัยพิบัติและการแพร่ระบาดทั่วโลก วิกฤตด้านมนุษยธรรมที่เลวร้ายที่สุดคือเยเมน ณ ขณะนี้ แต่ความท้าทายในตะวันออกกลางยังไม่สิ้นสุด นี่คือเวลาที่โลกจะต้องเปลี่ยนโฉมใหม่ต่อส่วนนี้ของโลก[16]

คำถามคือก่อนที่บทความนี้จะพยายามเจาะลึกเอเชียให้มากขึ้น และเจาะลึกเกี่ยวกับเอเชียตะวันตกและส่วนอื่นๆ ของเอเชีย จะต้องเข้าใจเอเชียและเหตุใดจึงมีความสำคัญ การเมืองเอเชียและโลกปัจจุบันน่าจะเชื่อมโยงกันมากกว่าทวีปอื่นๆ ในโลก หากเราดูทวีปอื่นๆ จากยุโรป

---

[15] (Daniel Avelar และ Bianca Ferrari, 2018)
"อิสราเอลและปาเลสไตน์เป็นเรื่องราวของลัทธิล่าอาณานิคมสมัยใหม่"
[16] (Navdeep Suri และ Kabir Taneja, 2020) เข้าถึงได้จาก The Hindu.com:
"ในวิกฤตโรคระบาดที่เชื่อมระหว่างอ่าวไทยกับเอเชียตะวันตก"

ซึ่งสหภาพยุโรปในตัวมันเองเป็นสหภาพที่กำลังปิดตัวลงในแง่ทั่วไป
ไม่ต้องพูดถึง Brexit ซึ่งขณะนี้เป็นกระบวนการที่เสร็จสิ้นแล้ว
ไกลออกไปในมหาสมุทรแอตแลนติกยังมีทวีปอเมริกาอยู่
แนวรบด้านเหนือมีสหรัฐอเมริกาซึ่งได้รับผลกระทบจากวิกฤต cov19
อย่างแน่นอน
สหรัฐอเมริกาได้รับการจัดอันดับให้เป็นประเทศที่ดีที่สุดในแง่ของการเตรียมพร้อมรับมือโรคระบาด แต่ในโลกแห่งความเป็นจริง
ผู้ที่ถูกกล่าวหาว่าเป็นผู้พิทักษ์โลกเสรีกำลังดิ้นรนเพื่อควบคุมโควิด 19
ในทางกลับกัน มีแคนาดาที่ไม่เคยเป็นผู้เล่นระดับโลกมาก่อน
แต่ในแง่ของมาตรฐานคุณภาพชีวิตในประเทศ
พวกเขายังคงรักษาตำแหน่งของตนไว้ได้ แม้ในช่วงที่มีการระบาดใหญ่ของ Covid-19
แม้ว่าแคนาดาจะต้องทนทุกข์ทรมานในตอนแรกก็สามารถกลับมาดำเนินการได้

สำเร็จด้วยจำนวนประชากรที่ลดลงและมาตรการอื่น ๆ.[17]
.สุดท้ายแต่ไม่ท้ายสุดบนแผ่นดินใหญ่ของทวีปอเมริกาเหนือยังมีเม็กซิโกซึ่งยังคงเป็นเศรษฐกิจเกิดใหม่
แต่รายล้อมและล้อมรอบด้วยแคนาดาและสหรัฐอเมริกาที่เจริญรุ่งเรืองและทรงอำนาจตามลำดับ
ไม่ต้องพูดถึงบทบาทของตนในการเมืองโลกได้รับผลกระทบอย่างรุนแรงเนื่องจากการกล่าวถึงสองประเทศ (Velasco, 2018)

---

[17] (Raluca Bejan และ Kristina Nikolova, 2020) เข้าถึงจากมหาวิทยาลัย Dalhousie
"แคนาดาเปรียบเทียบกับประเทศอื่นๆ ในเรื่องเคสและการเสียชีวิตของ covid19 ได้อย่างไร"

ในตอนปลายของทวีปอเมริกาเหนือและก่อนการเริ่มต้นของทวีปอเมริกาใต้เป็นส่วนเล็กๆ ของอเมริกากลาง
ภูมิภาคเช่นอนุทวีปอินเดียแต่มีขนาดเล็กกว่ามากซึ่งแบ่งแยกระหว่าง "Banana Republics"
ที่ยากจนและข้อยกเว้นอยู่ในรูปแบบของปานามาที่เติบโตขึ้นเนื่องจากเงินของสหรัฐฯ ในการแพร่กระจายออกไป มีทะเลแคริบเบียนที่เกาะบางแห่งติดอยู่ในร่อง เช่น เฮติ หรือคิวบาที่หลงทาง
และอีกเกาะหนึ่งกำลังเจริญรุ่งเรืองแม้ว่าจะถูกคุกคามเนื่องจากการแพร่ระบาด เช่น สาธารณรัฐโดมินิกัน บาฮามาส เป็นต้น
คำถามอาจถูกถามต่อไปว่าเหตุใดและอย่างไรสิ่งเหล่านี้จึงมีความสำคัญในบริบทระดับโลก ว่าจะได้คำตอบทีหลัง
ตอนนี้เคลื่อนตัวไปทางทิศใต้สู่ตอนใต้ของอเมริกาซึ่งเมื่อก่อนเคยเป็นความหวังใหม่ของลัทธิสังคมนิยมและสังคมที่เท่าเทียมในส่วนที่กำลังเติบโตของโลก
สังคมที่บาดแผลเก่าของลัทธิล่าอาณานิคมและแม้แต่อารยธรรมที่เก่าแก่และความคิดของพวกเขาสามารถนำมาวางเทียบเคียงกับบทบาทอันยิ่งใหญ่ของอเมริกาใต้ได้ อย่างไรก็ตาม
ตั้งแต่วิกฤตค่าเงินอาร์เจนตินาไปจนถึงความอดอยากและการเร่ร่อนออกจากบราซิลไปจนถึงความเสื่อมโทรมที่ยาวนานยิ่งขึ้นได้ทำให้อเมริกาใต้ล้มเหลว
ความคาดหวังต่อสองประเทศใหญ่ในรูปแบบของอาร์เจนตินาและบราซิลถึงแม้จะมีการแข่งขันกันถือเป็นความหายนะ แม้ว่าประเทศต่างๆ เช่น เปรู ชิลี แม้จะมีปัญหาเพิ่มขึ้นทางเศรษฐกิจ
แต่ความเจริญรุ่งเรืองของพวกเขาแทบจะไม่มีความสำคัญในแง่ของผลกระทบที่จะเกิดขึ้นกับละตินอเมริกา

แนวความคิดทางตอนเหนือและตอนใต้ของอเมริกา
รวมถึงตอนกลางและแคริบเบียน ข้ามประเทศต่างๆ มากมาย รวมถึงบทบาทแรงบันดาลใจ ความสำเร็จ และความล้มเหลวของแต่ละประเทศ

ตอนนี้ถ้าเรากลับมาสู่เอเชียและที่สำคัญที่สุดในภาคตะวันตกของเอเชียเรียกว่าตะวันออกกลางตั้งแต่สมัยอาณานิคม (Ramadhan, 2018) อย่างไรก็ตาม เช่นเดียวกับบทความในที่นี้ที่กล่าวถึงอเมริกา แม้ว่าโดยสรุปแล้ว ประเด็นหลักของบริบทคือการดึงความสนใจว่าเอเชียมีบทบาทที่สำคัญอย่างหนึ่งของโลกอย่างไรและทำไม ตอนนี้กลับมาที่ตะวันออกกลาง ภูมิภาคนี้มีบทบาทสำคัญในการเล่นเนื่องจากเป็นจุดติดต่อหลักที่ยังคงผูกมัดภูมิภาคเอเชียในแง่ของความมั่นคงกับตะวันตกเป็นหลัก เอเชียตะวันตกได้เห็นการเปลี่ยนแปลงครั้งใหญ่ในแง่ของประเทศที่มีพรมแดนปลอมที่ซับซ้อนมากขึ้นกับระบอบอาณานิคม มาถึงประเด็นสำคัญของการปกครองและประชาธิปไตย ภูมิภาคที่มีความสำคัญไม่เพียงแต่สำหรับเอเชียเท่านั้น แต่ยังรวมถึงโลกทั้งโลกในแง่ของความเกี่ยวข้องด้วย ดังนั้น เอเชียตะวันตกจึงเป็นภูมิภาคที่สำคัญของโลกมาโดยตลอด และธรรมชาติอันวุ่นวายของเอเชียได้ขับเคลื่อนโลกในแง่ของภูมิศาสตร์การเมืองด้วยเช่นกัน บัดนี้คำถามยังคงอยู่ว่า ภูมิภาคซึ่งเป็นศูนย์กลางของความวุ่นวายนับตั้งแต่ครั้งประวัติศาสตร์จะก้าวไปข้างหน้าด้วยสันติภาพและความเจริญรุ่งเรืองร่วมกันได้อย่างไร ไม่มีคำตอบง่ายๆ สำหรับคำถามนี้ซึ่งมีความขัดแย้งเกิดขึ้นในประวัติศาสตร์ เอเชียตะวันตกมีความขัดแย้งทางประวัติศาสตร์ซึ่งประกอบไปด้วยการเมืองพลังงาน การทาบทามอาณานิคม มหาอำนาจของยุโรปซึ่งเข้ามาและครอบงำประเทศต่างๆ ในปัจจุบันได้กลายเป็นประเทศที่เป็นอิสระและภาคภูมิใจในสิทธิของตนเอง อย่างไรก็ตาม โลกในตะวันออกกลางถูกแบ่งแยกตามแนวทางการแบ่งแยกนิกาย การแบ่งแยกทางศาสนาที่คอยผลักดันเสียงของประชาชนที่อยู่เบื้องหลังอยู่เสมอ สถานการณ์ถูกควบคุมโดยเผด็จการที่บริหารประชาชนทั้งทางศาสนา ความคิดเห็นทางการเมือง ฯลฯ

สิ่งเหล่านี้เป็นคุณลักษณะที่อนุญาตให้มีการแทรกแซงจากภายนอกมาโดยตลอด โดยเฉพาะอย่างยิ่งในรูปแบบของมหาอำนาจทั้งสองของโลกในรูปแบบของสหรัฐอเมริกาและรัสเซีย ศตวรรษที่ได้รับการขนานนามว่าเป็นศตวรรษแห่งเอเชีย และในช่วงสองทศวรรษที่ผ่านมา
เอเชียได้ดำเนินไปในทางที่จะทำให้เป็นจริงอย่างแน่นอน อย่างไรก็ตาม
จำเป็นต้องมองว่าเอเชียตะวันตกเป็นก้าวแรกสำหรับความสามัคคีของเอเชีย
ภูมิภาคเอเชียตะวันตกที่มีประเทศที่ได้รับความเสียหายจากสงคราม
และสนามรบสำหรับสงครามตัวแทนระหว่างมหาอำนาจอิสลามสองแห่งในเอเชีย ไม่ได้เป็นลางดีสำหรับทวีปนี้
เส้นทางพลังงานและความสำคัญของภูมิภาคไม่ใช่สำหรับเอเชียและโลกเท่านั้นที่อยู่ที่นั่น[18]
ภูมิภาคที่มีประเทศที่ร่ำรวยที่สุดในโลกได้กลายเป็นหนึ่งในภูมิภาคที่มีผู้ลี้ภัยที่มีมนุษย์มากที่สุดโดยเฉพาะอย่างยิ่งในยุโรป
นี่เป็นคำถามที่ใหญ่ที่สุดบางข้อที่ต้องพิจารณาและจัดเรียง
แม้ว่าจะต้องใช้เวลาสักระยะก็ตาม

การรวมตัวทางเศรษฐกิจของเอเชีย

ตอนนี้ถ้าเราย้ายไปยังส่วนอื่นๆ ของเอเชีย มันก็อาจเป็นเอเชียกลาง
เนื่องจากเป็นสะพานเชื่อมยุโรปกับเอเชีย
และไม่ต้องพูดถึงว่านี่เป็นสนามหลังบ้านของรัสเซีย
เอเชียกลางมีความสงบมากขึ้นแม้ว่าจะมีพลังงานมากก็ตาม
ไม่ต้องพูดถึงว่ามีความขัดแย้งทางการเมืองหรือแสดงให้เห็นความแข็งแกร่งทางการทหาร

---

[18] (F. Rizvi, 2011) เข้าถึงได้จาก onlinelibrary.wiley.com
"เหนือจินตนาการทางสังคมของการปะทะกันของอารยธรรม"

แต่ความสมดุลทางการเมืองมีผลดีต่อรัสเซียมากจนแทบจะไม่สร้างความแตกต่างให้กับโลกเลย ในแง่ของความสำคัญสำหรับเอเชีย ภูมิภาคเอเชียกลางเคยเป็นศูนย์กลางการค้าผ้าไหมที่สำคัญ และจากนั้นระบอบการปกครองของสหภาพโซเวียตก็กลายเป็นแหล่งรวมของการเมืองพลังงาน
รัสเซียพยายามที่จะรักษาภูมิภาคนี้ให้อยู่ในการควบคุมและแม้กระทั่งในเชิงรุก ในปี 2008 จอร์เจียถูกโจมตีโดยรัสเซีย
แต่โลกก็ยังเงียบสงบเช่นเดียวกับประเทศเพื่อนบ้านในจอร์เจีย
ในช่วงเวลาปัจจุบันของวิกฤต covdi19
เอเชียกลางได้รับผลกระทบค่อนข้างน้อย และประเทศต่างๆ เช่น เติร์กเมนิสถาน ก็อยู่ในโหมดสถานการณ์ปกติแล้ว
ตอนนี้มีคำถามเกิดขึ้นว่าเอเชียกลางมีความสำคัญมากกว่าที่เคยหลังระบอบการปกครองของสหภาพโซเวียต คำตอบคือใช่แต่ยังคงอยู่ภายใต้อิทธิพลของรัสเซีย นั่นทำให้เอเชียส่วนนี้กลายเป็นผู้เล่นที่สำคัญมากในการเมืองโลก (Foreign Policy, 2020)
แนวคิดสำหรับภูมิภาคในเอเชียกลางคือการพัฒนาภูมิภาคของตนต่อไปในขณะเดียวกันก็สร้างสมดุลให้กับรัสเซีย สาเหตุนี้อาจเกิดจากบางประเทศ เช่น อาเซอร์ไบจาน ในขณะที่ประเทศอย่างคาซัคสถาน อุซเบกิสถาน ยังคงยึดอำนาจอธิปไตยไว้

คำถามคือสิ่งที่ทำให้ภูมิภาคเอเชียกลางมีความสำคัญมาก และอะไรคือขั้นตอนที่สามารถดำเนินการได้เพื่อความเจริญรุ่งเรืองและความร่วมมือภายในเอเชีย นั่นจะทำให้ประเทศในเอเชียกลางเหล่านี้ต้องมารวมตัวกันแม้ว่าพวกเขาจะเป็นส่วนหนึ่งของ *สหภาพยูเรเชียน* และ *องค์กรความร่วมมือเซี่ยงไฮ้*
ทั้งสององค์กรนี้ก็แสดงข้อเสนอที่แตกต่างออกไปโดยสิ้นเชิง

อดีตเป็นเหมือนสหภาพที่ออกแบบมาเพื่อให้รัสเซียรับผิดชอบ
ในขณะที่ฝ่ายหลังเป็นแบบพหุภาคีมากกว่าและมีผู้เล่นหลายคน ซึ่งรวมถึงจีน
อินเดีย ปากีสถาน และแน่นอนว่ารัสเซียด้วย ดังนั้น
นี่จึงเป็นเวทีที่อาจพิจารณาใช้เอเชียกลางเพื่อสร้างโครงการ โครงสร้างพื้นฐานด้า
นพลังงานเป็นก้าวแรก นั่นถือได้ว่าเป็นเวทีแรก
และนี่คือจุดที่ความเจริญรุ่งเรืองร่วมกันของเอเชีย
โดยเฉพาะอย่างยิ่งในเรื่องความมั่นคงด้านพลังงาน
แม้จะเล่นเกมการเมืองที่แท้จริงก็ตาม
ประเทศในเอเชียกลางส่วนใหญ่ไม่ได้ดำเนินการตามระบอบประชาธิปไตยหรือเ
ป็นประชาธิปไตยหลอก อย่างไรก็ตาม เพื่อป้องกันความไม่สงบออกไป
ทุกอย่างขึ้นอยู่กับการพัฒนาให้ดำเนินต่อไป ในแง่ของความเจริญรุ่งเรือง
มีบางประเทศที่อยู่ข้างหน้า
แต่บางประเทศในเอเชียกลางยังคงมีการพัฒนามนุษย์ต่ำ ซึ่งประเทศต่างๆ เช่น
อินเดีย แม้จะมีความท้าทายในการพัฒนามนุษย์ก็ตาม
ไม่ต้องพูดถึงจีนได้ลงทุนในละแวกใกล้เคียงของตนแล้ว
แต่อาจไม่ต้องการสร้างความรำคาญให้กับรัสเซียซึ่งถือว่าเป็นสนามหลังบ้านขอ
งพวกเขา
แนวคิดเรื่องทางเดินพลังงานในเอเชียและที่สำคัญที่สุดคือพลวัตของการค้าพลัง
งานคือจุดที่ภูมิภาคเอเชียกลางมีความสำคัญเป็นอันดับแรก
หากเราดูประเทศในเอเชียกลางซึ่งรวมถึงประเทศที่ส่วนใหญ่ลงท้ายด้วย
"สแตน" เช่น ทาจิกิสถาน เติร์กเมนิสถาน คาซัคสถาน อุซเบกิสถาน
ซึ่งคาซัคก็เป็นประเทศใหญ่ด้วย ยังมีอะไรให้เล่นอีกมากมายสำหรับภูมิภาคนี้
คู่ค้าของพวกเขาสามารถเป็นประเทศในเอเชียได้มากขึ้น
จีนได้ลงทุนไปมากมายในประเทศเหล่านี้แล้ว
ไม่ต้องพูดถึงว่าอินเดียก็มองภูมิภาคนี้ในแง่ของพลังงานและนโยบายความมั่นคง
ก่อนการระบาดของโควิด-19 เช่นกัน อย่างไรก็ตาม หลังการระบาดใหญ่นี้

สมการของทุกประเทศจะเปลี่ยนไปและประเทศในเอเชียโดยเฉพาะที่สามารถมีบทบาทในการเชื่อมโยงและก้าวไปข้างหน้า "Asian Energy Sphere" (Ramadhan, 2018)

แนวคิดทั้งหมดเกี่ยวกับประเทศผู้ผลิตพลังงานในเอเชียตั้งแต่ทางตะวันตก เช่น ซาอุดีอาระเบีย กาตาร์ และอิหร่าน ไปจนถึงประเทศในเอเชียกลางอย่างอุซเบกิสถาน คาซัคสถาน และแม้แต่เอเชียใต้และเอเชียตะวันออกเฉียงใต้ อาจดูเหมือนเป็นเรื่องที่เข้าใจยาก แต่ก็เป็นไปได้ ในความเป็นจริง เช่นเดียวกับรถไฟบรรทุกสินค้าที่ดำเนินการระหว่างเอเชียและยุโรปโดยจีนและอินเดีย ก็สามารถเป็นจริงได้ในรูปแบบของท่อส่งพลังงาน การลงทุนเกิดขึ้นแล้วในบางพื้นที่แต่ยังมีอะไรอีกมากมายที่คาดหวังได้ อิหร่านซึ่งมีท่าเรือ Chabahar ได้กลายเป็นเส้นทางพลังงานและการค้าใหม่ซึ่งเอาชนะการคว่ำบาตรทางตะวันตกในทางปฏิบัติ

    ภูมิภาคทั้งหมดของเอเชียกลางเมื่อเริ่มสร้างโครงสร้างพื้นฐาน แม้ว่าจะไม่ใช่แค่โครงการที่จีนใฝ่ฝันในรูปแบบของโครงการริเริ่ม *"One Belt, One Road"* แต่ยังคล้ายกันในสายงานเหล่านั้นและครอบคลุมมากขึ้นเช่นกัน เอเชียกลางอาจกลายเป็นเวทีที่เอเชียสามารถฝันถึงการจัดหาพลังงาน การพัฒนาโครงสร้างพื้นฐาน และที่สำคัญที่สุดคือการพัฒนาความเจริญรุ่งเรืองให้กับชีวิตของผู้คน บางประเทศสามารถทำได้หรือกำลังดำเนินการอยู่ ในขณะที่ยังมีบางประเทศที่ดูเหมือนจะยังคงเข้าใจถึงอัตลักษณ์ของตนเองในฐานะประเทศ และอาจต้องใช้เวลามากกว่านี้ในการหาทิศทางนั้น (Narins & Agnew, 2020) อย่างไรก็ตาม

สิ่งหนึ่งที่สำคัญคือต้องทราบว่าโครงสร้างพื้นฐานควบคู่ไปกับการซื้อขายพลังงานและมุมมองทางภูมิศาสตร์การเมืองที่สมดุลสามารถนำมาซึ่งความเจริญรุ่งเรืองในภูมิภาคได้[19]

เอเชียซึ่งมีเส้นทางการพัฒนาเศรษฐกิจขนาดใหญ่รออยู่ข้างหน้า แม้ว่าจะทำได้ดีในช่วง 40 ปีที่ผ่านมาหรือประมาณนั้นในแง่ของการเติบโตทางเศรษฐกิจและการลดความยากจน จำเป็นต้องพัฒนาไปอีกขั้นหนึ่ง นี่คือจุดที่บทบาทของเอเชียกลางจะเข้ามามีบทบาท ยุโรปขึ้นอยู่กับรัสเซียในด้านพลังงาน แต่ยังทำการค้ากับประเทศอื่นๆ ในเอเชียกลางด้วย อย่างไรก็ตาม เมื่อพูดถึงเอเชีย ประเทศในเอเชียกลางมีหลายตลาดที่ต้องจับตามอง และยังมีศักยภาพสำหรับความร่วมมือตามที่กล่าวไว้ข้างต้น เพื่อสร้างภูมิภาคนี้ให้เป็นสถานที่ที่ทุกส่วนของเอเชียสามารถเชื่อมโยงกันได้ การเชื่อมโยงที่สามารถเกิดขึ้นได้เหนือวิสัยทัศน์ร่วมกันเกี่ยวกับความเจริญรุ่งเรืองทางเศรษฐกิจเพื่อการพัฒนาในทวีป

หากเราย้ายจากเอเชียกลางไปพร้อมๆ กับบริบทของการพัฒนาเศรษฐกิจและความเจริญรุ่งเรืองต่อไป เราก็จะต้องมองไปที่ภูมิภาคเอเชียตะวันออก ในแง่ของรายได้ต่อหัวและการพัฒนา แม้ว่าจะยังตามหลังรายได้ต่อหัวของยุโรปตะวันตก สหรัฐอเมริกา แคนาดา และออสเตรเลียอยู่เล็กน้อย

---

[19] (เอลีนอร์ อัลเบิร์ต, 2019) เข้าถึงได้จาก Thediplomat.com "รัสเซีย พลังงานทางเลือกในละแวกใกล้เคียงของจีน"

แต่ก็ไม่มีข้อสงสัยเลยว่าส่วนนี้ของเอเชียได้ก้าวกระโดดความฝันแบบเอเชียอย่างแท้จริง
ส่วนหนึ่งของเอเชียที่พัฒนาอุตสาหกรรมในระยะเริ่มแรกนอกเหนือจากยุโรปและสหรัฐอเมริกา
ถือเป็นจุดสุดยอดของความสำเร็จของเอเชียผ่านปาฏิหาริย์ของเอเชียตะวันออก[20]. เมื่อพิจารณาดูภูมิภาคเอเชียตะวันออกแล้ว เราจะพบประเทศเล็กๆ เช่น ทวีปยุโรป แต่มีอุตสาหกรรมหนักหรือศูนย์กลางธุรกิจ เช่น ญี่ปุ่น เกาหลีใต้ ไต้หวัน ฮ่องกง มาเก๊า เป็นต้น
ภาคตะวันออกของเอเชียมีประเทศในเอเชียเพียงประเทศเดียวที่สามารถป้องกันมหาอำนาจตะวันตกได้
และในความเป็นจริงในฐานะมหาอำนาจจักรวรรดิในรูปแบบของญี่ปุ่น
ประเทศที่ได้รับความเสียหายในช่วงสงครามโลกครั้งที่ 2
จากเหตุการณ์ภัยพิบัติทางนิวเคลียร์อันโด่งดัง
แต่กลับกลายเป็นศูนย์กลางการผลิตที่สำคัญแห่งหนึ่งในเอเชีย ทุกวันนี้
ญี่ปุ่นกำลังดิ้นรนกับการแพร่ระบาดของโควิด-19
และยังเพิ่มความกังวลว่าโอลิมปิกโตเกียวจะเกิดขึ้นหรือไม่
การแข่งขันกีฬาโอลิมปิกถูกเลื่อนออกไปเป็นปีหน้าแล้ว และ Abenomics ใหม่ของประเทศญี่ปุ่นที่ฟื้นคืนสภาพเดิมจะกลับไปสู่การผลิตและการสนับสนุนเศรษฐกิจการบริการกำลังเผชิญกับความท้าทายที่รออยู่ข้างหน้า

---

[20] (Birdsall, Nancy M. Campos, Jose Edgardo L. Kim, Chang-Shik Corden, W. Max MacDonald, Lawrence Pack, Howard Page, John Sabor, Richard Stiglitz, Joseph E. 1993) เข้าถึงได้จาก document.worldbank.org "The ปาฏิหาริย์แห่งเอเชียตะวันออก: การเติบโตทางเศรษฐกิจและนโยบายสาธารณะ"

คำถามที่สำคัญที่สุดคือเอเชียตะวันออกสามารถเกิดขึ้นได้ที่ไหนและจะนำพาเอเชียและโลกไปสู่ระยะต่อไป นั่นคือจุดที่บทบาทของ "จีน" ก้าวเข้ามา ตั้งแต่สมัยประวัติศาสตร์จนถึงยุคปัจจุบัน ยกเว้นการปราบอาณานิคม ประเทศนี้ถือเป็นส่วนสำคัญและสำคัญของโลกมาโดยตลอด ด้วยความอวดดีของอารยธรรมโบราณและขอบเขตทางวัฒนธรรมที่มั่งคั่ง จีนมีประวัติศาสตร์ด้านนวัตกรรมมายาวนาน และในปัจจุบัน ในยุคปัจจุบัน จีนสามารถก้าวขึ้นเป็น "ผู้ผลิต" ของโลกได้ (Minghao, 2016) กรอบเวลาแบบก้าวกระโดดแบบควอนตัมและก้าวผ่านประเทศอุตสาหกรรมในยุโรปตะวันตก ในปัจจุบัน
จีนเป็นประเทศของโลกที่สามารถแยกเอเชียออกจากกันด้วยขนาดธุรกิจและการค้าที่ยิ่งใหญ่ และเปลี่ยนสมดุลพลังงานจากทิศตะวันตกไปทางขวาเป็น " *Pivot ของเอเชีย* "[21] . มีการหยิบยกประเด็นปัญหาขึ้นเกี่ยวกับจีน ไม่ว่าจะเป็นด้านภูมิรัฐศาสตร์ การละเมิดสิทธิมนุษยชน หรือกลไกทางการเมืองภายในที่สำคัญ อย่างไรก็ตาม ไม่ต้องสงสัยเลยว่าจีนในปัจจุบันเป็นศูนย์กลางของการเมืองในเอเชีย และยังเป็นเพียงมหาอำนาจเดียวที่เกิดขึ้นเพื่อท้าทายกองทัพตะวันตก ดี. อย่างไรก็ตาม คำถามที่สำคัญกว่านั้นคือการผงาดขึ้นของจีนคือเรื่องสันติ โดยที่ประเทศอื่นๆ ในเอเชียก็สามารถออกมาสนับสนุนจีนได้เช่นกัน คำตอบแม้จะเป็นคำตอบทั่วไป
แต่ก็ยังอาจมองว่าเป็นคำตอบจากไตรมาสในเอเชียหลายแห่งที่ขัดขวาง "Asian Pax Lens" (Lu et al.2018)

---

[21] (Premesha Saha, 2020) เข้าถึงได้จาก orfonline.org "From 'Pivot to Asia' to Trump's ARIA: What Drives the US current Asia Policy?

ปาฏิหาริย์ในเอเชียตะวันออกเป็นปาฏิหาริย์ที่ได้ผลักดันประเทศต่างๆ เช่น เกาหลีใต้ ญี่ปุ่น และจีน
หลุดพ้นจากระดับความยากจนจนกลายเป็นมหาอำนาจทางเศรษฐกิจที่สำคัญที่สุ
ดของโลกในปัจจุบัน
นี่คือจุดที่บทบาทของเอเชียตะวันออกมีความสำคัญมากในช่วงเวลาปัจจุบันท่ามกลางการระบาดของโควิด 19 และหลังการระบาดใหญ่เพื่อเป็นผู้นำของเอเชีย เกาหลีใต้ได้กลายเป็นกรณีศึกษาที่ประสบความสำเร็จไปแล้ว ในทำนองเดียวกัน แม้ว่าจีนจะถูกวิพากษ์วิจารณ์ถึงความลับเบื้องต้นในการแจ้งให้โลกรู้เกี่ยวกับไวรั
ส
และการอนุญาตให้ไวรัสแพร่กระจายก็ยังคงสามารถจัดการกับการติดเชื้อไวรัสไ
ด้ ตามบันทึกของพวกเขา แม้ว่าในขณะเดียวกัน
จีนก็พัวพันกับความตึงเครียดทางการฑูตและภูมิรัฐศาสตร์ทั้งในระยะใกล้และไ
กล แต่บทบาทนั้นยังอีกยาวไกล
จีนพยายามรักษาชื่อเสียงของตนด้วยการแจกหน้ากากอนามัยและอุปกรณ์อื่นๆ
ที่จำเป็นสำหรับการต่อสู้กับโควิด 19 อย่างไรก็ตาม
มีความเสียหายบางประการต่อชื่อเสียงของจีนในฐานะแบรนด์ระดับชาติ
มีบริบทที่สำคัญมากที่นี่สำหรับจีน
แทนที่จะแสดงความมั่นใจในสิ่งที่เรียกว่าการทูต "นักรบหมาป่า" (CNN.com)
การทูตที่ได้รับการสนับสนุนจากความก้าวร้าว
แต่จีนอาจมีโอกาสที่สูญเสียเวลาในการนำประเทศในเอเชียเข้ามาใกล้กันมากขึ้น
จีนได้สูญเสียความคิดริเริ่มที่เคยมองเห็นได้จากพวกเขา
และตอนนี้ทวีปนี้กำลังมองหาที่จะถอยห่างจากอิทธิพลของพวกเขา (Liang 2020) เรื่องนี้อาจจะคงอยู่ไปอีกนานแต่งานเพื่อจีนก็เริ่มต้นขึ้นแล้ว
ความร่วมมือของประเทศในเอเชียกับจีนต้องเริ่มต้นจากความร่วมมืออย่างแท้จริ
งเท่านั้น ในที่นี้คำว่า "ของแท้"

อาจดูเหมือนเป็นอุดมคติหรือไม่สมจริงในโลกของความสัมพันธ์ระหว่างประเทศ อย่างไรก็ตาม
สิ่งนี้เป็นไปได้หากจีนสามารถสร้างความเชื่อมั่นให้กับประเทศในเอเชียและปฏิบัติตามปณิธานด้านอาณาเขตของตนอย่างนุ่มนวล ในทางกลับกัน ญี่ปุ่น เกาหลีใต้ พยายามแก้ไขความแตกต่างของตนเอง
แม้ว่าเกาหลีใต้จะต้องตื่นตัวเพื่อนบ้านทางตอนเหนือของตนในรูปแบบของสาธารณรัฐประชาธิปไตยประชาชนเกาหลี (เกาหลีเหนือ) ก็ตาม
เหตุการณ์ความไม่สงบในฮ่องกงและการผ่านกฎหมายจีนเหนือฮ่องกงเมื่อเร็ว ๆ นี้ ทำให้สถานะการปกครองตนเองของฮ่องกงอ่อนลง
การทาบทามของจีนต่อไต้หวันก็เป็นไปในแนวทางเดียวกันเช่นกัน
สิ่งก่อกวนเหล่านี้ซึ่งจีนเป็นศูนย์กลางก็กำลังขับเคลื่อนการเมืองในเอเชียเช่นกัน
การเปลี่ยนแปลงนโยบายที่สำคัญสำหรับเอเชียจะเกิดขึ้นได้ก็ต่อเมื่อประเทศในเอเชียอื่นๆ สามารถรวมตัวกันเป็นทางเลือกแทนการยืนยันของจีน
หากจีนเปลี่ยนแนวทางตามที่กล่าวไว้ในย่อหน้าข้างต้น
ทางเลือกที่สองนั้นเป็นแนวทางที่ลึกซึ้งและมากกว่านั้นในแนวยูโทเปียเมื่อพิจารณาจาก "Real Politik" เวอร์ชันภาษาจีน (Johnston, 2019) อย่างไรก็ตาม หากย้อนกลับไปที่การบรรยายเรื่องแรก
เป็นไปได้หากแนวคิดเรื่องเอกภาพของเอเชียได้รับการพิจารณาในโลกแห่งหลังการระบาดใหญ่ ซึ่งการลงทุน การค้า
และเศรษฐศาสตร์จะต้องได้รับการพิจารณามากกว่าผลกำไร
แกนสหกรณ์ของย่านเอเชียตะวันออกสามารถแพร่กระจายไปทั่วทั้งทวีป

    ส่วนของเอเชียที่ยังไม่ได้หารือคือเอเชียตะวันออกเฉียงใต้และเอเชียใต้ หากเราดูภูมิภาคนี้
ภูมิศาสตร์การเมืองของเอเชียและโลกก็มีศูนย์กลางอยู่ที่ภูมิภาคสำคัญทั้งสองนี้ในยุคปัจจุบัน หากใครเริ่มมองเอเชียตะวันออกเฉียงใต้

ภูมิภาคนั้นที่สามารถจัดกลุ่มอนุภูมิภาคในรูปแบบของอาเซียนก็ทำงานได้ดี
ภูมิภาคนี้สามารถแบ่งออกได้เป็น 3 ประเภท
ประเทศบางประเทศมีการพัฒนาสูง กำลังพัฒนา และพัฒนาน้อยที่สุด
ประเทศที่มีการพัฒนามากที่สุดคือ สิงคโปร์ มาเลเซีย และบรูไน
ในขณะที่อินโดนีเซีย เวียดนาม และไทย
ฟิลิปปินส์กำลังพัฒนาและมีบทบาทสำคัญในเอเชียและเศรษฐกิจโลกที่กำลังเติบโตเช่นกัน สุดท้ายแต่ไม่ท้ายสุดคือกัมพูชา ลาว
และเมียนมาร์เป็นประเทศที่มีการพัฒนาน้อยที่สุด
ขณะนี้ภูมิภาคที่สำคัญของเอเชียนี้สามารถเรียกได้ว่าเป็น
"ฟองสบู่ทางเศรษฐกิจแห่งเอเชีย" ใหม่
สถานที่อย่างสิงคโปร์และแม้แต่มาเลเซียก็ได้กลายมาเป็นจุดศูนย์กลางการบริการและการธนาคารแล้ว พวกเขามีความแตกแยกทางชาติพันธุ์ภายในของตนเอง
ซึ่งเด่นชัดกว่าในมาเลเซีย
ซึ่งกำลังเผชิญกับความวุ่นวายทางการเมืองก่อนที่โรคระบาดใหญ่จะเกิดขึ้นและยังคงดำเนินต่อไป ในทางกลับกัน
บรูไนเป็นประเทศที่ร่ำรวยน้ำมันและมีสังคมที่เน้นศาสนาอิสลามเป็นอย่างมาก
บรูไนในเอเชียตะวันออกเฉียงใต้เปรียบเสมือนภาพสะท้อนของประเทศในเอเชียตะวันตก
ดังนั้นเศรษฐกิจที่ร่ำรวยของเอเชียตะวันออกเฉียงใต้เหล่านี้จึงมีบทบาทสำคัญในด้านการลงทุนและการค้าในทวีปเอเชีย (Huang, 2016)

ในทางกลับกัน หากเราดูประเทศกำลังพัฒนาอย่างไทย อินโดนีเซีย
เวียดนาม และฟิลิปปินส์
ประเทศเหล่านี้ไม่เพียงมีความจำเป็นทางเศรษฐกิจเท่านั้น
แต่ยังมีความรับผิดชอบต่อความมั่นคงด้วย
น่าเสียดายที่มันเกี่ยวข้องกับประเทศในเอเชียในรูปแบบของจีน

ภูมิภาคทะเลจีนใต้ซึ่งมีจีนเป็นปัจจัยร่วมกันอีกครั้งซึ่งเกี่ยวข้องกับการควบคุมจีนตอนใต้และทรัพยากรที่คาดว่าจะเกิดขึ้น[22] .
สี่ประเทศที่กล่าวถึงข้างต้นมีบริบทที่สำคัญมากในแง่ของการเมืองความมั่นคงทางภูมิศาสตร์ โดยมีสหรัฐฯ อินเดีย ญี่ปุ่น เกาหลีใต้
และแม้แต่สมการของออสเตรเลียเข้ามาเกี่ยวข้อง
การเติบโตทางเศรษฐกิจของเวียดนามเป็นการพูดคุยครั้งใหม่ในเอเชียอย่างแน่นอน และฟิลิปปินส์ก็เช่นเดียวกัน แม้จะมีความยากจน ประธานาธิบดีที่ฉุนเฉียวและปัญหาสังคม ไม่ต้องพูดถึงภัยคุกคาม ISIS ที่จะเกิดขึ้นที่กำลังจะเกิดขึ้น
ก็ยังคงพยายามที่จะเติบโตแม้ว่าจะมีงานอีกมากที่ต้องทำ
ต่อมาประเทศไทยซึ่งลงทุนในโครงการโครงสร้างพื้นฐานในประเทศแถบเอเชีย
ถึงแม้จะมีความท้าทายทางเศรษฐกิจและความวุ่นวายทางการเมืองก็ตาม
ประเทศไทยเป็นประเทศที่เกี่ยวข้องกับการค้าที่สำคัญและดำรงตำแหน่งสำคัญในด้านการขนส่งทางการค้าของเอเชีย
นี่คือจุดที่ความสำคัญของประเทศไทยอยู่และนอกเหนือจากเศรษฐกิจที่เน้นการท่องเที่ยว
สุดท้ายแต่ไม่ท้ายสุดคืออินโดนีเซียที่ได้รับการขนานนามว่าเป็นเศรษฐกิจขนาดใหญ่ลำดับต่อไปของเอเชีย นอกเหนือจากอินเดีย
อินโดนีเซียได้รับความเดือดร้อนจากปัญหาอาณานิคม
รวมถึงปัญหาความยากจนและเศรษฐกิจ
แต่อินโดนีเซียล่าช้าเริ่มกลายเป็นผู้เล่นที่สำคัญและให้ความร่วมมือในเอเชียตลอดเวลา

ถัดมาเป็นประเทศที่พัฒนาน้อยที่สุด เช่น กัมพูชา ลาว และเมียนมาร์

---

[22] (ราหุล มิชรา, 2020) เข้าถึงได้จาก Thediplomat.com "บาดแผลที่จีนทำร้ายตัวเองในทะเลจีนใต้"

ซึ่งมีความสำคัญ
พวกเขามีบทบาทสำคัญของตนเองไม่เพียงแต่มีบทบาทในการพัฒนาตนเองและต่อทวีปเท่านั้น
แต่ยังมีบทบาทด้านความปลอดภัยที่สำคัญที่เกี่ยวข้องกับด้านเศรษฐกิจด้วย
จีนควบคุมประเทศเหล่านี้เพื่อการพัฒนาโครงสร้างพื้นฐาน
ซึ่งในกระดาษอาจดูเหมือนปกติแต่ก็มีแนวโน้มที่จะแทรกแซงกิจการภายในเช่นกัน เนื่องจากมีรายงานจากเมียนมาร์ในช่วงไม่กี่ครั้งที่ผ่านมา (ฮิลแมน, 2018) รัฐบาลเมียนมาร์ร้องเรียนว่าจีนยุยงกลุ่มก่อการร้ายในเมียนมาร์
ในประเทศที่ตั้งอยู่ทางแยกระหว่างตะวันออกเฉียงใต้และเอเชียใต้
อินเดียก็มีการลงทุนอย่างกระตือรือร้นเช่นกันและยังคงรักษาความสัมพันธ์ที่มั่นคงไว้ด้วย ในความเป็นจริง
อินเดียสามารถโจมตีผู้ก่อความไม่สงบทางตะวันออกเฉียงเหนือของอินเดียโดยสมรู้ร่วมคิดกับรัฐบาลเมียนมาร์ได้
นั่นแสดงให้เห็นว่าอินเดียรู้ดีว่าเมียนมาร์เป็นประเทศที่สำคัญถึงแม้จะมีการพัฒนาน้อยกว่า
แต่มีศักยภาพมหาศาลในการกักเก็บทรัพยากรที่สำคัญบางส่วนในรูปของแร่ธาตุ รวมทั้งจากที่ตั้งทางยุทธศาสตร์จากมุมมองด้านความปลอดภัย
นี่เป็นประเทศหนึ่งที่อินเดียถือว่าเป็นส่วนหนึ่งของการขยายพื้นที่ใกล้เคียงในภาคตะวันออก
แม้ว่าจีนจะลงทุนอย่างหนักในเมียนมาร์และมีมุมมองด้านความปลอดภัยที่สำคัญในรูปแบบของอินเดีย จีนยังได้พยายามทำ "การทูตแบบสวมหน้ากาก" กับเมียนมาร์ในช่วงวิกฤตโควิด-19[23] .

---

[23] (Alicia Chen, Vanessa Molter 2020) เข้าถึงได้จาก fsi.stanford.edu "Mask Diplomacy: เรื่องเล่าของจีนในยุคโควิด"

อย่างไรก็ตาม
คำถามก็คือว่ารัฐบาลเมียนมาร์มีการพัฒนาอย่างไรและจะดำเนินต่อไปในอนาคตอันใกล้นี้ เมียนมาร์เป็นหนึ่งในประเทศที่ถูกแบ่งแยกทางชาติพันธุ์ในเอเชีย และไม่ต้องพูดถึงวิกฤตโรฮิงญาซึ่งทำให้พม่ากลายเป็นข่าวไปทั่วโลก
วิกฤติครั้งนี้ยังหมายถึงความเสียหายของ "อองซาซูจี"
ที่ถูกมองว่าเป็นผู้ปกป้องประชาธิปไตยในเมียนมาร์ อย่างไรก็ตาม
บทบาทของเธอในการจัดการกับวิกฤติโรฮิงญาไม่ได้รับการมองที่ดีจากชาวตะวันตก
เธอไม่เพียงแต่ถูกปลดออกจากการยอมรับจากตะวันตกมากมายสำหรับการต่อสู้เพื่อสันติภาพและประชาธิปไตยของเธอเท่านั้น
แต่ยังหมายความว่ามีการเปลี่ยนแปลงในพลวัตทางการเมืองของเมียนมาร์
ซึ่งขณะนี้ได้ใช้แนวทางพุทธศาสนาหัวรุนแรง
ประเทศที่ยึดหลักศาสนาเพื่อรวมประเทศที่แบ่งแยกเชื้อชาติและศาสนาเข้าด้วยกันเป็นระยะเวลานาน
ความสำคัญของเมียนมาร์จะยังคงเป็นประเทศเชิงยุทธศาสตร์และจะเติบโตต่อไป
สุดท้ายแต่ไม่ท้ายสุดคือกัมพูชาและลาวซึ่งพยายามฟื้นแรงกระตุ้นทางเศรษฐกิจและเป็นกลไกขับเคลื่อนการเติบโตของเรื่องราวของเอเชีย อย่างไรก็ตาม
ยังคงขึ้นอยู่กับการลงทุนของจีนเป็นหลัก[24].
ไม่เพียงแต่โครงสร้างทางการเมืองของลัทธิคอมมิวนิสต์ยังได้รับอิทธิพลจากจีนมาเป็นเวลานานอีกด้วย
สิ่งสำคัญคือต้องใช้การแพร่ระบาดในปัจจุบันเป็นช่วงเวลาต้นน้ำและประเทศอื่น ๆ เช่น อินเดีย ญี่ปุ่น เกาหลีใต้

---

[24] (Chee Meng Tan, 2015) เข้าถึงได้จาก theasiadialogue.com
"การลงทุนด้านโครงสร้างพื้นฐานและปัญหาภาพลักษณ์ของจีนในเอเชียตะวันออกเฉียงใต้"

เพื่อลงทุนในประเทศเหล่านี้เพื่อบรรลุความฝันที่จะเติมเต็ม
"เลนส์แห่งชาวเอเชีย" ซึ่งมีแต่จะทำให้เอเชียเบ่งบานเท่านั้น
บัดนี้มาถึงภูมิภาคเอเชียใต้ซึ่งเป็นศูนย์กลางซึ่งเป็นย่านที่ซับซ้อนมากและมีการแย่งชิงอำนาจ การแย่งชิงอำนาจที่เปรียบเสมือนเรื่องราวความรักรูปสามเหลี่ยม ความรักในการแสวงหาและควบคุมภูมิภาคที่ด้อยพัฒนาที่สุดแห่งหนึ่งของเอเชีย แต่เป็นภูมิภาคที่มีศักยภาพและการเติบโตมากที่สุด
ไม่เพียงแต่ในยุคปัจจุบันเท่านั้น แต่ยังรวมถึงอนาคตอันใกล้ด้วย
การแสวงหาอำนาจระหว่างคู่แข่งทางภูมิศาสตร์การเมืองเก่าแก่อย่างอินเดียและปากีสถาน และไม่ต้องพูดถึงเพื่อทำให้เรื่องเผ็ดร้อนในพลังสามเหลี่ยมนี้
แสวงหาสมการของจีน (Guo et al 2019)
แนวคิดสำหรับเอเชียที่เจริญรุ่งเรืองและเติบโตซึ่งรวมกันเป็นหนึ่งเดียวกันในภารกิจถือเป็นความท้าทายมากที่สุดในภูมิภาคนี้
ภูมิภาคนี้มีบริบทที่สำคัญที่สุดสำหรับอินเดีย
ในบริบทปัจจุบันของความท้าทายของการระบาดใหญ่ของ covid19
ที่ยังคงเกิดขึ้น
อินเดียมีการปะทะกับจีนที่หุบเขากัลวานในรายการความขัดแย้งอันยาวนานระหว่างพวกเขา
ความขัดแย้งระหว่างจีนและอินเดียถูกอินเดียและปากีสถานบดบังมาเป็นเวลาอย่างน้อย 7 ทศวรรษ อย่างไรก็ตาม
บริบทของเกมการเมืองในเอเชียในปัจจุบันมีความสำคัญอย่างมากต่อบริบทของความสัมพันธ์ที่กำลังพัฒนา ความสัมพันธ์ระหว่างจีนและอินเดีย
อารยธรรมสองยุคเก่าที่กลายเป็นรัฐชาติสมัยใหม่ได้เลือกการแข่งขันยุคใหม่
(Hillman, 2018)
ความสัมพันธ์ระหว่างอารยธรรมเก่าแก่ทั้งสองนี้จากการติดต่อทางวัฒนธรรมและการเยือนทางวิชาการ ได้เปลี่ยนรูปแบบใหม่ในยุคปัจจุบัน

อินเดียและจีนเป็นหัวใจสำคัญของการเมืองในเอเชียใต้ไม่เพียงแต่ในระดับโลกด้วย.[25].

แม้ว่าในแง่ของจำนวนเงินที่จีนใช้จ่ายเงินมากขึ้นในแง่ของการลงทุนหรือการช่วยเหลือประเทศต่างๆ ไม่เพียงแต่ในเอเชียเท่านั้น แต่ยังรวมไปถึงแอฟริกาและละตินอเมริกาด้วย อย่างไรก็ตาม กลับมาที่เอเชียก็มีการแข่งขันที่แปลกและซับซ้อนมากซึ่งเกิดขึ้นภายใต้ความร้อนแรงของอินเดีย-ปากีสถาน หรือสำหรับจีนที่มีปัญหาการเมืองภายในของตนเองรวมทั้งประเทศเพื่อนบ้านด้วย และอย่าลืมการแข่งขันทางภูมิศาสตร์การเมืองกับญี่ปุ่นด้วย และเกาหลีใต้และประเทศในกลุ่มอาเซียนที่ถูกสหรัฐฯ ไล่ล่าอย่างน่าเป็นไปได้ แนวคิดเกี่ยวกับการเมืองในเอเชียใต้โดยทั่วไปจำกัดอยู่เฉพาะอินเดีย-ปากีสถาน และบางครั้งก็อ้างอิงถึงศรีลังกา บังกลาเทศ และนอกประเทศเนปาลและภูฏานตอนปลาย อย่างไรก็ตาม ภูมิภาคนี้มีความสำคัญและไม่เคยมีใครพูดถึงมากนัก เหตุผลก็คือเนื่องจากภูมิภาคนี้ถูกมองว่าเป็นเพียงส่วนขยายของอินเดียในรูปแบบของอนุทวีปอินเดีย โดยไม่มีการกระทำผิดต่อประเทศเพื่อนบ้านที่มีอธิปไตยอันภาคภูมิใจโดยชอบธรรมอื่นๆ ของอินเดีย เมื่อพูดถึงการดูภูมิภาคนี้ น่าเสียดายที่วิสัยทัศน์สายตาสั้นนี้ไม่เพียงแต่ทางทิศตะวันตกเท่านั้น แต่ยังรวมถึงภูมิภาคของเอเชียด้วย เอเชียใต้ในด้านต่างๆ โดยเฉพาะอย่างยิ่งด้านสุขภาพ การศึกษา

---

[25] (Ayush Jain, 2020) เข้าถึงได้จาก eurasiantimes.com "หลังจากกัลวาน รัฐหิมาจัลอาจเป็นประเด็นใหญ่ต่อไปในข้อพิพาทชายแดนอินเดีย-จีน"

และคุณภาพชีวิตสามารถเทียบได้กับภูมิภาคตอนใต้ทะเลทรายซาฮารา
โดยคำนึงถึงทั้งภูมิภาคและความท้าทายที่เผชิญอยู่อย่างสูงสุด
ภูมิภาคเอเชียใต้และบทบาทของอินเดียได้เปลี่ยนแปลงจากผู้ให้ความช่วยเหลือม
าเป็นผู้นำและผู้ที่สามารถชี้แนะทั่วทั้งภูมิภาคได้
อินเดียมีบทบาทดังกล่าวอย่างช้าๆ และมั่นคง
บทบาทซึ่งมีความสำคัญไม่เพียงแต่สำหรับภูมิภาคเอเชียใต้เท่านั้น
แต่ยังรวมถึงทั้งทวีปด้วย
อินเดียได้เข้ามามีบทบาทดังกล่าวแล้วในแง่ของการปล่อยดาวเทียมสภาพอากาศ
ในเอเชียใต้ การสร้างโครงสร้างพื้นฐาน และการเปิดเส้นทางการค้าใหม่
ตลอดจนความร่วมมือด้านสุขภาพ วิทยาศาสตร์ และเทคโนโลยี อย่างไรก็ตาม
ท่ามกลางทั้งหมดนี้
อินเดียได้ใช้ความระมัดระวังและละเอียดอ่อนในการติดตามปากีสถาน
นี่คือเหตุผลที่อินเดียเปิดแพลตฟอร์มใหม่ทั้งสองฝั่งของอนุทวีป เช่น *BIMSTEC*
โครงการท่าเรือ Chabahar รวมถึงการเข้าร่วม Shanghai Cooperation
Organisation
ทั้งหมดนี้เป็นส่วนหนึ่งของบทบาทของอินเดียที่เปลี่ยนแปลงไปในเอเชีย
อย่างไรก็ตาม ต้องจำไว้ด้วยว่ามีมุมจีน-ปากีสถานอยู่ด้วย
มุมที่เกี่ยวข้องกับผู้เล่นอื่นๆ ในเอเชียนอกเหนือจากอนุทวีป เช่น อิหร่าน
ตะวันตก และเอเชียกลาง
การต่อสู้เพื่ออำนาจและอิทธิพลเกิดขึ้นในภูมิภาคเอเชียใต้ก่อนเกิดโรคระบาด
ตอนนี้หลังสถานการณ์ covid19
ในขณะที่โลกตะวันตกจมลงและจุดศูนย์กลางอำนาจเปลี่ยนไปสู่เอเชีย
โดยที่สหรัฐอเมริกาหันไปสู่โครงการเอเชีย
เช่นเดียวกับความตึงเครียดทางภูมิรัฐศาสตร์ระหว่างสหรัฐอเมริกาและจีนที่กำลัง
จะเกิดขึ้น มีบทบาทใหม่สำหรับเอเชียใต้ในขณะนี้

ภูมิภาคที่มีประวัติศาสตร์มากมายและมีอารยธรรมที่เก่าแก่ที่สุดในโลกและอิทธิพลที่ฝังอยู่ในจิตใจของอารยธรรมมนุษย์ได้กลับมามีชื่อเสียงอีกครั้งแล้ว ความโดดเด่นในรูปแบบของการปะทะกัน ความร่วมมือ และส่วนใหญ่เป็นส่วนผสมของทั้งสองในรูปแบบของความสัมพันธ์อินเดีย-จีน.[26] . อย่างไรก็ตาม
เราต้องไม่ลืมว่าในภูมิภาคเอเชียใต้ที่ล้อมรอบด้วยเอเชียตะวันตก กลาง ตะวันออก และเอเชียตะวันออกเฉียงใต้ ภูมิภาคนี้มีสถานที่สำคัญมากในตัวเอง หากศตวรรษแห่งเอเชียต้องเข้ามาเติมเต็มภูมิภาคเอเชียใต้นี้ โดยเฉพาะอย่างยิ่งอินเดียและประเทศเพื่อนบ้านก็มีบทบาทที่ต้องแสดง ในช่วงที่มีการระบาดใหญ่ มีการส่งออกยาจากอินเดียเพิ่มมากขึ้น นอกเหนือจากการทูตด้านการแพทย์
ไม่ต้องพูดถึงว่าจีนก็ทำเช่นนั้นเช่นกันแม้จะมีข้อกล่าวหาก็ตาม นอกจากนี้ การเติบโตของการค้า ทางเดินพลังงาน และการปรับปรุงคุณภาพชีวิต ยังเป็นปัจจัยที่สำคัญที่สุดที่ไม่เพียงขับเคลื่อนการเมืองภายในประเทศเท่านั้น แต่ยังรวมถึงการเมืองระหว่างประเทศด้วย
ภูมิภาคที่มีความสำคัญอย่างยิ่งต่อโครงการเส้นทางสายไหมใหม่ของจีน นอกเหนือจากโครงการท่อส่งพลังงานของอินเดียเพื่อตอบโต้สิ่งที่เรียกว่าการปิดล้อมอินเดียของจีนผ่าน *การลงทุนของ String of Pearl* ในโครงการ โครงสร้างพื้นฐานที่สำคัญในประเทศเพื่อนบ้านของอินเดีย แน่นอนว่ามีเหตุผลเพียงพอที่จะพิจารณาเอเชียใต้ซึ่งเพียงแค่ ไม่สามารถละเลยต่อไปได้[27]

---

[26] (Antara Ghoshal Singh, 2020) เข้าถึงได้จาก Thehindu.com
"ความขัดแย้งและภาวะที่กลืนไม่เข้าคายไม่ออกทางนโยบายของจีนในอินเดีย"

[27] (GS Khurana, 2008) เข้าถึงได้จาก tandfonline.com
"เชือกไข่มุกของจีนในมหาสมุทรอินเดียและผลกระทบด้านความปลอดภัย"

ถึงเวลาแล้วที่ภูมิภาคเอเชียใต้จะต้องก้าวไปข้างหน้าและไม่ถูกล้อมรอบด้วยการเมืองเล็กๆ น้อยๆ ของมหาอำนาจเก่า เมื่อระเบียบใหม่ในเอเชียเกิดขึ้น

ก้าวไปข้างหน้าจากแรงบันดาลใจระดับภูมิภาคของอนุภูมิภาคเอเชีย เอเชียและเอเชียเพียงแห่งเดียวในโลกปัจจุบันนี้มีบทบาทมากขึ้น ทวีปซึ่งเป็นทวีปที่มีผู้คนอาศัยอยู่ที่ใหญ่ที่สุดในโลกต่างก็มีความท้าทายและปัญหาในตัวเอง ปัญหาทางประวัติศาสตร์ที่ซับซ้อนที่สุดของโลกบางส่วนอยู่ในทวีปเอเชีย (Fan, 2007) การแข่งขันทางภูมิศาสตร์การเมืองระหว่างคาบสมุทรเกาหลีเหนือและเกาหลีใต้ การแข่งขันทางศาสนาระหว่างอิสราเอลและปาเลสไตน์ และอิสราเอลกับรัฐอาหรับอื่นๆ และอิหร่านด้วยเช่นกัน อย่าลืมความเป็นปฏิปักษ์ที่น่ากลัวที่ใช้พลังงานนิวเคลียร์ระหว่างอินเดียและปากีสถานด้วยมุมจีนและสุดท้ายแต่ไม่ใช่ อย่างน้อยก็เป็นการแข่งขันที่ใช้สงครามตัวแทนระหว่างโลกอิสลามของชีอะฮ์อิหร่านกับสุหนี่ซาอุดีอาระเบียรวมถึงผู้เล่นคนอื่นด้วย ปัญหาที่กล่าวมานี้มีมากมายมหาศาล ประเทศที่ล่มสลายอย่างอิรักและซีเรียซึ่งกลายเป็นสนามเด็กเล่นสำหรับผู้มีอำนาจเช่นรัสเซีย สหรัฐอเมริกา ยุโรปตะวันตก อิหร่าน และซาอุดีอาระเบีย จะต้องได้รับการพิจารณาอย่างจริงจัง เอเชียตะวันตกเป็นหนึ่งในภูมิภาคที่มีความผันผวนมากที่สุดในเอเชีย ซึ่งมีส่วนอย่างมากในการสร้างความเจริญรุ่งเรืองและความร่วมมือภายในเอเชียในอนาคต และยังรวมถึงผลกระทบต่อโลกอีกด้วย เอเชียจำเป็นต้องรวมตัวกันและพยายามป้องกันตัวเองจากมหาอำนาจอื่นๆ โดยเฉพาะจากตะวันตกเพื่อสร้างและเอเชียเป็นศูนย์กลางของโลก

และหยุดการใช้ประโยชน์จากมหาอำนาจเหล่านี้ในเอเชีย และนี่คือสิ่งที่จะขับเคลื่อนความฝันของชาวเอเชียไปข้างหน้า[28] . แนวความคิดในการแก้ไขปัญหาเหล่านี้โดยเฉพาะในคาบสมุทรเกาหลีได้ก้าวไปไกลกว่ามหาอำนาจที่อยู่นอกภูมิภาคนั้นแล้ว ปัญหาดังกล่าวยืดเยื้อมานานพอสมควรแต่ยังไม่มีวิธีแก้ไข ในทำนองเดียวกันสำหรับอิสราเอลและปาเลสไตน์ การสนับสนุนจากตะวันตกของอิสราเอลตลอดจนมิตรใหม่ที่ต่อต้านโลกอาหรับที่ได้รับการสนับสนุนจากปาเลสไตน์สามารถมีวิธีแก้ปัญหาผ่านวิธีแก้ปัญหาสองรัฐที่ยังไม่เกิดขึ้น สำหรับอินเดียและปากีสถานเกิดสงครามหลายครั้งในภายหลังและการก่อการร้ายที่ได้รับการสนับสนุนจากปากีสถานเพื่อสร้างปัญหาให้กับอินเดีย ความไม่สบายใจเกิดขึ้นระหว่างสองประเทศเพื่อนบ้านนี้ และมันลุกลามไปทั่วอนุทวีปอินเดียหรือเอเชียใต้ทั้งหมด อย่างที่บอกไปแล้วว่ามีมุมของจีน ท่ามกลางการแข่งขันทั้งหมดนี้ระหว่างอิหร่านและซาอุดิอาระเบียซึ่งแผ่ขยายไปทั่วเอเชียตะวันตกและภูมิภาคแอฟริกาเหนือผ่านสงครามตัวแทนในเยเมน ซีเรีย อิรัก ลิเบีย และแม้แต่อียิปต์ นอกเหนือจากมหาอำนาจอื่น ๆ ที่มีบทบาทสำคัญในบริบทของ เพื่อรักษาเสถียรภาพของภูมิภาคเอเชีย[29] . อย่าลืมว่ายังมีเส้นแบ่งอื่นๆ ในเอเชียตะวันตกระหว่างกาตาร์และสหรัฐอาหรับเอมิเรตส์ ในแง่ของการแข่งขันกันในการเป็นประเทศที่โดดเด่นด้านความมั่งคั่งและทันสมัยในภูมิภาค

---

[28] (P. Duara 2001) เข้าถึงได้จาก jstor.org "The discourse of allowance and Pan Asianism"

[29] (Marwan Bishara, 2020) เข้าถึงได้จาก Aljazeera.com "ระวังความวุ่นวายที่กำลังจะเกิดขึ้นในตะวันออกกลาง"

ปัญหาระหว่างพวกเขาน่าจะเป็นการทูตโดยกล่าวหากาตาร์ว่าสนับสนุน *ISIS/Daesh* แต่ก็มีมุมอื่นเช่นกัน เช่นเดียวกับซาอุดีอาระเบียที่ผสมปนเปกัน ไม่ต้องพูดถึงความสัมพันธ์ระหว่างอิสราเอล-อิหร่านที่มืดมน และจอร์แดน เลบานอนก็มีปัญหาทางเศรษฐกิจและสังคมที่กำลังคืบคลานเข้ามา นอกเหนือจากย่านใกล้เคียงที่มีความเสี่ยงในเอเชียตะวันตก

บทสรุป

แนวคิดที่ว่าเอเชียมีส่วนร่วมในกลุ่มการค้าหลักที่เพิ่งเกิดใหม่ส่วนใหญ่ เช่น APEC (ความร่วมมือทางเศรษฐกิจเอเชีย-แปซิฟิก) หรือความร่วมมือทางเศรษฐกิจภาคพื้นแปซิฟิกที่สหรัฐฯ สนับสนุน เช่นเดียวกับ RCEP (โครงการเศรษฐกิจที่ครอบคลุมระดับภูมิภาค) ที่สนับสนุนโดยจีน แสดงให้เห็นว่าเอเชียอยู่ที่ ศูนย์กลางการค้าโลก อย่าลืมว่าทั่วทั้งแปซิฟิกจากเอเชียมีเศรษฐกิจที่จัดตั้งขึ้นอย่างดีสองแห่งในรูปแบบของออสเตรเลียและนิวซีแลนด์ ออสเตรเลียเป็นประเทศในทวีปใหญ่และมีทรัพยากรแร่ธาตุมากมาย และมีบทบาทสำคัญในทวีปเอเชียในด้านการค้า สำหรับนิวซีแลนด์ มีขนาดเศรษฐกิจที่เล็กกว่ามากแต่มีการพัฒนาแล้ว และมีความสัมพันธ์ที่สำคัญกับประเทศบนแผ่นดินใหญ่ในเอเชียในแง่ของการค้า

ภูมิภาคทะเลจีนใต้ไม่ใช่สถานที่แห่งเดียวที่อุดมไปด้วยทรัพยากรแร่และเป็นหนึ่งในเส้นทางการค้าที่สำคัญของโลก ประเทศหมู่เกาะเล็กๆ ในมหาสมุทรแปซิฟิกส่วนใหญ่ยังไม่ได้ถูกใช้งาน และยังเปิดเส้นทางการค้าทางทะเลใหม่สำหรับเอเชียแปซิฟิกอีกด้วย ในด้านการลงทุนและบทบาทของเอเชียในการค้าโลก จีนและอินเดียเป็นสองนักลงทุนรายใหญ่ที่สุดในแอฟริกา นอกจากนี้

รอยประทับของจีนและอินเดียตามมาได้เพิ่มมากขึ้นเพื่อสร้างข้อตกลงการค้าเสรี ไม่เพียงแต่กับยุโรป หลังจากที่ญี่ปุ่นและเกาหลีใต้ได้บรรลุผลสำเร็จแล้ว แต่ยังรวมถึงในประเทศละตินอเมริกาที่อยู่ห่างจากเอเชียในสวนหลังบ้านของเศรษฐกิจที่ใหญ่ที่สุดในโลกที่ยังคงมีเศรษฐกิจใหญ่ที่สุดในโลก ตาม GDP สหรัฐอเมริกา ดังนั้นเอเชียจึงมีบทบาทในระดับโลกผ่านทางการค้าอยู่แล้ว หลังการระบาดใหญ่

ระเบียบโลกจะเปลี่ยนไปเมื่อเราทราบซึ่งได้แสดงให้เห็นชัดเจนแล้ว โครงสร้างอำนาจ บทบาททางการเมืองและภูมิศาสตร์ทั้งหมดจะขึ้นอยู่กับเอเชีย (Du & Zhang, 2018) การเพิ่มขึ้นของวิทยาศาสตร์ เทคโนโลยี ทุนมนุษย์ล้วนมีพื้นฐานมาจากทวีปเอเชียเป็นหลัก เพียงเพื่อนำเสนอข้อเท็จจริงที่ว่าขณะนี้เอเชียเป็นศูนย์กลางของเทคโนโลยี เราสามารถดูตัวอย่างได้สองตัวอย่าง ก่อนเกิดโรคระบาด แนวคิดเรื่องเซมิคอนดักเตอร์ที่มีคุณภาพและปริมาณดังกล่าวก็เช่นกัน ในแง่ของปริมาณในประเทศแถบเอเชีย เช่น ไต้หวัน ญี่ปุ่น เกาหลีใต้ และจีน ในทำนองเดียวกัน

ในขณะที่โลกและอารยธรรมของมนุษย์เข้าใกล้ช่วงเวลาต้นน้ำใหม่ ท่ามกลางการพูดถึงเทคโนโลยีที่เปลี่ยนแปลงเกม 5G ที่บุกเบิกในประเทศจีน[30]. เพื่อเอาชนะภัยคุกคามของจีน ประเทศก้าวหน้าทางตะวันตกรวมทั้งสหราชอาณาจักร ฝรั่งเศสจึงมองหาญี่ปุ่นเพื่อตอบโต้จีน แม้แต่ในด้านการป้องกัน เทคโนโลยียานยนต์ ฯลฯ ประเทศในเอเชียกำลังก้าวไปข้างหน้าไม่ใช่แค่ประเทศเช่นญี่ปุ่น เกาหลีใต้ จีน ฯลฯ แต่ยังได้รับการสนับสนุนจากอันดับใหม่ในรูปแบบของอินเดีย เวียดนาม มาเลเซีย สิงคโปร์ ฟิลิปปินส์ ไทย ยูเออี ฯลฯ

---

[30] (Martha Sylvia, 2020) เข้าถึงได้จาก Thediplomat.com "สงครามโลกสำหรับ 5G ร้อนแรง"

ความเป็นไปได้ไม่มีที่สิ้นสุดสำหรับเอเชียซึ่งเป็นทวีปที่ใหญ่ที่สุดที่จะยิ่งใหญ่ที่สุดและดีที่สุดเหมือนที่เคยเป็นมานานนับพันปีก่อนที่พ่อค้าชาวตะวันตกจะถือกำเนิดและแนวโน้มจักรวรรดินิยมของพวกเขา

ดังที่ได้กล่าวไปแล้วในบทความทั่วทั้งเอเชียว่า เอเชียได้เห็นความขึ้นๆ ลงๆ และเพิ่มขึ้นอีกครั้ง แม้จะเผชิญความท้าทายใหญ่หลวง

แต่พื้นฐานของมันแข็งแกร่ง และการผงาดขึ้นอย่างหลีกเลี่ยงไม่ได้ (Kersten, 2007)

การเมืองการย้ายถิ่นฐานและชายแดน:
เรื่องราวของประเทศในเอเชียกลาง คาซัคสถาน

แนวคิดคือการสร้างความเข้าใจว่าในยุคปัจจุบัน ประเทศต่างๆ ในเอเชียกลางหรือยุโรป สามารถเรียนรู้จากประสบการณ์ที่มีร่วมกันได้อย่างไร สิ่งสำคัญสำหรับความเข้าใจนี้จะช่วยให้ได้รับประสบการณ์เปรียบเทียบและการเรียนรู้ร่วมกันจากกันและกัน
นี่คือสิ่งที่บทความนี้มุ่งหวังที่จะบรรลุผลในการวิเคราะห์ประเด็นที่เกี่ยวข้องกับการย้ายถิ่นฐาน
แนวคิดเรื่องเขตแดนและปัญหาการย้ายถิ่นฐานทำให้เกิดมุมมองที่สำคัญสำหรับประเด็นที่เกี่ยวข้องกับการย้ายถิ่นที่ต้องศึกษาในบทความนี้อย่างไร
ความเข้าใจของคาซัคสถานและนโยบายชายแดนเพื่อป้องกันไม่ให้สมาชิกประเทศคอเคเซียนอื่นๆ มีมาตั้งแต่ปี 1990 เพื่อเป็นตัวอย่างในการเปรียบเทียบ อิตาลีถูกกล่าวถึงว่าเป็นประเทศหลัก โดยมีโปรตุเกส สเปน
เป็นครั้งคราวเพื่อนำเสนอแนวคิดที่มีรายละเอียดมากขึ้นเกี่ยวกับแนวคิดเรื่องการย้ายถิ่นฐานและความเข้าใจในหัวข้อนี้

บทนำ :

โลกแห่งศตวรรษที่ 21
น่าจะเป็นโลกที่กระจัดกระจายที่สุดแม้จะเชื่อมโยงกันผ่านอาณาจักรโลกาภิวัตน์ก็ตาม
ดังนั้นจึงเป็นเรื่องสำคัญมากที่จะต้องเข้าใจว่าเรากำลังอยู่ในโลกที่กำหนดโดยแนวคิดของการเป็น Oxymoron (Fassin, 2011)
โลกทุกวันนี้หากเราสืบย้อนจากประวัติความเป็นมาสามารถมองได้จากมุมมองของการบูรณาการทางเศรษฐกิจกับการสลายตัว และในทำนองเดียวกัน

แนวคิดที่คล้ายกันของการมีเพศสัมพันธ์-การแยกตัวในขอบเขตของการเมือง เทคโนโลยี ตลอดจนปัจจัยทางสังคมและสิ่งแวดล้อม นี่คือจุดที่โลกปัจจุบันถูกกำหนดโดยที่ซึ่งมีผลกระทบต่อการแยกส่วนในกิจการระดับโลก จากมุมมองของปัจจัยสำคัญเหล่านี้ ซึ่งได้แก่ ด้านเศรษฐกิจ การเมือง สังคม และเทคโนโลยี มีการแบ่งแยกที่ชัดเจนระหว่างสิ่งที่มีและสิ่งที่ไม่มี สิ่งนี้เกิดขึ้นตั้งแต่เริ่มมีอารยธรรมมนุษย์ ในแง่ของระยะต่างๆ ของวิวัฒนาการของมนุษย์ในแง่ของความก้าวหน้าทางเศรษฐกิจและสังคม ความคิดที่ว่าสังคมมนุษย์อยู่บนพื้นฐานของความเท่าเทียมมักถูกปฏิเสธอยู่เสมอ นี่คือจุดที่ความขัดแย้งเกิดขึ้นแม้ว่าระบบจะเชื่อมต่อกันก็ตาม ในศตวรรษ ที่ 21 แม้ว่าโลกจะรวมตัวกัน แต่ก็ยังเห็นความแตกต่างที่ชัดเจน (Chacon, 2006) แม้แต่การเริ่มมีการอพยพย้ายถิ่นของอารยธรรมมนุษย์ก็ยังเริ่มต้นจากแนวคิดในการเข้าถึงทรัพยากรที่ยังขาดอยู่ในจุดที่การอพยพเริ่มต้นขึ้น สิ่งนี้กำหนดแง่มุมที่สำคัญที่สุดของการย้ายถิ่นและที่มาของแนวคิดเรื่องเอฟเฟกต์การมีเพศสัมพันธ์-การแยกส่วน

ประเทศในยุโรปมีความแตกต่างกันอย่างมากในแง่ของวิธีจัดการกับผู้อพยพ ประเทศชายแดนดังที่กล่าวข้างต้นได้จัดการกับปัญหาการย้ายถิ่นในระดับแรกสุด (Anderson et al. 2000) อย่างไรก็ตาม บทความนี้ยังต้องการติดตามการพัฒนาซอฟต์แวร์ตลอดจนโปรโตคอลการสื่อสารที่พัฒนาขึ้นจากวิกฤติการย้ายถิ่นฐานที่เปลี่ยนแปลงทวีปยุโรปไปตลอดกาล แนวคิดเรื่องการย้ายถิ่นฐานไม่ใช่เรื่องใหม่และยุโรปต้องเผชิญกับการย้ายถิ่นฐานมาเป็นเวลานาน บัดนี้เกิดคำถามว่าประเทศที่ไม่ได้มาจากยุโรปสามารถเรียนรู้จากมุมมองเหล่านี้ได้อย่างไร นี่คือจุดที่แนวคิดโดยรวมของการศึกษาเปรียบเทียบสถานการณ์ในยุโรปกับประเทศอย่างคาซัคสถานสามารถเข้ามามีส่วนร่วมได้

ซึ่งจะช่วยสร้างแนวคิดในการจัดการนโยบายโดยอาศัยการเรียนรู้จากระบบยุโรป
นอกจากนี้ยังจะช่วยในการสร้างแนวทางที่แน่นอนที่ประเทศเช่นคาซัคสถานสามารถควบคุมการเข้าเมืองและเขตแดนของประเทศซึ่งล้อมรอบด้วยประเทศที่ยากจนกว่าจำนวนมาก
นอกจากนี้สถานที่และขอบเขตทางภูมิศาสตร์ที่ยากลำบากที่ต้องพิจารณาด้วยตนเองจะกำหนดการเรียนรู้จากระบบยุโรปในการสร้างการประสานงานที่ใกล้ชิดยิ่งขึ้นกับประเทศเพื่อนบ้าน
การลาดตระเวนร่วมกันและวิธีการจัดการฐานข้อมูลที่ประเทศต่างๆ ที่คาซัคสถานสามารถเข้าถึงได้และจัดการสามารถเกิดขึ้นได้จะสร้างหนทางข้างหน้าให้กับประเทศ
ซึ่งจะช่วยในการจัดการระบบซึ่งจะช่วยให้กระบวนการทำงานที่เกี่ยวข้องกับการคัดกรอง การติดตาม และการจัดเอกสารที่เหมาะสมของผู้ย้ายถิ่นมีประสิทธิภาพ กระบวนการทั้ง 3 ประการที่เชื่อมโยงถึงกันนี้จะช่วยผูกมัดกระบวนการเข้าเมืองอย่างผิดกฎหมายในวงกว้างหากไม่ครบถ้วน
ตอนนี้ถ้าเราดูการเปรียบเทียบการย้ายถิ่นจากมุมมองเปรียบเทียบของประเทศแนวหน้าเช่นอิตาลีและคาซัคสถาน
เราจะพบมุมมองใหม่ในการทำความเข้าใจความเหมือนและความแตกต่าง
ความท้าทายสำหรับทั้งสองประเทศนี้มีความสำคัญเนื่องจากทั้งสองประเทศเป็นประเทศแนวหน้าที่มีพรมแดนร่วมกันในจำนวนมากหรือมีช่องเปิดที่มีรูพรุนอิตาลีมาเป็นเวลานานและโดยเฉพาะอย่างยิ่งนับตั้งแต่วิกฤตการอพยพต้องเผชิญกับการอพยพครั้งใหญ่
เส้นทางเดินทะเลทำให้การอพยพเกิดขึ้นในประเทศอย่างอิตาลีซึ่งไม่เคยเกิดขึ้นมาก่อน ตั้งแต่ปี 2015 เป็นต้นมา อิตาลี นอกเหนือจากกรีซ โปรตุเกส และสเปน ต้องเผชิญกับปัญหาวิกฤตการย้ายถิ่นฐาน ในทำนองเดียวกัน

คาซัคสถานซึ่งเกิดจากการล่มสลายของสหสาธารณรัฐโซเวียตสังคมนิยมถูกล้อมรอบไปด้วยประเทศที่มีประชากรจำนวนมากรวมทั้งข้อได้เปรียบของการลักลอบขนของผิดกฎหมาย ซึ่งรวมถึงประเทศต่างๆ เช่น อุซเบกิสถาน เติร์กเมนิสถาน ทาจิกิสถาน คีร์กีซสถาน เป็นต้น

ซึ่งหลายประเทศเผชิญกับความท้าทายทางเศรษฐกิจอย่างมาก ดังนั้นเขตแดนและนโยบายการย้ายถิ่นฐานของประเทศเช่นคาซัคสถานจึงต้องปรับตัวให้เข้ากับความท้าทาย

ประเทศนี้อยู่ภายใต้การปกครองของระบอบการปกครองซึ่งมีความมั่นคง โดยมีนายกรัฐมนตรีนูร์สุลต่านรับผิดชอบมาเป็นเวลานาน อย่างไรก็ตาม ความท้าทายของการโยกย้ายถิ่นฐานก็เป็นข้อพิจารณาที่สำคัญสำหรับประเทศที่ต้องพิจารณาเช่นกัน ดังนั้น

ประเทศเช่นคาซัคสถานสามารถเรียนรู้จากความท้าทายและแนวทางแก้ไขเพื่อความสมดุลที่สมบูรณ์แบบในการโยกย้ายและปัญหาการย้ายถิ่นฐาน เป็นที่ที่กระบวนการตรวจคนเข้าเมืองและการไหลเข้าของผู้อพยพที่เข้ามาจากส่วนต่างๆ ของเอเชียกลางจำเป็นต้องเห็น

นี่คือวิธีที่การเรียนรู้จากประสบการณ์ในยุโรปของประเทศต่างๆ เช่น อิตาลี สามารถนำไปใช้กับประเทศต่างๆ เช่น คาซัคสถาน ได้ ดังนั้นนี่คือสิ่งที่สามารถนำไปใช้ในประสบการณ์การเรียนรู้ได้ ซึ่งจะรวมถึงการตระเวนชายแดน เอกสาร ตลอดจนนโยบายการติดตามเพื่อควบคุมผู้ย้ายถิ่น และวิธีการจัดการอย่างเหมาะสม

ทำความเข้าใจบริบทของการโยกย้าย

เมื่อพูดถึงกระบวนการควบคุมการโยกย้าย ขั้นตอนสำคัญคือเอกสารประกอบตลอดจนกระบวนการแปลงบันทึกเป็นดิจิทัล (Crepaz, 2008)

ซึ่งเริ่มต้นในยุโรปผ่านข้อตกลงดับลินซึ่งค้นหาผู้อพยพผิดกฎหมายและติดตามพวกเขาจากประเทศแรกที่มาถึง
เป็นสิ่งสำคัญมากอย่างแน่นอนสำหรับกระบวนการโดยรวมของการโยกย้ายและในการบันทึกความเคลื่อนไหว ในยุโรป
กระบวนการโดยรวมของการรักษาบันทึกดิจิทัลช่วยในการติดตามและติดตามความเคลื่อนไหวได้อย่างแน่นอน
การจัดการผู้ย้ายถิ่นยังมีมุมมองทางเศรษฐกิจและสังคมที่สำคัญมาก
เนื่องจากความรับผิดชอบในการจัดการผู้ย้ายถิ่นเกี่ยวข้องกับต้นทุนทางสังคมจำนวนมหาศาล (Flores, 2003)
ข้อมูลและเทคโนโลยีเพื่อการบริหารจัดการของประชาชนมีความสำคัญมากในการรับมือกับวิกฤติ
วิกฤตที่ต้องมีการวางแผนที่เหมาะสมโดยอิงจากการจัดการทรัพยากรและการจัดสรรทรัพยากรให้กับผู้ย้ายถิ่น รวมถึงกระบวนการจัดการโดยรวมที่ต้องจัดการ (Wicox, 2009) ที่ต้องใช้และบำรุงรักษาเทคโนโลยีสารสนเทศและการสื่อสารในประเทศต่างๆ เช่น เยอรมนี ฝรั่งเศส และประเทศสแกนดิเนเวียอื่นๆ
กระบวนการย้ายถิ่นฐานถือเป็นประเด็นที่มีข้อกังวลด้านนโยบายมากมาย
สหภาพยุโรปได้พัฒนาซอฟต์แวร์ของตนเองซึ่งเป็นฐานข้อมูลมากกว่า
การจัดการฐานข้อมูลมีความสำคัญมากสำหรับกระบวนการจัดการการย้ายถิ่นฐานและวิธีที่ประเทศต่างๆ ติดตามและดูแลผู้ย้ายถิ่น ณ สถานที่เดิมที่มาถึง
สถานที่มาถึงเดิมนั้นเป็นประเทศชายแดนที่แบกรับความรุนแรง

ประเทศชายแดนในภูมิภาคเมดิเตอร์เรเนียน ซึ่งรวมถึงอิตาลี สเปน กรีซ ฯลฯ จำเป็นต้องนำแนวคิดเรื่องนโยบายดิจิทัลไปสู่อีกระดับหนึ่งโดยเฉพาะเกาะเลสบอสในกรีซซึ่งเต็มไปด้วยผู้อพยพต้องเผชิญกับความท้าทายครั้งใหญ่เนื่องจากขาดกระบวนการเปลี่ยนผ่านสู่ดิจิทัลและการใช้เทคโนโลยีสารสนเทศ
การขาดเทคโนโลยีสารสนเทศและการสื่อสารเหล่านี้ไม่ใช่เรื่องง่าย
จำเป็นต้องมีการบูรณาการการจัดการฐานข้อมูลของบันทึกอย่างเหมาะสมซึ่งอาจ

เป็นขั้นตอนสำคัญในการจัดการวิกฤตการย้ายถิ่นทั้งหมด สิ่งนี้นำมาสู่บริบทที่สำคัญของการอพยพในทวีปยุโรปที่เกิดขึ้น ไม่ใช่ว่าการอพยพย้ายถิ่นของวิกฤตปี 2558 เป็นเพียงจุดเปลี่ยนเท่านั้น เรียกได้ว่าเป็นปีที่สั่นคลอนแนวทางการจัดการกับวิกฤตของสหภาพยุโรปอย่างแท้จริง แนวคิดเรื่องโลกที่เป็นของคุณค่าของสิทธิมนุษยชนและคุณค่าของมนุษย์ได้พังทลายลง สิ่งนี้ทำให้เกิดคำถามอย่างแน่นอน เนื่องจากการจัดการฐานข้อมูลของผู้ย้ายถิ่นถือเป็นก้าวสำคัญ เทคโนโลยีสารสนเทศและการสื่อสารเริ่มได้รับการปรับตัวอย่างช้าๆ โดยประเทศต่างๆ ทั่วสหภาพยุโรป วิกฤตการย้ายถิ่นในปี 2558 แสดงให้เห็นอย่างลึกซึ้งว่าการย้ายถิ่นสามารถเกิดขึ้นได้ในรูปแบบต่างๆ ได้อย่างไร นั่นรวมถึงการเข้ามาทางตู้คอนเทนเนอร์ รถบรรทุก และแน่นอนว่าเรือผู้ลี้ภัย รวมถึงการข้ามทางบกและวิธีใหม่ๆ เช่นกัน (Peters, 2015)

สรุปวัตถุประสงค์เชิงนโยบายและทิศทางในอนาคต

"ประเทศอย่างคาซัคสถานจะเรียนรู้จากประสบการณ์การย้ายถิ่นฐานของชาวยุโรปได้อย่างไร" นี่เป็นส่วนที่สำคัญที่สุด ดังนั้นกระบวนการรับสมัครผู้อพยพจึงมีคุณค่าสูงสุด การแบ่งแยกในกระบวนการและความโปร่งใสของฝ่ายบริหารที่แบ่งระหว่างยุโรปตะวันออก เหนือ ตะวันตก ใต้ และยุโรปกลาง ทำให้เกิดคำถามสำคัญเกี่ยวกับการแบ่งแยกทางดิจิทัลระหว่างภูมิภาคต่างๆ (Hayter, 2000) ในทำนองเดียวกัน ภูมิภาคในเอเชียกลางซึ่งมีประเทศต่างๆ เช่น อุซเบกิสถาน คาซัคสถาน เติร์กเมนิสถาน และทาจิกิสถาน จำเป็นต้องมีนโยบายประสานงานด้านนโยบายการย้ายถิ่นฐานและการควบคุมชายแดน

แนวคิดเรื่องการย้ายถิ่นฐานและการแบ่งแยกวิธีจัดการการย้ายถิ่นฐานสามารถจัดการได้อย่างกว้างขวางผ่านการจัดการฐานข้อมูล
ต้องเข้าใจว่าภาระในการจัดการเรื่องคนเข้าเมืองได้รับการแก้ไขและกระจายออกไปตามเงื่อนไขความเท่าเทียมมากขึ้น อย่างไรก็ตาม
การควบคุมนโยบายการย้ายถิ่นฐานและเขตแดนจำเป็นต้องมีสำหรับประเทศต่าง ๆ เช่น คาซัคสถาน
ซึ่งมีพรมแดนร่วมกับเส้นทางสำคัญของเอเชียกลางไปยังยุโรป
ซึ่งเป็นส่วนหนึ่งของเส้นทางอพยพที่สำคัญ
เพื่อควบคุมการเข้าเมืองอย่างผิดกฎหมายและควบคุมนโยบายชายแดนอย่างเหมาะสม
ประเทศเช่นคาซัคสถานจำเป็นต้องมีการจัดการข้อมูลการเข้าเมืองที่เหมาะสม
นี่คือเหตุผลว่าทำไมการเปรียบเทียบนโยบายของยุโรปจึงถูกนำมาอภิปราย
การจัดการฐานข้อมูลที่ได้รับการกล่าวถึงก่อนหน้านี้เกิดขึ้นในยุโรป
แต่แนวคิดทั้งหมดในการรวมข้อมูลและความถูกต้องของการจัดการข้อมูลคือสิ่งที่ทำให้แนวคิดทั้งหมดเกี่ยวกับการโยกย้ายและการจัดการทำได้ยาก
ลักษณะที่น่าทึ่งของผู้ย้ายถิ่นและการจัดการของพวกเขายังมีองค์ประกอบที่แตกต่างจากการจัดการฐานข้อมูลเพียงอย่างเดียว
ไม่ใช่แค่การรักษารายชื่อผู้ย้ายถิ่นที่ไม่มีเอกสารที่จำเป็นเท่านั้น (Flores, 2003) อย่างไรก็ตาม
กุญแจสำคัญในการแก้ไขวิกฤตคนเข้าเมืองอยู่ที่การติดตามเส้นทางของผู้อพยพและที่สำคัญที่สุดคือแหล่งที่มาของการค้ามนุษย์
แนวคิดคือการควบคุมวิธีการอพยพและการควบคุมชายแดนอย่างเหมาะสมเพื่อควบคุมการค้ามนุษย์

  การย้ายถิ่นจึงเป็นกระบวนการที่สำคัญมากที่โลกจะต้องเข้าใจ
นี่คือเหตุผลที่ย่อหน้าข้างต้นพยายามนำแนวคิดมาทำความเข้าใจว่าโลกแห่งความแตกต่างในปัจจุบันอาจดูเหมือนมีขนาดใหญ่ขึ้น

แต่มีความแตกต่างจากสมัยประวัติศาสตร์

แนวคิดของโลกทุกวันนี้ถูกกำหนดจากเหตุการณ์สำคัญสี่เหตุการณ์ที่เกิดขึ้นก่อนศตวรรษที่ 21 ได้แก่ **สงครามโลกครั้งที่ 1 สงครามโลกครั้งที่ 2 กระบวนการปลดปล่อยอาณานิคม และสุดท้ายคือสงครามเย็นพร้อมกับการสิ้นสุดและผลที่ตามมา** นี่คือจุดที่โลกปัจจุบันมาถึงทุกวันนี้

กระบวนการอพยพในศตวรรษที่ผ่านมาและในศตวรรษนี้สามารถสันนิษฐานได้ว่าเชื่อมโยงกับการเปลี่ยนแปลงหลักทั้งสี่ประการนี้ในประวัติศาสตร์ของมนุษย์ นอกจากนี้ยังสามารถเพิ่มปัจจัยอื่นๆ ในด้านเศรษฐกิจ สังคม และปัจจัยอื่นๆ ได้อีกด้วย

การกระจายตัวของประชากรและรูปแบบการอพยพตลอดจนเส้นทางส่วนใหญ่ประกอบด้วยปัจจัยเหล่านี้ แม้ว่าในขณะที่เราได้ย้ายออกไปในศตวรรษที่ 21 การอพยพของมนุษย์ในด้านที่ห้าก็มาถึงแล้ว

นั่นมาจากภูมิภาคเอเชียตะวันตกที่ความไม่มั่นคงและระบอบเผด็จการรวมถึงภูมิภาคแอฟริกาเหนือที่มีรูปแบบทางวัฒนธรรมและการเมืองที่คล้ายคลึงกันถูกขัดขวางโดย **อาหรับสปริง**

แนวคิดเรื่องอาหรับสปริงซึ่งเกิดขึ้นจากตูนิเซียก่อนและแพร่กระจายไปทั่วเอเชียตะวันตกและภูมิภาคแอฟริกาเหนือถูกขัดขวางโดยคำวิงวอนของพลเมืองที่นั่นที่โห่ร้องให้คลื่นประชาธิปไตยกวาดล้างการเปลี่ยนแปลง (Wicox, 2009) กิจกรรมทางการเมืองประเภทนี้ต้องถูกคำนึงถึงในขณะที่โลกก้าวไปสู่รูปแบบการคิดใหม่ในการทำความเข้าใจการย้ายถิ่นฐาน

เนื่องจากความเข้าใจเกี่ยวกับประสบการณ์การย้ายถิ่นฐานจากส่วนอื่นๆ ของโลกสามารถสอนวิธีดำเนินการตามนโยบายที่ดีที่สุดในอนาคตได้

บทที่ 3: พลวัตของโลกแห่งศตวรรษ ที่ 21

เหตุใดสหรัฐอเมริกาจึงล้มเหลวและอย่างไร

การบริหารงานของสหรัฐอเมริกาตั้งแต่สมัยหลังสงครามโลกครั้งที่ 2 อยู่ภายใต้การควบคุมของระเบียบโลกซึ่งครอบงำโดยนโยบายของตน (โลแกน) แม้ว่าจะมีการแข่งขันกันอย่างดุเดือดระหว่างสหรัฐอเมริกาและสหภาพโซเวียตในช่วงระยะเวลาหนึ่งก็ตาม โลกที่ถูกครอบงำโดยมหาอำนาจทั้งสองและการแทรกแซงอย่างต่อเนื่องทั่วโลกได้หล่อหลอมโลกจนถึงปี 1990 ก่อนการล่มสลายของสหภาพโซเวียต โพสต์ที่มาถึงอีกขั้นหนึ่งของการเมืองโลกและการกำหนดนโยบายแต่ส่วนใหญ่เกิดขึ้นจากสหรัฐอเมริกาเท่านั้น

แนวคิดเรื่องการเมืองโลกที่ขับเคลื่อนโดยทฤษฎีสัจนิยม ลัทธินิยมใหม่ หรือโรงเรียนแห่งความคิดเสรีนิยม ท้ายที่สุดแล้วก็มีลัทธิปฏิบัตินิยมที่ขับเคลื่อนนโยบาย ภูมิศาสตร์การเมืองมีความสัมพันธ์ที่ดีกับสังคมและความต้องการที่อาจสะท้อนให้เห็นได้จากหน่วยงานบริหาร (Hampton) นับตั้งแต่สิ้นสุดสงครามเย็น สหรัฐอเมริกาได้มีส่วนร่วมในความขัดแย้งมากกว่าหนึ่งครั้งทั่วโลก หากสหรัฐอเมริกามีความมั่นใจในช่วงหลังสงครามโลก การแทรกแซงของสหรัฐอเมริกาก็จะเพิ่มระยะหลังสงครามเย็นเช่นกัน ในช่วงเวลาที่ไม่แน่นอนของยุคปกติซึ่งปัจจุบันเรียกว่าโลกที่ผันผวน ไม่แน่นอน ซับซ้อน และคลุมเครือ พลวัตของการกำหนดนโยบายในสหรัฐอเมริกาอาจมีการปรับตัวช้า โลกาภิวัตน์เข้ามามีอิทธิพลต่อการเมืองโลกในลักษณะเดียวกับที่เริ่มต้น

นั่นคือวิธีที่พ่อค้าจากโลกตะวันตกออกเดินทางไปยังส่วนอื่นๆ ของโลก

ในลักษณะที่กระแสกำลังพลิกกลับนับตั้งแต่สิ้นสุดสงครามเย็นด้วยอำนาจและเงินที่เคลื่อนตัวออกจากโลกตะวันตก

นี่เป็นสิ่งสำคัญที่ต้องพิจารณาเป็นนโยบายของพลเรือน

การแทรกแซงนโยบายต่างประเทศตลอดจนแนวโน้มการเป็นผู้นำของมหาอำนาจตะวันตก

ต้องจำไว้ว่าวิธีการครอบงำของสหรัฐฯนั้นมีพื้นฐานมาจากการตีความโลก (มอร์ริส) สิ่งนี้จะนำเราไปสู่คำถามเรื่องจริยธรรม

คำถามเกี่ยวกับการทำความเข้าใจโลกที่อาจไม่เกี่ยวข้องกับสหรัฐอเมริกาในทางใดทางหนึ่งในแง่ของวัฒนธรรมและความใกล้ชิดทางภูมิศาสตร์

ผลกระทบจากนโยบายต่างประเทศของสหรัฐฯ ก็ไม่อาจมองข้ามได้

มันมีมาตั้งแต่ศตวรรษที่ผ่านมา

และในขณะที่โลกทั้งโลกได้ก้าวข้ามคลื่นแห่งโลกาภิวัตน์ไปแล้ว

คำถามยังคงอยู่ซึ่งสามารถสมดุลได้

คำถามเกี่ยวกับจริยธรรมที่ผู้มีอำนาจยังคงตกเป็นเหยื่อของผู้ไม่มีอำนาจในขอบเขตของการเมืองโลก นอกจากนี้

ยังมีคำถามใหญ่เกิดขึ้นเนื่องจากกระแสโลกาภิวัตน์เริ่มเป็นรูปเป็นร่างในช่วงสองทศวรรษที่ผ่านมา ดังนั้น

คำถามเรื่องจริยธรรมเกี่ยวกับผลกระทบที่การกระทำหนึ่งๆ สามารถมีได้นั้น

มักจะเกินเลยไปหรือถูกลืมโดยเจตนาอย่างไร

หายนะที่เกิดขึ้นในช่วงสงครามอิรักในปี 2546

เป็นหนึ่งในช่วงเวลาเหล่านั้นในประวัติศาสตร์แห่งกาลเวลาที่ไม่สามารถมองข้ามได้ว่าเป็นการตัดสินใจครั้งหนึ่ง (ไรอัน)

การตัดสินใจที่ส่งผลกระทบต่อภูมิศาสตร์การเมืองสมัยใหม่แม้กระทั่งทุกวันนี้

อย่างไรก็ตาม หากพิจารณาดูผู้ที่เกี่ยวข้องก็คงจะมีคำถาม

คำถามที่จะตัดสินว่าผู้มีอำนาจที่ทำหน้าที่นั้นสามารถตอบการกระทำของตนได้

หรือไม่ ในแง่ของความรับผิดชอบ แนวคิดก็คือต้องเข้าใจว่าบุคคลอย่างโดนัลด์ รัมส์เฟลด์
ซึ่งดำรงตำแหน่งรัฐมนตรีกระทรวงกลาโหมในฐานะที่อายุน้อยที่สุดและอายุมากที่สุดคนหนึ่งภายใต้ประธานาธิบดีสหรัฐฯ สองคนที่แตกต่างกัน
ได้เห็นการเปลี่ยนแปลงมากมายในการดำรงตำแหน่งทั้งสองของเขา (รัมส์เฟลด์)
สิ่งที่อยู่ใต้เครื่องสแกนนั้นมีพื้นฐานมาจากบทบาทของเขาในฐานะรัฐมนตรีกระทรวงกลาโหมภายใต้การนำของจอร์จ ดับเบิลยู บุช จูเนียร์
เป็นประเด็นที่มีการโต้แย้ง และยังกล่าวถึงในสารคดีเรื่อง The Unknown Known ซึ่งอิงจากหนึ่งในถ้อยแถลงอันโด่งดังของเขาเกี่ยวกับการตอบโต้ต่ออิรักสงคราม. แนวคิดเรื่องการแทรกแซงของสหรัฐฯ
ในอิรักกำลังเป็นที่ถกเถียงกันอยู่แล้ว เนื่องจากสหรัฐฯ
มีส่วนเกี่ยวข้องในอัฟกานิสถานในเวลานั้น เบื้องหลังคำถามคือสหรัฐฯ
กำลังเข้าไปพัวพันกับสงครามกับประเทศอื่น
ทหารถูกส่งไปสู้รบโดยมีวัตถุประสงค์ที่ไม่ได้กำหนดหรือเข้าใจอย่างชัดเจน
บทความนี้พยายามทำความเข้าใจคำถามเกี่ยวกับการตัดสินใจของเขาในฐานะที่ปรึกษาคนสำคัญของประธานาธิบดีบุช (รัมส์เฟลด์)
คำแนะนำที่อิงตามมุมมองของเขา
ซึ่งสามารถพูดได้ว่าเสกสรรเพื่อเข้าถึงศัตรูที่จินตนาการไว้คือระบอบการปกครองอิรักและประธานาธิบดีเผด็จการผู้ดำรงตำแหน่งของพวกเขาในขณะนั้นคือซัดดัม ฮุสเซน อย่างไรก็ตาม
ความรอบคอบและคำถามด้านจริยธรรมที่อิงกับคำถามของการแทรกแซงไม่เคยได้รับการปฏิบัติตาม ซัดดัม ฮุสเซนก็ถูกตำหนิเช่นกัน
เขาไม่ร่วมมือซึ่งจะทำให้การสื่อสารแบบตะวันตกขึ้นอยู่กับทัศนคติที่ไม่ร่วมมือของเขาเพื่อใช้เป็นข้ออ้างในการแทรกแซงของกองกำลังสหรัฐฯ
การล่มสลายของระบอบการปกครองอิรักซึ่งเกิดขึ้นในเวลาต่อมาไม่สามารถละเ

ลยได้สำหรับจำนวนความน่าสะพรึงกลัวที่เกิดขึ้นระหว่างการยึดครองอิรักโดยกองกำลังสหรัฐฯ นอกจากนี้
การทรมานเชลยศึกที่อ่าวกวนตานาโมยังทำให้โลกตกตะลึงอีกด้วย ในตอนนี้
สำหรับประเด็นต่างๆ เหล่านี้ที่ถูกกล่าวถึง คำถามเกี่ยวกับจริยธรรม
แม้ว่าจะถอยห่างออกไปครู่หนึ่ง อย่างน้อยที่สุดเราก็ต้องถามหาเหตุผล
รัฐมนตรีกระทรวงกลาโหมที่ไม่ได้คิดถึงผลสะท้อนกลับจากการแทรกแซงในอิรัก และโค่นล้มระบอบการปกครองที่ไม่ต้องสงสัยเลยว่าเป็นเผด็จการ
แต่อย่างใดกลับกลายเป็นรัฐชาติที่เปราะบาง
การโค่นล้มระบอบการปกครองซัดดัมด้วยหลักฐานที่สรุปไม่ได้ว่าระบอบการปกครองของเขาสร้างอาวุธทำลายล้างสูงได้ทำให้ประเทศ ภูมิภาค
และโลกตกอยู่ในอันตราย
ภัยคุกคามที่เพิ่มขึ้นหลังจากการล่มสลายของระบอบการปกครองซัดดัมเป็นเรื่องที่คนทั้งโลกจะได้เห็นในปัจจุบัน
กลุ่มก่อการร้ายหัวรุนแรงที่เป็นอันตรายและรุนแรงกว่าอัลกออิดะห์ในรูปแบบของ ISIS ได้เกิดขึ้นแล้ว คำถามจึงเกิดขึ้นอย่างชัดเจนว่าบุคคลอย่างโดนัลด์ รัมส์เฟลด์เป็นผู้ชี้นำตำแหน่งทางจริยธรรมประเภทใด ดังนั้น
ความรับผิดชอบโดยรวมที่ลดลงของผู้มีอำนาจที่ยิ่งใหญ่กว่าและผู้คนที่ขับเคลื่อนพวกเขาจึงจำเป็นต้องนำมาพิจารณาด้วย
นี่คือคำถามที่ถูกหยิบยกขึ้นมาในสารคดี
    ในขณะที่ยังคงมุ่งความสนใจไปที่โดนัลด์ รัมส์เฟลด์
เราก็ต้องไม่ลืมสถานการณ์ทางการเมืองในสหรัฐอเมริกาในตอนนั้น
การพังทลายของตึกแฝดเป็นสัญลักษณ์ของการล่มสลายของความภาคภูมิใจของสหรัฐอเมริกาซึ่งถือเป็นประเทศที่ยิ่งใหญ่ที่สุดในโลกโดยสื่อและผู้คนที่นั่น
(รัมส์เฟลด์)
กองกำลังของมนุษย์ต่างดาวกวักมือเรียกหลักคำสอนทางศาสนาซึ่งได้สร้างบาดแผลให้กับสหรัฐอเมริกาอย่างแน่นอน

ได้สร้างสถานการณ์ทางการเมืองขึ้นซึ่งไม่มีใครสามารถจินตนาการได้ในนิมิตที่ไกลที่สุดของพวกเขา จอร์จ บุช จูเนียร์ ผู้ซึ่งดำรงตำแหน่งประธานาธิบดีคนแรกของเขาได้รับแรงกดดันอย่างมาก และการเมืองของสหรัฐฯ ก็ให้คำตอบ ตั้งแต่ห้องโถงวุฒิสภาของรัฐสภาสหรัฐฯ ไปจนถึงการอภิปรายของสื่อ และใครๆ ก็อาจพิจารณาถึงห้องของประธานาธิบดีด้วยว่าเสียงโห่ร้องของสงครามกับโลกอาหรับมีความสำคัญ ซัดดัม ฮุสเซนเคยตกเป็นเป้าหมายในสงครามอ่าวเปอร์เซียในช่วงปี 1990 และอ่อนกำลังลงมากพอจนเขาสามารถยึดอำนาจของเขาไว้ได้ แต่ก็ถูกตำหนิอย่างถูกต้องและเหมาะสมต่อการโจมตีคูเวตโดยไร้เหตุผล สหรัฐอเมริกาไม่ละทิ้งโอกาสที่จะเตือนว่าพันธมิตรของตนหากถูกคุกคามจะไม่ปล่อยให้ไป มีความสมดุลในแนวทางและปฏิบัติตามหัวข้อเรียงความการพิจารณาจริยธรรมในขณะที่ยังคงรักษาแนวปฏิบัตินิยมในยุคโลกาภิวัตน์ (Panagopoulos) อย่างไรก็ตาม ภายใต้การนำของโดนัลด์ รัมส์เฟลด์ แม้ว่ามันอาจจะดูรุนแรงไปบ้างและน้ำเสียงของเวลานั้นก็อาจเป็นเช่นนี้ แต่เขากลับไม่ได้ใส่ใจมากพอสำหรับการพิจารณาเพื่อเสนอต่อมหาอำนาจที่สหรัฐฯ ดำรงอยู่ ผลกระทบของอำนาจกลั่นแกล้งของสหรัฐอเมริกาไม่ถือว่าจะสร้างความไม่มั่นคงและการสูญเสียชีวิตได้อย่างไร สิ่งสำคัญที่สุดคือสถานการณ์ที่น่าสยดสยองในระยะยาวจะเกิดขึ้นเมื่อสหรัฐอเมริกากำจัดซัดดัม ฮุสเซนออกไป มุมมองแบบอนุรักษ์นิยมและหัวรุนแรงซึ่งถูกปลอมแปลงเป็นความภาคภูมิใจของชาติและความปลอดภัยของผู้คนที่บ้าน ได้ส่งผลให้ชีวิตของชาวอเมริกันมากเกินไปเช่นกัน เกี่ยวข้องกับบริบทนี้ด้วยซ้ำ

สหรัฐอเมริกาก่อนที่จะเข้าไปเกี่ยวข้องกับสงครามอิรักในปี 2546 ก็ได้ทำเช่นเดียวกันกับสงครามเวียดนามและวิกฤตลิเบียในช่วงต้นทศวรรษที่ผ่านมา ดังนั้น การตำหนิประธานาธิบดีบุชและที่ปรึกษาหลักของเขาที่เกี่ยวข้องกับการแทรกแซงในอิรักและวิธีการจัดการสถานการณ์จึงสามารถชี้ไปที่รัมส์เฟลด์ได้อย่างแน่นอน อย่างไรก็ตาม นั่นจะไม่เปลี่ยนความจริงที่ว่าคนอย่างเขาที่มีประสบการณ์ในการจัดการกับตำแหน่งสำคัญเช่นนี้ จำเป็นต้องมีเหตุผลมากขึ้นและใช้วิธีทางการทูตที่ดีขึ้น การขาดไหวพริบและวิธีการจัดการสิ่งต่าง ๆ โดยไม่ลืมคำพูดที่หยาบคายในฟอรัมสาธารณะทำให้เขากลายเป็นบุคคลที่มีความแตกแยก การกำหนดนโยบายและแนวทางในระดับแนวหน้าที่จำเป็นในการตัดสินใจที่จะส่งผลกระทบต่อโลกในอีกหลายปีข้างหน้านั้นพลาดไปอย่างแน่นอน ค่าใช้จ่ายของการเข้าใจผิดแบบนี้ภายใต้ Rumsfeld ส่งผลกระทบต่อแม้แต่สหรัฐอเมริกาเป็นอย่างมาก

ในสารคดีมุ่งเน้นไปที่การทำความเข้าใจโดนัลด์ รัมส์เฟลด์ในฐานะตัวละครและวิธีที่บุคคลนั้นแสดง แม้ว่าเมื่อใดก็ตามที่คำถามมาถึงความเข้าใจในลักษณะของโดนัลด์ รัมส์เฟลด์ดังที่กล่าวไว้ข้างต้น สถานการณ์ทางการเมืองในสมัยนั้นก็ต้องได้รับการพิจารณาอีกครั้ง ความคิดของมนุษย์และสิ่งที่ขับเคลื่อนความคิดของเขาตลอดจนกระบวนการคิดจำเป็นต้องเข้าใจสำหรับเรียงความ นั่นคือสิ่งที่จะทำให้เข้าใจนโยบายที่เขาดำเนินการได้ง่ายขึ้น ดังนั้นกระบวนการทำความเข้าใจนโยบายในช่วงสงครามอิรัก พ.ศ. 2546

จึงเป็นช่วงเวลาที่ชาติตะวันตกกำลังยุ่งอยู่กับการฉายภาพ ภาพลักษณ์ของผู้ปลดปล่อยจากระบอบการปกครองอันชั่วร้าย นี่คือจุดขับเคลื่อนในการกำหนดนโยบายของโดนัลด์ รัมส์เฟลด์ และยังอาจกล่าวได้ว่าเป็นจุดขับเคลื่อนสำหรับการดำเนินการทั้งหมดที่เขาทำ ดังนั้น คำถามเกี่ยวกับคำสั่งนโยบายของโดนัลด์ รัมส์เฟลด์ และคำถามเรื่องจริยธรรมจึงไม่ได้เป็นเพียงข้อกังวลเท่านั้น เพื่อให้เข้าใจชายคนนี้ถึงกระบวนการสอบสวนที่เกี่ยวข้องกับส่วนหนึ่งของจริยธรรมและคำถามเกี่ยวกับนโยบายของเขาที่อยู่เบื้องหลังมากมาย สหรัฐอเมริกาในช่วงเวลาของปี 2546 อยู่ในระยะเวลาสองปีของการต่อสู้กับการก่อการร้าย อย่างไรก็ตาม คำถามยังคงอยู่ว่าการต่อสู้นั้นดำเนินไปอย่างมีประสิทธิผลเพียงใด (ไรอัน) เงินของผู้เสียภาษีและทรัพยากรทั้งหมดที่ใช้ในการทำสงครามในอัฟกานิสถานไม่ได้แสดงผลลัพธ์มากนัก แผนยุทธศาสตร์ของกลไกการป้องกันของสหรัฐฯ ดูเหมือนจะทำงานได้ไม่ดีนัก โดยเฉพาะอย่างยิ่งเมื่อเป้าหมายหลักคือโอซามา บิน ลาเดน ท่ามกลางเหตุการณ์ทั้งหมดนี้ สหรัฐอเมริการู้ว่าซัดดัม ฮุสเซนผู้ไม่มีส่วนเกี่ยวข้องกับกลุ่มตอลิบานและในความเป็นจริงค่อนข้างต่อต้านพวกเขา อาจเป็นสิ่งที่ทำให้ไขว้เขวได้อย่างสมบูรณ์แบบ สิ่งที่ทำให้รัฐบาลสหรัฐฯ ไขว้เขวในการหาช่องทางใหม่สำหรับความคิดเห็นของประชาชนที่จะต้องได้รับการทบทวนและกำหนดรูปแบบใหม่ นั่นคือวิธีที่แนวคิดทั้งหมดเกี่ยวกับคำถามด้านจริยธรรมเปลี่ยนไปในตอนแรก การเริ่มต้นนโยบายให้กองทหารสหรัฐฯ เข้าสู่ประเทศอิรักเป็นปัจจัยหนึ่งที่ต้องพิจารณาจากมุมมองของอัฟกานิสถาน การสั่งสมกระบวนการทั้งหมดที่เกิดขึ้นมายาวนานส่งผลให้แวดวงนโยบายของฝ่ายบริหารของสหรัฐอเมริกา นี่คือจุดที่โดนัลด์

รัมส์เฟลด์และบุคลิกภาพที่เกี่ยวข้องกับนโยบายของเขาสามารถนำมาพิจารณาได้ ประธานาธิบดีสหรัฐฯ ผู้ดำรงตำแหน่งในขณะนั้นคือจอร์จ บุช จูเนียร์ และเขารู้สึกเอียงไปทางใดภายหลังสงครามครั้งใหม่
ดังนั้นแนวคิดเรื่องการถอดรหัสของชายผู้ได้รับการขนานนามอย่างน่าอับอายว่า "ผู้รู้-ไม่ทราบ" จึงต้องมีการหารือกัน
สถานการณ์ที่เกิดขึ้นก่อนไทม์ไลน์ของการดำรงตำแหน่งครั้งที่สองของเขา
ความกังวลตลอดจนความคับข้องใจที่ก่อตัวในตัวเขา
ช่วยให้ความกระจ่างเกี่ยวกับนโยบายของเขา

นั่นคือสิ่งที่สารคดีเน้น
แต่ความเข้าใจโดยละเอียดต้องมาจากสถานที่ที่เขาจากมา ที่ได้กระทำไปแล้ว
ตอนนี้เขาเป็นตัวแทนของระบอบการปกครองใด ใช่
มันเป็นพรรครีพับลิกันแบบอนุรักษ์นิยม
ความภาคภูมิใจที่พวกเขานำเสนอในการเป็นตัวแทนของพลังของสหรัฐอเมริกา
เมื่อสมการพลังงานนี้เป็นปัญหาในตัวเองมาเป็นเวลานานทั้งในประเทศและต่างประเทศ นั่นคือที่มาของกระบวนการคิดและความภูมิใจในตนเอง
การมุ่งเน้นไปที่บทบาท ตำแหน่ง
และความรับผิดชอบที่เขาจำเป็นต้องทำเป็นสิ่งที่ไม่สามารถละเลยได้
ดังนั้นจึงเป็นจุดสนใจไปที่สิ่งเหล่านี้ซึ่งทำให้การมองรัมส์เฟลด์อยู่ในตำแหน่งที่น่าพอใจมากกว่าสิ่งที่ส่วนก่อนหน้าของเรียงความของฉันอาจแนะนำไว้
มันเป็นเรื่องเกี่ยวกับความเข้าใจองค์รวมของมนุษย์มากกว่า
เขาเกี่ยวข้องกับกระบวนการประเภทใดในระดับบุคคลและลำดับชั้นของรัฐบาล ? คำตอบสำหรับคำถามเหล่านี้จะทำให้เขาเข้าใจดีขึ้น
โดยเฉพาะอย่างยิ่งเมื่อเรียงความเกี่ยวกับการตอบคำถามที่เกี่ยวข้องกับความสมดุล
แนวทางในการรักษาสมดุลระหว่างคำสั่งที่อาจทำให้สหรัฐอเมริกาหลุดพ้นจากวิกฤติอัตลักษณ์ด้านพลังงานในขณะเดียวกันก็จัดหาทางออกด้วย

นี่คือสิ่งที่ถูกกล่าวซ้ำผ่านเรียงความและกล่าวถึง
เป็นจุดขับเคลื่อนการเขียนเรียงความและยังตอบคำถามที่เกี่ยวข้องกับบุคคลอีกด้วย
อะไรผลักดันให้บุคคลนั้นก้าวไปข้างหน้าด้วยการคิดเกี่ยวกับนโยบายที่อาจถือได้ว่าหน้าด้าน
นอกจากนี้บุคลิกภาพที่เขานำมาซึ่งมีความกล้าแสดงออกมากขึ้นและต้องการประทับตราอำนาจด้วยการกวาดล้าง "ผู้อื่น"
ทำให้เกิดคำถามเรื่องจริยธรรมอย่างแน่นอน อย่างไรก็ตาม
ความขัดแย้งอยู่ที่การเข้าใจว่าเหตุการณ์รุนแรงครั้งหนึ่งได้เริ่มต้นกระบวนการของผลกระทบแบบโดมิโนต่อระบอบการปกครองที่รุนแรงทั้งหมดเหล่านั้น
ทุกวันนี้แม้จะผ่านไป 10 ปีแล้วที่กองทหารสหรัฐฯ
ยังคงประจำการอยู่ในอัฟกานิสถานและในอิรักด้วยว่าชายผู้นั้นรู้ว่าเขาสมัครเพื่ออะไร
มหาอำนาจตะวันตกที่นำโดยสหรัฐอเมริกาและองค์การสนธิสัญญาองค์การแอตแลนติกเหนือได้ผลักดันโลกในขณะนั้นให้เป็นทิศทางที่คนอย่างรัมส์เฟลด์รับผิดชอบ ดังที่กล่าวไว้ข้างต้นเช่นกัน ผลสะท้อนกลับไม่ใช่ประเด็นหลัก
เนื่องจากแนวคิดคือการฟื้นฟูสมดุลให้กับความภาคภูมิใจของชาวอเมริกัน
ดังนั้นข้อความที่เขาทำหรือนโยบายที่ทำให้เขาเป็นส่วนหนึ่งของมันจึงไม่สามารถนำมาประกอบกับเขาได้เพียงคนเดียว
เพียงแต่ต้องมองจากมุมวัตถุประสงค์ซึ่งคำตอบอาจอยู่ที่เหตุการณ์ของจุดเริ่มต้น
นั่นคือจุดที่สงครามต่อต้านการก่อการร้ายเป็นคำตอบหลักสำหรับสหรัฐอเมริกาในการต่อสู้ การต่อสู้เพื่อความภาคภูมิใจและเกียรติยศเกิดขึ้นจากเขา
และในความรู้สึกประชานิยม
เป็นความจริงที่ว่าเขาละสายตาจากชั้นเชิงและการทูตที่จำเป็น
แนวคิดนี้อาจเป็นการยืมมาจากเส้นทางของ Henry Kissinger จากอดีต

สารคดีโดยสรุปไม่ได้กล่าวอ้างเกินจริงใดๆ
หรือไม่ได้หยิบยกมุมมองเชิงอื้อฉาวของตัวเองมาใส่ในเนื้อหา
มันยึดแนวทางการทำสารคดีตามที่เข้าใจ
นั่นคือมันเป็นเส้นตรงและดำเนินไปตามชุดของเหตุการณ์ที่เคลื่อนไหว
ข้อมูลเหล่านั้นได้ถูกนำมาใช้และขยายความในบทความนี้เพื่อไปถึงจุดที่อาจถือเ
ป็นจุดเชื่อมโยงที่สำคัญแต่อาจพลาดไป
นั่นคือเหตุผลที่การเน้นย้ำความเข้าใจร่วมกันระหว่างปัจจัยที่เกิดขึ้นก่อนการเคลื่
อนไหวของเขาและสถานการณ์ที่นำไปสู่สถานการณ์ต่างๆ จึงเป็นจุดสนใจ
เป็นจุดที่เรียงความพยายามเชื่อมช่องว่างระหว่างการกำหนดนโยบาย
ความจำเป็นของเวลา และสิ่งที่สถานการณ์เรียกร้อง มีปัจจัยที่ต้องทำความเข้าใจ
บริบท และการแยกส่วน
โดยเฉพาะอย่างยิ่งเมื่อมีการหยิบยกประเด็นเรื่องจริยธรรมและศีลธรรมขึ้นมา
นั่นคือวิธีที่เราต้องพิจารณาโลกในยุคนั้น
การพิจารณาทัศนคติและการเปลี่ยนไปสู่นโยบายที่กล้าแสดงออกได้ถูกนำมาในเ
รียงความ
เป็นการดำเนินการเพื่อให้เหตุผลและให้ความหมายสำหรับการอภิปรายเกี่ยวกับ
คำถามด้านจริยธรรมและความจำเป็นของชั่วโมง

วิเคราะห์การสื่อสารทางการเมืองและสื่อกลางในการรับลัทธิชาตินิยมในหมู่มวลชน

บทความนี้เป็นความพยายามที่จะทำความเข้าใจวิวัฒนาการของการใช้ลัทธิชาตินิยม และแนวคิดนี้ได้รับการตอบรับจากผู้ชมอย่างไรในช่วงระยะเวลาหนึ่ง การมองไปที่ช่องทางการสื่อสารเพื่อเผยแพร่แนวคิดชาตินิยมในรูปแบบประชาธิปไตยและต่อต้านแนวคิดชาตินิยมถือเป็นประเด็นหลักของบทความนี้ รูปแบบการสื่อสารและการใช้งานถือเป็นองค์ประกอบสำคัญของลัทธิชาตินิยมในช่วงเวลาหนึ่งอย่างแน่นอน
นี่คือจุดที่บทความนี้พยายามเปรียบเทียบข้อมูลจากมุมต่างๆ เพื่อค้นหาวิธีที่แนวคิดนี้พยายามจะเผยแพร่สู่มวลชนท่ามกลางอุปสรรคในการรับ
ลัทธิชาตินิยมเป็นบทสนทนาที่ได้รับความนิยมอย่างมากเพื่อจุดประสงค์ทางการเมืองตั้งแต่สมัยก่อน ผลกระทบของลัทธิชาตินิยมมีเพิ่มมากขึ้นในบางช่วง เช่น สงครามโลกครั้งที่ 2
วาทกรรมของลัทธิชาตินิยมทางการเมืองมีการเปลี่ยนแปลงไปตามกาลเวลา ในความเป็นจริง ด้วยยุคสมัยและการเปลี่ยนแปลงของสื่อ
รสนิยมของผู้ชมก็เริ่มเปลี่ยนไปเช่นกัน
แนวความคิดเกี่ยวกับสื่อและการนำไปใช้ได้เปลี่ยนแปลงไป
ทำให้เกิดการหยุดชะงักของการสื่อสารรูปแบบเดิมๆ
ที่เกี่ยวข้องกับลัทธิชาตินิยมที่ได้รับการยอมรับจากผู้ฟังมาเป็นเวลานาน
ดังนั้นนี่คือสิ่งที่บทความนี้พยายามวิเคราะห์ที่นี่

คำสำคัญ: *ชาตินิยม การสื่อสารทางการเมือง ผู้ชม การโฆษณาชวนเชื่อ สำนวน สื่อ รัฐบาล*

แนวคิดเบื้องต้น

การสื่อสารทางการเมืองที่เกี่ยวข้องกับลัทธิชาตินิยมถือเป็นประเด็นสำคัญที่ต้องพิจารณามาเป็นเวลานาน

แนวคิดเรื่องอุดมการณ์ทางการเมืองและการต้อนรับของผู้ฟังในลักษณะของแนวคิดชาตินิยมนั้นมีมานานแล้ว เนื่องจากการถือกำเนิดของฟาสซิสต์ระบุว่าการรับแนวคิดจากผู้ชมเป็นเรื่องยากที่จะวัดได้

แนวคิดดังกล่าวได้รับการกำหนดหรืออาจซ้อนทับกับผู้ชมจำนวนมากโดยมีผู้ติดตามเพียงไม่กี่คนเป็นฐานในการโฆษณาชวนเชื่อ

แนวคิดเรื่องชาตินิยมเริ่มแพร่หลายในยุโรปและส่งผลกระทบต่อประชาชนตั้งแต่ปลาย ศตวรรษ ที่ 19 นับตั้งแต่สมัยระบบรัฐชาติเริ่มเป็นที่นิยม

แนวคิดเรื่องการสื่อสารทางการเมืองที่เกี่ยวข้องกับลัทธิชาตินิยมก็มีมา

แนวคิดเกี่ยวกับชาติ เอกลักษณ์ประจำชาติ

และการใช้วาทศิลป์เพื่อโน้มน้าวผู้ฟังเป็นจุดสนใจหลักของบทความนี้

ในช่วงการปกครองของนาซีเยอรมนี

แนวคิดฟาสซิสต์อิตาลีเกี่ยวกับรัฐชาติและแนวคิดที่ได้รับการฟื้นฟูเป็นองค์ประกอบที่สำคัญมากของความสัมพันธ์ระหว่างรัฐกับผู้ชม

แนวคิดทั้งหมดเกี่ยวกับการเชื่อมโยงระหว่างผู้ชมกับรัฐนั้นมีมิติเดียวมากกว่าตามกระแสข้อมูล **ดังที่** Aryeh L. Unger เขียนไว้ในหนังสือ

"การโฆษณาชวนเชื่อและสวัสดิการในนาซีเยอรมนี"

ว่าการระดมมวลชนทั้งหมดภายใต้ "Menschenfuehrung" (**การระดมมวลชน**) **เป็นกุญแจสำคัญในแบบจำลองการโฆษณาชวนเชื่อ**

เป็นองค์ประกอบที่สำคัญมากสำหรับบทความนี้

เนื่องจากที่นี่มีการเน้นย้ำแนวคิดทั้งหมดเกี่ยวกับผู้ชมที่ถูกกำหนดเป้าหมายเป็นกลุ่ม ในเวลาเดียวกัน

แนวคิดในการต่อต้านการโฆษณาชวนเชื่อต่อต้านรัฐฟาสซิสต์ก็สามารถพบได้เช่นกัน โดยเฉพาะสหรัฐอเมริกาและรัฐพันธมิตรอื่นๆ ที่กำลังตอบโต้สิ่งเดียวกันนี้ ซึ่งมีการกล่าวถึงในหนังสือ The Propaganda Warriors: America's Crusade Against Nazi Germany โดย Clayton D. Laurie
เมื่อเวลาผ่านไปนับตั้งแต่สงครามโลกครั้งที่สอง
วิวัฒนาการของการสื่อสารทางการเมืองได้เกิดขึ้น การเกิดขึ้นของอินเทอร์เน็ต เทคโนโลยี และพื้นที่สื่อรูปแบบอื่นๆ
ได้สร้างมิติใหม่ในการดึงดูดผู้ชมด้วยแนวคิดในการทำความเข้าใจการสื่อสารทางการเมืองด้วยค่านิยมใหม่
ด้วยเหตุผลที่ชัดเจนเนื่องจากบทความนี้มีพื้นฐานทางแนวคิดมากกว่า จึงเป็นการยากที่จะให้หลักฐานการวิจัยเบื้องต้นเกี่ยวกับการค้นหาข้อเท็จจริงของผู้ชม
แนวคิดเรื่องอำนาจอ่อนในบริบทสมัยใหม่ซึ่งหลายคนมองว่าเป็นวิวัฒนาการของลัทธิชาตินิยมในวิถีทางที่ถูกต้องทางการเมืองมากขึ้น
ก็ได้รับการเสนอทางการเมืองในยุคของสื่อที่กำลังพัฒนาเช่นกัน
จุดเริ่มต้นของบทความที่เสนอแนวคิดเรื่องการโฆษณาชวนเชื่อระหว่างระบอบฟาสซิสต์ได้กลายมาเป็นแนวทางการทูตสาธารณะ
ผลกระทบที่กว้างขวางของการสื่อสารทางการเมืองสามารถสัมผัสได้ไม่ว่าจะเป็นในรูปแบบของผู้ชมในประเทศหรือทั่วโลก อย่างไรก็ตาม
แนวคิดในการเผยแพร่แนวคิดชาตินิยมผ่านการโฆษณาชวนเชื่อทางการเมืองนั้นมีขอบเขตมากมายที่ต้องพิจารณา
แนวคิดทั้งหมดในการให้ตราสินค้าหรืออัตลักษณ์แก่ประเทศในภาษาใดก็ตามที่เราต้องการจะพิจารณานั้นมีความสัมพันธ์อย่างจริงใจกับการสื่อสารทางการเมืองและผลที่ตั้งใจไว้ อย่างไรก็ตาม มันก็ขึ้นอยู่กับการต้อนรับของผู้ชมด้วย
เมื่อพิจารณาถึงแนวคิดเรื่องชาตินิยมและวิธีที่ผู้นำคาดการณ์ไว้
เราจะพิจารณาในภูมิภาคเอเชียใต้

แนวคิดในการสร้างรัฐชาติและการสื่อสารทางการเมืองเป็นมิติสำคัญที่จะกล่าวถึงในบทความนี้

แนวคิดทั้งหมดเกี่ยวกับปากีสถานและบังคลาเทศรวมถึงปากีสถานตะวันออกในขณะนั้นเข้ามาผ่านการสื่อสารทางการเมืองในช่วงก่อนการแบ่งแยก และกลุ่มเป้าหมายก็เข้าใจอัตลักษณ์ของมัน บทความโดย BC Upreti ใน Indian Journal of Political Science

ระบุไว้อย่างชัดเจนว่าลัทธิชาตินิยมคือการสำแดงความคิดในหมู่ประชาชน ตลอดจนความคาดหวังและความเข้าใจในการเปลี่ยนแปลง

แก่นแนวคิดของแนวคิดนั้นเอง:

ดังนั้นจึงเป็นสิ่งสำคัญที่จะต้องทราบว่าแนวคิดทั้งหมดเกี่ยวกับการสำแดงและการรับแนวคิดชาตินิยมนั้นถูกตีความโดยผู้นำทางการเมือง

แนวคิดชาตินิยมมุสลิมซึ่งส่งผลให้เกิดการแบ่งแยกสายใยทางสังคมที่อินเดียยึดถือมาเป็นเวลา 800 ปีเป็นผลมาจากปากีสถานและบังคลาเทศ

แนวคิดเรื่องชาตินิยมในเอเชียใต้ทั้งหมดมีพื้นฐานอยู่บนแนวคิดเรื่องภาษา วัฒนธรรม และชาติพันธุ์

สิ่งนี้ถูกใช้โดยผู้นำทางการเมืองในการกล่าวสุนทรพจน์นับตั้งแต่แนวคิดเรื่องทฤษฎีสองชาติเข้ามา การสื่อสารทางการเมืองจากกลุ่มมุสลิมที่มี MA Jinnah เป็นผู้นำได้รับการบันทึกไว้อย่างดี อย่างไรก็ตาม เมื่อกลับมาที่แก่นของรายงาน สิ่งสำคัญคือต้องเข้าใจว่าผู้คนได้รับผลกระทบจากการสื่อสารดังกล่าวหรือคำพูดซ้ำซากเกี่ยวกับการเรียกร้องที่ดินแยกสำหรับชุมชนมุสลิมในเอเชียใต้ผ่านทางรัฐชาติใหม่ น่าแปลกที่สิ่งนี้กลับเกิดผลย้อนกลับในภายหลัง

แนวคิดเดียวกันนี้ซึ่งก่อให้เกิดการก่อตัวของบังคลาเทศบนเส้นภาษาแยกออกจากสหภาพปากีสถานทั้งสองด้านของอินเดีย

วาทศาสตร์และแนวคิดเรื่องชาตินิยมโดยเฉพาะในภูมิภาคเช่นเอเชียใต้สามารถพบได้จากหลากหลายมุม

มุมมองที่หลากหลายแสดงให้เห็นในรูปแบบของอัตลักษณ์ทางชาติพันธุ์ วัฒนธรรม และภาษาที่ผู้นำทางการเมืองใช้

หากเราย้อนกลับไปสู่การต่อสู้ของบังคลาเทศ

ปากีสถานตะวันออกในขณะนั้นเพื่ออัตลักษณ์ที่เป็นอิสระ

วาทศาสตร์เพื่อปลูกฝังผู้ฟังนั้นมีพื้นฐานอยู่บนคุณค่าของภาษาเบงกาลี นั่นคือสิ่ง**ที่** Julia Major **กล่าวถึงในบทความเรื่อง** “Construction of the Tongue: Language, Nationalism and Identity in South Asia”

การแสดงลัทธิชาตินิยมที่กล่าวมาข้างต้นทั้งหมดได้ถ่ายทอดเข้าสู่จิตใจของผู้ชมเป้าหมาย การสื่อสารทางการเมืองมีบทบาทสำคัญในการส่งข้อความไปยังผู้ชม การยึดประเด็นความคิดเรื่องภาษาและการใช้ภาษาเป็นสิ่งสำคัญมากสำหรับความรู้สึกของชาติ อย่างไรก็ตาม

การสื่อสารทางการเมืองมีความหมายที่กว้างกว่าซึ่งมีอยู่ในพื้นที่ภายในประเทศด้วย นั่นคือส่วนหนึ่งที่จะกล่าวถึงในภายหลัง อย่างไรก็ตาม

ด้วยความต่อเนื่องของแนวคิดชาตินิยมและการเมืองและแง่มุมด้านการสื่อสารจึงมีจินตนาการต่อสาธารณะมากขึ้นเสมอ

การแสดงความรู้สึกสาธารณะและการวางมันในบริบทที่เหมาะสมเพื่อเชื่อมโยงกับผู้ฟัง เรียกว่าเป็นประชานิยมหรือโฆษณาชวนเชื่อซึ่งเป็นวาทกรรมที่ทรงพลัง

Subrata K. Mitra

นำเสนอมุมมองของการเมืองของขบวนการย่อยระดับชาติในเอเชียใต้ในงานเขียนของเขา บทความของเขาเรื่อง

“การเมืองที่มีเหตุผลของลัทธิชาตินิยมทางวัฒนธรรม”

กล่าวถึงแนวคิดที่ว่าอารมณ์สามารถปรุงแต่งในแนวคิดเกี่ยวกับแนวโน้มชาตินิยมรวมถึงลัทธิชาตินิยมย่อยได้อย่างไร

มีบริบทที่สำคัญมากในขอบเขตทางการเมืองที่ผู้นำใช้ความคิด ความรู้สึก

เพื่อสร้างผลงานที่ส่งมอบให้กับผู้ชม ตัวอย่างเช่น

มีการกล่าวถึงแนวคิดการต่อสู้ของ LTTE ในศรีลังกา

แนวคิดทั้งหมดเริ่มต้นจากแนวคิดเรื่องสิทธิพลเมืองซึ่งมีองค์ประกอบทางการเมืองที่เข้มแข็ง
หลังจากนั้นก็กลายเป็นการต่อสู้ที่รุนแรงแต่ยังคงมีองค์ประกอบสำคัญของการสื่อสารทางการเมืองติดอยู่
ซึ่งเห็นได้จากกระบวนการสันติภาพภายในศรีลังกาตลอดจนการแทรกแซงของอินเดียและแม้แต่นอร์เวย์ เมื่อพิจารณาจากเหตุการณ์ที่คล้ายคลึงกัน
ปัญหาของปาเลสไตน์ คาตาโลเนีย
และขบวนการย่อยระดับชาติหรือระดับประเทศที่ไม่ได้รับการยอมรับอื่นๆ
มักมีการสื่อสารทางการเมืองที่เข้มแข็งแนบมาด้วย
เสรีภาพในการพูดและความคิดที่เกี่ยวข้องกับอัตลักษณ์ของประชาชน ชาติพันธุ์ และประเทศชาติ มีอิทธิพลทางการเมืองที่แข็งแกร่งอยู่เสมอ
การสัมผัสอิทธิพลประเภทนี้สามารถถูกบิดเบือนและนำไปใช้ในวาทศาสตร์โดยรัฐหรือส่วนที่สับสนได้
การสื่อสารทางการเมืองเป็นเรื่องเกี่ยวกับแนวคิดอันทรงพลังที่แพร่กระจายไปทั่วขอบเขตของสื่อและวิธีที่ประชาชนได้รับแนวคิดนั้น
วาระการประชุมและการส่งมอบการสื่อสารทำให้เกิดความแตกต่างในแนวทาง
จีนเป็นตัวอย่างหนึ่งของระบอบเผด็จการที่แนวคิดเรื่องการสื่อสารทางการเมืองมีพื้นฐานมาจากรัฐสู่ผู้ฟัง ดังที่ *Xing Lu* เขียนไว้ในงานเขียนของเขา ว่า
"**การวิเคราะห์แบบ Burkean ของจีนไม่มีความสุข:
วาทศาสตร์เกี่ยวกับลัทธิชาตินิยม**" ภาษานั้นมีส่วนสำคัญในการสื่อสาร
เนื่องจากแนวคิดนี้มีพื้นฐานอยู่บนพลังของการสื่อสารทางการเมืองและการกำหนดของรัฐ
บทความนี้จึงเกี่ยวข้องกับแนวคิดเรื่องความคับข้องใจของชาวจีนอย่างกว้างขวาง
ความคิดเรื่องความเป็นตะวันตกในลักษณะที่ไม่สามารถควบคุมได้และการแสวงประโยชน์จากชนพื้นเมืองทำให้เกิดความโกรธแค้นอย่างไม่อาจควบคุมได้ภายในประเทศ

ตอนนี้กลับมาที่หัวข้อที่นี่ความคิดทั้งหมดเกี่ยวกับแนวโน้มชาตินิยมและการเสียสละเพื่อชาติดูเหมือนจะเบาบางลงตามผู้เขียน
ผู้เขียนพยายามนำเสนอมุมมองของเขาเองเกี่ยวกับความขมขื่นต่อตะวันตก
แม้ว่าวัตถุประสงค์หลักคือการอนุมานจากการอ่านแนวคิดของรัฐชาติที่ถูกนำเสนอไปทั่วโลก
กลไกทางการเมืองและการทำงานที่พร้อมเพรียงกันเพื่อสร้างรัฐชาติที่เข้มแข็งกำลังถูกปฏิเสธในบทความนี้
ดังนั้นบทความนี้จึงถูกนำเสนอเพื่อแสดงให้เห็นว่าแนวคิดเกี่ยวกับลัทธิชาตินิยมและการเป็นตัวแทนเชิงหน้าที่มีผลกระทบต่อผู้ชม กลุ่มปัญญาชน
และวิธีการรับหรือตอบสนองอย่างไร
บทความนี้นำเสนอเพื่อให้ภาพรวมของวาทศาสตร์ที่มีการพัฒนา
ยุคปัจจุบันขัดขวางผู้คนจากลัทธิชาตินิยมที่รัฐสร้างขึ้นและการต่อต้านกระบวนการของมวลชนที่ถูกยัดเยียดด้วยความคิดโดยเฉพาะกับการเกิดขึ้นของสื่อใหม่

วิเคราะห์ประเด็นหลัก:

แนวความคิดเกี่ยวกับชาตินิยมได้แสดงออกมาในลักษณะที่สำคัญมากสำหรับประเทศชาติที่จะต้องแสดงให้เห็นทั้งภายในและภายนอกดังที่กล่าวข้างต้น
การสื่อสารทางการเมืองของอุดมการณ์ชาติในรูปแบบการทูตสาธารณะหรือที่เรียกว่า soft power ในความสัมพันธ์ระหว่างประเทศมีกลุ่มเป้าหมายที่แตกต่างกัน
ตัวอย่างหนึ่งของการสื่อสารทางการเมืองหรือวาทศาสตร์จากสถาบันทางการเมืองในรูปแบบของบุคคลในยุคปัจจุบันสามารถมีที่มาจากอิหร่าน
ระบอบการปกครองวาทศิลป์ของมาห์มุด
อาห์มาดิเนจัดเกี่ยวกับอิหร่านและการพรรณนาถึงอุดมการณ์ของเขามีความเข้าใจที่แปลกประหลาด
เป็นตัวอย่างที่โดดเด่นเนื่องจากกรอบทางสังคมและการเมืองของอิหร่านมีองค์ประกอบที่สำคัญมากในรูปแบบของผู้นำสูงสุดทางศาสนานอกเหนือจากนายกรัฐมนตรี การครอบงำวาทศาสตร์ของ Ahmadinejad

และการนำเสนอรูปแบบใหม่ของลัทธิชาตินิยมนีโออิหร่านเป็นเรื่องใหม่ในบันทึกประวัติศาสตร์ของชาติ ดังที่บทความที่เขียนโดย Navid Fozi
เน้นย้ำถึงความจริงที่ว่าลัทธิบุคลิกภาพเป็นแนวทางส่วนบุคคลในการสื่อสารทางการเมือง
ข้อโต้แย้งนี้หากนำมาข้างหน้าสามารถนำไปใช้เพื่อหยิบยกประเด็นที่ว่าบุคคลคนเดียวได้หล่อหลอมเอกลักษณ์ประจำชาติอย่างไร
เริ่มต้นจากบทนำสู่บทความที่พูดถึงแนวคิดของรัฐฟาสซิสต์และการสื่อสารทางการเมืองเป็นเครื่องมืออันทรงพลังในการชักใยผู้ชม
ในเอกสารนี้ตามที่กล่าวไว้ข้างต้น
ไม่สามารถให้หลักฐานเชิงสถิติหรือหลักฐานเบื้องต้นสำหรับการมีส่วนร่วมของผู้ชมได้เนื่องจากเหตุผลทางเทคนิค
ความรับผิดชอบหลักของบทความนี้คือการนำเสนอกรอบแนวคิดว่าเครื่องมือสื่อสารทางการเมืองได้กำหนดอารมณ์เกี่ยวกับชาตินิยมอย่างไร
เอกลักษณ์ประจำชาติและแนวความคิดเกี่ยวกับชาตินิยมซึ่งมีอารมณ์ความรู้สึกที่แตกต่างกันมากมายติดอยู่จะได้ผลเมื่อผู้ชมสามารถเชื่อมโยงกับมันได้
มันเป็นความคิดที่ถูกตีความและวิธีที่ผู้คนรวมตัวกันจนถึงจุดหนึ่ง โดยอาศัยการสื่อสาร แง่มุมทางการเมืองของการสื่อสารนั้นขึ้นอยู่กับปัจจัยต่างๆ เช่น
ปัจจัยทางสังคม-เศรษฐกิจ วัฒนธรรม ชาติพันธุ์ และปัจจัยอื่นๆ
การเชื่อมโยงกับมวลชนและเผยแพร่ความคิดที่ว่ามวลชนสามารถเชื่อมโยงได้คือสิ่งที่การสื่อสารทางการเมืองหมายถึงบริบทของลัทธิชาตินิยม แนวคิดเรื่องชาติ รัฐชาติ ตามแนวคิด **ของเบเนดิกต์ แอนเดอร์สัน** เป็นที่รู้จักในชื่อ
"ชุมชนแห่งจินตนาการ"
บทความนี้พยายามที่จะทำความเข้าใจและนำเสนอตัวอย่างว่าการสื่อสารทางการเมืองได้แสดงออกอย่างไรเพื่อนำไปใช้ในการสร้างแนวคิดชาตินิยม
เนื่องจากลัทธิชาตินิยมหัวรุนแรงขึ้นอยู่กับปัจจัยหลายอย่างรวมกันซึ่งรวมถึงบรรยากาศทางการเมือง ความคาดหวังของประเทศ และปัจจัยอื่นๆ

ที่ได้รับการกล่าวถึงเพื่อให้เห็นภาพรวมว่าการสื่อสารทางการเมืองเป็นปัจจัยสำคัญในการโน้มน้าวใจให้ยอมรับจากผู้ชมอย่างไร
แม้ว่าแนวคิดเรื่องการต่อสู้แบบชาตินิยมจะถูกแบ่งออกเป็นส่วนเล็กๆ ของเชื้อชาติ/สีผิว/ชาติพันธุ์ ก็สามารถนำไปสู่การต่อสู้เพื่ออัตลักษณ์ได้ การสื่อสารทางการเมืองมีรูปแบบที่รุนแรงหรือปานกลาง ขึ้นอยู่กับคำถามที่แนวคิดทั้งหมดขึ้นอยู่กับสถานการณ์และบริบท แนวคิดเรื่องชาตินิยมมีการเปลี่ยนแปลงไปตามกาลเวลา มีการพยายามนำเสนอตัวอย่างในบทความเกี่ยวกับวิวัฒนาการของชาตินิยมและแนวคิดของชาตินิยมที่ถูกเสนอโดยกระบวนการสื่อสารทางการเมือง แนวความคิดมีความแตกต่างไปตามช่วงเวลาและบริบททางสังคมที่หลากหลาย แม้ว่าแนวคิดเรื่องชาตินิยมในอินเดีย ยกเว้นแนวคิดบางอย่างที่สอดคล้องกัน โดยเฉพาะกับปากีสถาน ความสัมพันธ์แบบชื่นชมและเกลียดชังอย่างผิดธรรมชาติกับโลกตะวันตก แนวคิดเกี่ยวกับลัทธิชาตินิยมของอินเดียก็เปลี่ยนแปลงอยู่เสมอ มันมีความหมายแฝงแปลกๆ กับการสื่อสารทางการเมืองทั้งในระดับประเทศและระดับนานาชาติ แนวคิดคือการเข้าใจว่าการสื่อสารทางการเมืองสำหรับแนวคิดชาตินิยมนั้นทรงพลังเพียงใด Karl Deutsch ให้ความสำคัญกับแนวคิดเรื่องการสื่อสารทางสังคมและการสะสมวัฒนธรรมมีบทบาทสำคัญในกระบวนการโดยรวมอย่างไร ในทำนองเดียวกัน แนวคิดเรื่องชาตินิยมของญี่ปุ่นซึ่งมีพื้นฐานมาจากความสม่ำเสมอทางวัฒนธรรมในวงกว้างและเป็นแก่นแท้ของการเมืองและการสื่อสารทางสังคม อย่างไรก็ตาม แนวคิดที่ Yuko Kawai นำเสนอในรายงานลัทธิเสรีนิยมใหม่ ลัทธิชาตินิยม และการสื่อสารระหว่างวัฒนธรรม ระบุว่าแนวคิดเกี่ยวกับลัทธิชาตินิยมวัฒนธรรมญี่ปุ่นกำลังเปลี่ยนแปลงไปอย่างไรในยุคโลกาภิวัตน์

บทความนี้พยายามที่จะกำหนดแนวคิดเรื่องจุดยืนทางการเมืองใหม่จากผลกระทบของโลกาภิวัตน์ และผลกระทบที่มีต่อแนวคิดใหม่ของญี่ปุ่นอย่างไร และแนวคิดชาตินิยมกำลังพัฒนาไปอย่างไร

แนวคิดทั้งหมดในการเปลี่ยนไปสู่อุดมการณ์เสรีนิยมใหม่กำลังเปลี่ยนแปลงวิถีทางที่ได้สร้างอัตลักษณ์ชาตินิยมขึ้นมา

การสื่อสารทางการเมืองในที่นี้ไม่ได้ถูกกล่าวถึงในความหมายที่เข้มงวดที่สุด แต่การเปลี่ยนแปลงทางอุดมการณ์ที่กำลังเกิดขึ้นคือสิ่งที่มุ่งเน้นไปที่การสื่อสารทางการเมือง

แนวคิดเกี่ยวกับอิทธิพลทางการเมืองและคุณค่าของอิทธิพลคือสิ่งที่อธิบายความสัมพันธ์ได้ดีที่สุดสำหรับตัวอย่างที่ให้ไว้ข้างต้น ที่จริงแล้ว แนวคิดทั้งหมดของบทความนี้คือการทำความเข้าใจความสัมพันธ์ที่ว่าแนวคิดเรื่องชาตินิยมเกิดขึ้นผ่านแง่มุมของการสื่อสารทางการเมือง

ตั้งแต่สมัยประวัติศาสตร์จนถึงอดีตที่ผ่านมาญี่ปุ่นซึ่งถูกมองว่าเป็นประเทศที่มีความภาคภูมิใจและโดดเด่นทางวัฒนธรรมมาโดยตลอดผ่านช่วงเวลาต่างๆ ในเอเชีย มีการเปลี่ยนแปลงในยุคปัจจุบัน ดังที่กล่าวไปแล้ว แนวคิดของบทความนี้คือการสร้างแนวคิดอย่างต่อเนื่องว่าการสื่อสารทางการเมืองซึ่งมีปัจจัยเสริมมากมายทั้งปัจจัยทางสังคม วัฒนธรรม และเศรษฐกิจจะกำหนดแนวคิดเรื่องชาตินิยมได้อย่างไร

ตัวอย่างของญี่ปุ่นแสดงให้เห็นว่าน้ำเสียงของประวัติศาสตร์จักรวรรดิและลัทธิชาตินิยมทางเศรษฐกิจเปลี่ยนแปลงไปตามกาลเวลาอย่างไร

การเปลี่ยนแปลงทางการเมืองในการสื่อสารจากญี่ปุ่นในรูปแบบของอำนาจอันนุ่มนวลของพวกเขาเองเน้นย้ำถึงข้อเท็จจริง ซึ่งรวมถึงความช่วยเหลือทางการเงิน นวัตกรรมทางเทคโนโลยี ตลอดจนการเปลี่ยนแปลงไปสู่การเปิดรับวัฒนธรรมระดับโลก

การผสมผสานทั้งหมดได้รับการสนับสนุนโดยการเปลี่ยนแปลงในการสื่อสารทางการเมืองซึ่งทำให้แนวคิดของการสื่อสารที่สำคัญและจุดยืนของการสื่อสารนั้น

หล่อหลอมแนวคิดเกี่ยวกับชาติและอัตลักษณ์ของชาติ
ส่วนสรุปของบทความนี้จะมุ่งเน้นไปที่ว่าอนาคตจะกำหนดความสัมพันธ์นี้ได้อย่างไร
อนาคตของการสื่อสารทางการเมืองและแนวความคิดเรื่องชาตินิยมจะพัฒนาไปในบริบทของเศรษฐศาสตร์ตลอดจนวิวัฒนาการของสื่อที่ส่งข้อความ

มุมมองที่เปลี่ยนแปลงไปของลัทธิชาตินิยมและการสื่อสารทางการเมือง:
จีนเป็นตัวอย่างที่ยอดเยี่ยมอย่างหนึ่งว่าแนวคิดเรื่องการสื่อสารทางการเมืองทั้งหมดสามารถจัดโครงสร้างตามอุดมการณ์องค์กรตามแนวคิดชาตินิยมใหม่ได้อย่างไร สิ่งนี้ได้รับการกล่าวถึงในบทความที่เขียนโดย Jian Wang ในบทความเรื่อง "*สัญลักษณ์ทางการเมืองของธุรกิจ: การสำรวจลัทธิชาตินิยมของผู้บริโภคและผลกระทบต่อการจัดการชื่อเสียงขององค์กร"*
รายงานฉบับนี้เน้นย้ำถึงความจริงที่ว่าระบอบการปกครองทางการเมืองในจีนได้เปลี่ยนจุดยืนจากเศรษฐกิจคอมมิวนิสต์ตั้งแต่สมัยของเหมา
ไปสู่จุดยืนทางอุตสาหกรรมที่ช้าๆ แต่มั่นคงภายใต้เติ้งเสี่ยวผิง
ไปสู่จุดยืนบริโภคนิยมตั้งแต่ปลายทศวรรษที่ 80
เช่นเดียวกับตัวอย่างของญี่ปุ่นที่กล่าวไปแล้ว
ตัวอย่างของจีนก็เป็นอีกเหตุการณ์หนึ่งที่เกี่ยวข้องกับวิวัฒนาการของการสื่อสารทางการเมืองตามยุคสมัยที่เปลี่ยนแปลงไป
การสื่อสารทางการเมืองไม่ได้ขึ้นอยู่กับผู้ฟังเสมอไป เห็นได้จากตัวอย่าง
ความคิดส่วนใหญ่มักมีต้นกำเนิดมาจากเบื้องบนแล้วจึงถูกผลักลงมาสู่มวลชน
อย่างไรก็ตาม วิวัฒนาการของสื่อได้ขัดขวางการปฏิบัติในยุคไม่กี่ครั้งที่ผ่านมา
ตัวอย่างของการปฏิวัติสื่อใหม่ได้ขัดขวางการไหลเวียนของการสื่อสารทางการเมืองและรูปแบบการต้อนรับผู้ฟัง
พื้นที่การสื่อสารทางการเมืองชุดใหม่ทั้งหมดในรูปแบบของสื่อเชิงโต้ตอบได้สร้

างเส้นทางใหม่ซึ่งความแข็งแกร่งของระบบทุนนิยมของหน่วยงานภาครัฐหรือองค์กรสื่อเอกชนกำลังถูกท้าทาย
รูปแบบการสอดแนมสื่อที่แหวกแนวได้เปิดเส้นทางใหม่ทั้งหมด
ประเด็นนี้กำลังอภิปรายกันในส่วนสรุปของบทความนี้
เนื่องจากหัวข้อเรื่องมีพื้นฐานมาจากการสื่อสารทางการเมืองและลัทธิชาตินิยม ดังนั้น
สื่อรูปแบบใหม่จึงเป็นพื้นที่ใหม่สำหรับพวกเสรีนิยมและเสรีนิยมใหม่ในการจัดระเบียบความคิดของพวกเขาและนำเสนอมัน
ดังนั้นแนวคิดเกี่ยวกับสื่อใหม่และการสื่อสารทางการเมืองจึงไม่สามารถลดคุณค่าลงได้ในขณะที่กำลังสรุปบทความนี้ ปัจจัยเบ็ดเตล็ดอื่นๆ
ในทำนองเดียวกันในการใช้ภาพยนตร์และกีฬาก็ถูกนำมาใช้ในลักษณะที่มีแรงจูงใจทางการเมืองเพื่อจุดประสงค์ด้านชาตินิยม
แนวคิดทั้งหมดของการแข่งขันกีฬาโอลิมปิกยุคใหม่ตั้งแต่ปี พ.ศ. 2439
หรือฟุตบอลโลกฟีฟ่า แสดงให้เห็นความรู้สึกถึงอำนาจ ภาพลักษณ์ของประเทศ และเพื่อปลูกฝังความรู้สึกภาคภูมิใจที่ได้เป็นส่วนหนึ่งของประเทศเจ้าภาพ
อย่างไรก็ตาม
ฟุตบอลซึ่งเป็นกีฬาระดับโลกได้สูญเสียความเงาในการเป็นเวทีสำหรับแนวโน้มชาตินิยม แนวคิดนี้มาจากบทความที่เขียนโดย Ilan Tamir จากมหาวิทยาลัยอิสราเอลในหัวข้อ
"การเสื่อมถอยของลัทธิชาตินิยมในหมู่แฟนฟุตบอล"
แนวคิดนี้ปรากฏในย่อหน้าก่อนหน้านี้ว่าการหยุดชะงักในการสื่อสารทางการเมืองและการเข้าถึงผู้ชมนั้นเกิดขึ้นเนื่องจากการเกิดขึ้นของแพลตฟอร์มสื่อใหม่
นอกจากนี้ยังสามารถอธิบายเรื่องนี้ได้ดีในบทความที่เกี่ยวข้องกับภาพยนตร์และสื่อ ซึ่งโลกาภิวัตน์ได้นำอัตลักษณ์ลูกผสมแบบใหม่เข้ามา
และแนวคิดที่จะใช้สิ่งเหล่านั้นเพื่อการสื่อสารทางการเมืองกำลังสูญเสียไป
โลกาภิวัตน์ในรูปแบบของเศรษฐศาสตร์ สื่อ และกีฬา

กำลังตัดผ่านแนวการสื่อสารทางการเมืองแบบจินโกอิสต์
แม้แต่รายการโทรทัศน์ยอดนิยมที่เกี่ยวข้องกับการเต้นรำ การร้องเพลง เช่น Eurovision, You can dance
แคนาดาก็กำลังส่งเสริมลัทธิชาตินิยมเชิงพาณิชย์รูปแบบใหม่
แนวคิดเรื่องลัทธิชาตินิยมประเภทนี้เชื่อมโยงกับองค์ประกอบที่นุ่มนวลกว่า
มีความคล่องตัวในลัทธิชาตินิยมประเภทนี้ ดังที่บทความที่เขียนโดย Christine Quail กล่าวถึงเรื่องนี้ในมุมมองที่ดี
ลัทธิชาตินิยมเชิงพาณิชย์ประเภทนี้กำลังปรับเปลี่ยนแนวคิดเรื่องลัทธิชาตินิยมทั้งหมด
มีการเปลี่ยนแปลงในเสน่ห์ของค่านิยมชาตินิยมที่เกี่ยวข้องกับการเปลี่ยนแปลงค่านิยมทางวัฒนธรรมและเศรษฐกิจ อย่างไรก็ตาม
ยังมีอีกแง่มุมหนึ่งของลัทธิชาตินิยมในสมัยของสื่อออนไลน์และการใช้ประโยชน์จากสื่อออนไลน์สำหรับผู้ชม
พื้นที่ออนไลน์นำเสนอมุมมองใหม่ของลัทธิชาตินิยม
ซึ่งแนวคิดเรื่องอัตลักษณ์และการเชื่อมโยงกับลัทธิชาตินิยมมักถูกท้าทายอยู่เสมอ เป็นแนวคิดที่ถูกหยิบยกเข้ามาในรายงาน **ของ** Lukasz Szulc
ซึ่งพูดถึงอัตลักษณ์ออนไลน์ของชาตินิยมและการระบุตัวตนส่วนบุคคลที่เกี่ยวข้องกับอัตลักษณ์ทางเพศ
ซึ่งนำมาซึ่งมุมมองที่สำคัญมากว่าพื้นที่ออนไลน์กำลังก้าวข้ามอัตลักษณ์อื่นๆ อย่างไร

สรุป:

แนวคิดในการสำรวจลัทธิชาตินิยมทางออนไลน์เป็นประเด็นหนึ่งที่บทความนี้สามารถศึกษาเพิ่มเติมได้
แนวคิดเรื่องลัทธิชาตินิยมดังที่นำเสนอในภาพรวมคือการให้โหมโรงว่าสื่อใหม่กำลังเปลี่ยนแปลงแนวคิดเรื่องขอบเขตชาติและความรู้สึกที่เกี่ยวข้องกับเรื่องนี้อย่างไร

แนวคิดเรื่องชาตินิยมพลัดถิ่นเป็นแนวคิดที่เกิดจากแนวคิดเรื่องสื่อใหม่ซึ่งตัดกระแสข้ามประเทศ ตามที่บทความที่เขียนโดย Youna Kim ระบุว่าลัทธิชาตินิยมรูปแบบใหม่กำลังเข้ามาอยู่ข้างหน้า ผู้หญิงกำลังเป็นผู้นำโดยเฉพาะอย่างยิ่งในประเทศแถบเอเชียตะวันออกในการเผยแพร่และปฏิรูปแนวคิดเกี่ยวกับลัทธิชาตินิยมด้วยการเข้าถึงอินเทอร์เน็ตจากที่บ้าน สิ่งเหล่านี้คือการหยุดชะงักในลักษณะที่องค์ประกอบใหม่ๆ เข้ามาก่อตัวเป็นโครงสร้างใหม่ของลัทธิชาตินิยมผ่านสื่อใหม่ เป็นเรื่องน่าสนใจมากที่จะชี้ให้เห็นว่าองค์ประกอบที่ไม่ใช่กระแสหลักหากสามารถใส่ในลักษณะนั้นได้ ถูกสร้างขึ้นสำหรับฤดูใบไม้ผลิอาหรับอาหรับสปริงในแง่ที่เข้มงวดที่สุดอาจไม่ได้เกี่ยวข้องกับลัทธิชาตินิยมแต่นำมุมมองของประชาธิปไตยและข้อความของมันมาด้วย การสื่อสารทางการเมืองในแง่มุมนี้ยังเป็นการโฆษณาชวนเชื่อเพื่อสิทธิในระบอบประชาธิปไตยที่อาจได้รับอิทธิพลจากพลังที่กระตือรือร้นทางการเมืองเนื่องจากการเผยแพร่ของโซเชียลมีเดีย มิติของเสียงทางการเมืองเช่นนี้ส่งผลต่อการเปลี่ยนแปลงทัศนคติทางการเมือง การรณรงค์ และการสร้างอัตลักษณ์ทางการเมืองและชาตินิยมมากมายเหลือเฟือ มันเป็นองค์ประกอบสำคัญของแนวคิดที่ปรากฏในยุคโซเชียลมีเดียในปัจจุบัน การไหลเวียนของข้อมูลอย่างเสรีทำให้เกิดเสียงที่เป็นอิสระขึ้นมาและต่อสู้เพื่อแนวคิดเกี่ยวกับอัตลักษณ์ของพวกเขาที่สร้างขึ้นจากลัทธิชาตินิยม นอกจากนี้ยังสามารถมองได้จากมุมมองของอัตลักษณ์ย่อยของชาติ ปัจจัยสำคัญเพียงอย่างเดียวคือที่มาของลัทธิชาตินิยมในบริบทใหม่ของสื่อที่กำลังพัฒนาซึ่งทำให้เป็นปัจจัยที่น่าสนใจในยุคปัจจุบัน ดังที่บทความของ Zhongshi Guo และคณะกล่าวไว้ในบทความเรื่อง "Nationalism as Public Imagination" ซึ่งเน้นไปที่แง่มุมที่ว่าสื่อสร้างแนวคิดเกี่ยวกับวาทกรรมชาตินิยมได้อย่างไร สื่อเป็นพลังขับเคลื่อนที่สามารถช่วยสร้างแนวคิดคู่ขนานเกี่ยวกับแนวโน้มชาตินิยมดังที่ได้กล่าวไว้ในบทความเกี่ยวกับจีน

นี่คือแนวคิดที่ว่าสื่อสร้างลัทธิชาตินิยมรูปแบบใหม่ในประเทศเช่นจีนซึ่งการไห
ลเวียนของข้อมูลถูกจำกัดได้อย่างไร
เนื่องจากชื่อบทความเสนอแนวคิดเกี่ยวกับจินตนาการของสาธารณชนในรูปแบ
บชาตินิยมเพื่อให้แนวคิดสามารถไหลเข้ามาทางโซเชียลมีเดียหรือสื่อที่พัฒนาให
ม่ได้ ทำไม เหตุผลก็คือไม่ได้รับผลกระทบจากการปิดกั้นข้อมูลเหมือนสื่อทั่วไป
ไม่สามารถควบคุมได้โดยกระแสเงินทุนหรือพลังงานแบบเดิมๆ
ทิศทางของข้อความและการไหลเวียนของข้อมูลซึ่งไม่ถูกขัดขวางถือเป็นข้อพิจา
รณาที่สำคัญสำหรับยุคปัจจุบันที่แนวคิดเรื่องชาตินิยมเข้ามาเกี่ยวข้องด้วย *Karl Deutsch*
เป็นนักเขียนคนหนึ่งที่เคยเขียนเกี่ยวกับลัทธิชาตินิยมและแนวความคิดของชาติ
งานเขียนของเธอพยายามที่จะมุ่งเน้นไปที่แนวคิดเรื่องชาตินิยมผ่านจุดสุดยอดข
องสังคมและการเมืองของประเทศชาติ
การสื่อสารตามที่เขียนไว้ในผลงานของเธอก่อให้เกิดความรู้สึกนึกคิดของชาติ
สิ่งนั้นเองเป็นส่วนสำคัญของการสร้างความรู้สึกชาตินิยมและการใช้ในการสื่อส
ารทางการเมือง การใช้สื่อใหม่ๆ ซึ่ง ณ
เวลานี้ก็คืออินเทอร์เน็ตได้มีการพูดคุยกันแล้ว อย่างไรก็ตาม
อินเทอร์เน็ตกำลังถูกนำกลับมาในการอภิปราย
เนื่องจากเป็นแพลตฟอร์มที่มีพลวัตมากที่สุดแห่งหนึ่งในยุคปัจจุบัน
วิธีที่การสื่อสารชาตินิยมรูปแบบใหม่ปรากฏอยู่ในสื่อใหม่ของการสื่อสาร
ตามที่บทความที่เขียนโดย Hyun Ki Deuk
และคณะพูดถึงการใช้อินเทอร์เน็ตไม่เพียงแต่เพื่อเผยแพร่ลัทธิชาตินิยมเท่านั้น
แต่ยังสามารถใช้เพื่อบิดเบือนการใช้ลัทธิชาตินิยมเพื่อการสื่อสารทางการเมืองอี
กด้วย
ดังที่บทความนี้เสนอแนะแนวความคิดในการใช้อินเทอร์เน็ตเป็นแพลตฟอร์มได้
เปลี่ยนวิธีการสื่อสารที่เกิดขึ้น
โดยแนะนำตามชื่อบทความของเขาที่กล่าวถึงการสื่อสารทางการเมืองและลัทธิช

าตินิยมในรูปแบบใหม่

จีนใช้อินเทอร์เน็ตตามที่แนะนำในบทความนี้เพื่อระดมผู้รักชาติต่อต้านญี่ปุ่นในประเทศ นี่เป็นส่วนสำคัญมากของวิวัฒนาการของการสื่อสาร อินเทอร์เน็ตเป็นเวทีที่พัฒนาบริบทว่าผู้คนเป็นส่วนหนึ่งของกระบวนการสื่อสารทั้งหมดอย่างไร

การสื่อสารมีการพัฒนาไปพร้อมกับยุคสมัยที่เปลี่ยนแปลงอยู่เสมอ แต่อินเทอร์เน็ตอาจเป็นแพลตฟอร์มที่สำคัญที่สุดที่อารยธรรมของมนุษย์ได้รับ แนวคิดเรื่องอินเทอร์เน็ตได้ขจัดอุปสรรคของชนชั้นสูงในการสื่อสารทางการเมือง ในทางกลับกัน ทำให้เกิดพื้นที่สำหรับเสียงด้านข้างซึ่งโดยทั่วไปจะไม่ได้ยินเมื่อพลังแห่งการสื่อสารถูกจำกัดด้วยวิธีทั่วไป บทความโดย Sriram Mohan ซึ่งพูดถึง "*การค้นหาอินเทอร์เน็ตของชาวฮินดู*" นำมาซึ่งมุมมองนี้ เป็นสิ่งสำคัญมากที่จะต้องไตร่ตรองเรื่องนี้ในขณะที่บทความนี้เข้าสู่ส่วนสรุป พื้นที่อิสระที่ประชาชนสามารถมีมุมมองของตนเองได้นั้นเป็นบริบทที่สำคัญมากสำหรับไม่เพียงแต่ความเคลื่อนไหวระดับชาติที่เกิดขึ้นในระดับที่กว้างขึ้นเท่านั้น

ตัวตนของคนที่เสียงถูกกีดกันได้พบความคิดเห็นที่ชัดเจนในความแตกแยกของพื้นที่ดิจิทัล ดังตัวอย่างบทความข้างต้นที่ชาวฮินดูหัวรุนแรงสามารถเผยแพร่อุดมการณ์ของตนหรืออย่างน้อยก็แสดงความคิดที่ถูกกีดกันในสังคมหลัก อินเทอร์เน็ตกำลังสร้างพื้นที่ไม่เพียงแต่สำหรับลัทธิชาตินิยมรูปแบบใหม่เท่านั้น แต่ยังขัดขวางวิธีที่กลุ่มต่างๆ ในอัตลักษณ์ของแนวคิดชาตินิยมกำลังเกิดขึ้นอีกด้วย มีคนพลัดถิ่นหลายกลุ่มที่กำลังพัฒนาแนวคิดเรื่องการสื่อสารและการเปิดรับลัทธิชาตินิยมในโลกโลก ตามที่หนังสือพิมพ์ Brenda Chan เขียนไว้ว่า "*Imagining the Homeland: The internet and diasporic discourses of Nationalism*"

ว่าในโลกของอินเทอร์เน็ตแม้ว่าคุณจะอยู่ห่างจากศูนย์กลางชาตินิยมหลักของคุณ แต่คุณก็สามารถแสดงความคิดเห็นและความคิดเห็นที่ปรากฏขึ้นได้แม้จะเป็นถูกตัดขาดจากราก

ดังนั้นแนวคิดเรื่องชาตินิยมและการสื่อสารจึงพัฒนามาจากแนวคิดเรื่องอัตลักษณ์ของความคิดเห็นและเสียงที่มีความสำคัญ เป็นแนวทางในการรอคอยสิ่งต่างๆ ที่เป็นตัวกำหนดแนวความคิดว่าลัทธิชาตินิยมจะก้าวไปข้างหน้าอย่างไร ข้อโต้แย้งที่เกี่ยวข้องกับแนวคิดชาตินิยมทั้งหมดอาจมีโครงสร้างที่แตกต่างกันมาก อย่างไรก็ตาม

ประเด็นของการอภิปรายในที่นี้จำกัดอยู่เพียงรูปแบบการพัฒนาของลัทธิชาตินิยมและแง่มุมการสื่อสารกับแพลตฟอร์มอินเทอร์เน็ตที่กำลังเกิดขึ้นใหม่

รูปแบบอื่น ๆ นำเสนอการอภิปรายทั้งหมดเกี่ยวกับการพิจารณาอย่างไร นำมาซึ่งข้อโต้แย้งปิดสำหรับพื้นที่อินเทอร์เน็ตเป็นแพลตฟอร์มการสื่อสาร

บทความโดย Peter Dahlgren

นำเสนอหัวข้ออินเทอร์เน็ตในฐานะผู้เข้ามาสู่พื้นที่สาธารณะในฐานะปรากฏการณ์ใหม่ แนวคิดของบทความนี้มีความน่าสนใจมากในด้านนี้ เนื่องจากการยอมรับว่าอินเทอร์เน็ตเป็นแพลตฟอร์มใหม่เป็นจุดสนใจหลักของบทความนี้ อย่างไรก็ตาม

สิ่งที่น่าสนใจที่สุดคือการสรุปแนวคิดทั้งหมดของบทความนี้ มันนำมาซึ่งความเข้าใจอันแน่ชัดว่าการสื่อสารทางการเมืองรวมถึงลัทธิชาตินิยมนั้นเข้ามาสู่บริบทอย่างไรจากมุมมองของชายขอบ เป็นจุดศูนย์กลางของรายงานสำหรับมุมมองการสื่อสารที่พัฒนาขึ้น

สิ่งที่ไม่รู้จัก:
โลกที่ปราศจากเอเชียในภูมิศาสตร์การเมืองแห่งศตวรรษ ที่ 21

การบริหารงานของสหรัฐอเมริกาตั้งแต่สมัยหลังสงครามโลกครั้งที่ 2
อยู่ภายใต้การควบคุมของระเบียบโลกซึ่งครอบงำโดยนโยบายของตน
แม้ว่าจะมีการแข่งขันกันอย่างดุเดือดระหว่างสหรัฐอเมริกาและสหภาพโซเวียตใ
นช่วงระยะเวลาหนึ่งก็ตาม
โลกที่ถูกครอบงำโดยมหาอำนาจทั้งสองและการแทรกแซงอย่างต่อเนื่องทั่วโลก
ได้หล่อหลอมโลกจนถึงปี 1990 ก่อนการล่มสลายของสหภาพโซเวียต
โพสต์ที่มาถึงอีกขั้นหนึ่งของการเมืองโลกและการกำหนดนโยบาย
แต่ส่วนใหญ่เกิดขึ้นจากสหรัฐอเมริกาเท่านั้น
    แนวคิดเรื่องการเมืองโลกที่ขับเคลื่อนโดยทฤษฎีสัจนิยม ลัทธินิยมใหม่
หรือโรงเรียนแห่งความคิดเสรีนิยม
ท้ายที่สุดแล้วก็มีลัทธิปฏิบัตินิยมที่ขับเคลื่อนนโยบาย
ภูมิศาสตร์การเมืองมีความสัมพันธ์ที่ดีกับสังคมและความต้องการที่อาจสะท้อนไ
ด้จากหน่วยงานบริหาร นับตั้งแต่สิ้นสุดสงครามเย็น
สหรัฐอเมริกาได้มีส่วนร่วมในความขัดแย้งมากกว่าหนึ่งครั้งทั่วโลก
หากสหรัฐอเมริกามีความมั่นใจในช่วงหลังสงครามโลก
การแทรกแซงของสหรัฐอเมริกาก็จะเพิ่มระยะหลังสงครามเย็นเช่นกัน
ในช่วงเวลาที่ไม่แน่นอนของยุคปกติซึ่งปัจจุบันเรียกว่าโลกที่ผันผวน ไม่แน่นอน
ซับซ้อน และคลุมเครือ
พลวัตของการกำหนดนโยบายในสหรัฐอเมริกาอาจมีการปรับตัวช้า
โลกาภิวัตน์เข้ามามีอิทธิพลต่อการเมืองโลกในลักษณะเดียวกับที่เริ่มต้น
    นั่นคือวิธีที่พ่อค้าจากโลกตะวันตกออกเดินทางไปยังส่วนอื่นๆ   ของโลก
ในลักษณะที่กระแสกำลังพลิกกลับนับตั้งแต่สิ้นสุดสงครามเย็นด้วยอำนาจและเงิ

นที่เคลื่อนตัวออกจากโลกตะวันตก
นี่เป็นสิ่งสำคัญที่ต้องพิจารณาเป็นนโยบายของพลเรือน
การแทรกแซงนโยบายต่างประเทศตลอดจนแนวโน้มการเป็นผู้นำของมหาอำนาจตะวันตก
ต้องจำไว้ว่าวิธีการครอบงำของสหรัฐฯนั้นขึ้นอยู่กับการตีความของโลก
สิ่งนี้จะนำเราไปสู่คำถามเรื่องจริยธรรม
คำถามเกี่ยวกับการทำความเข้าใจโลกที่อาจไม่เกี่ยวข้องกับสหรัฐอเมริกาในทางใดทางหนึ่งในแง่ของวัฒนธรรมและความใกล้ชิดทางภูมิศาสตร์
ผลกระทบจากนโยบายต่างประเทศของสหรัฐฯ ก็ไม่อาจมองข้ามได้
มันมีมาตั้งแต่ศตวรรษที่ผ่านมา
และในขณะที่โลกทั้งโลกได้ก้าวข้ามคลื่นแห่งโลกาภิวัตน์ไปแล้ว
คำถามยังคงอยู่ซึ่งสามารถสมดุลได้
คำถามเกี่ยวกับจริยธรรมที่ผู้มีอำนาจยังคงตกเป็นเหยื่อของผู้ไม่มีอำนาจในขอบเขตของการเมืองโลก นอกจากนี้
ยังมีคำถามใหญ่เกิดขึ้นเนื่องจากกระแสโลกาภิวัตน์เริ่มเป็นรูปเป็นร่างในช่วงสองทศวรรษที่ผ่านมา ดังนั้น
คำถามเรื่องจริยธรรมเกี่ยวกับผลกระทบที่การกระทำหนึ่งๆ สามารถมีได้นั้น
มักจะเกินเลยไปหรือถูกลืมโดยเจตนาอย่างไร
ภัยพิบัติที่เกิดขึ้นในช่วงสงครามอิรักในปี 2546
เป็นหนึ่งในช่วงเวลาในประวัติศาสตร์ที่ไม่สามารถมองข้ามได้ว่าเป็นการตัดสินใจอย่างหนึ่ง
การตัดสินใจที่ส่งผลกระทบต่อภูมิศาสตร์การเมืองสมัยใหม่แม้กระทั่งทุกวันนี้
อย่างไรก็ตาม หากพิจารณาดูผู้ที่เกี่ยวข้องก็คงจะมีคำถาม
คำถามที่จะตัดสินว่าผู้มีอำนาจที่ทำหน้าที่นั้นสามารถตอบการกระทำของตนได้หรือไม่ ในแง่ของความรับผิดชอบ แนวคิดก็คือต้องเข้าใจว่าบุคคลอย่างโดนัลด์ รัมส์เฟลด์

ซึ่งดำรงตำแหน่งรัฐมนตรีกลาโหมในฐานะรัฐมนตรีกลาโหมที่อายุน้อยที่สุดและอายุมากที่สุดคนหนึ่งภายใต้ประธานาธิบดีสหรัฐฯ สองคน
ได้เห็นการเปลี่ยนแปลงมากมายในการดำรงตำแหน่งทั้งสองครั้งของเขา
สิ่งที่อยู่ใต้เครื่องสแกนนั้นมีพื้นฐานมาจากบทบาทของเขาในฐานะรัฐมนตรีกระทรวงกลาโหมภายใต้การนำของจอร์จ ดับเบิลยู บุช จูเนียร์
เป็นประเด็นที่มีการโต้แย้ง และยังกล่าวถึงในสารคดีเรื่อง The Unknown Known ซึ่งอิงจากหนึ่งในถ้อยแถลงอันโด่งดังของเขาเกี่ยวกับการตอบโต้ต่ออิรักสงคราม. แนวคิดเรื่องการแทรกแซงของสหรัฐฯ
ในอิรักกำลังเป็นที่ถกเถียงกันอยู่แล้ว เนื่องจากสหรัฐฯ
มีส่วนเกี่ยวข้องในอัฟกานิสถานในเวลานั้น เบื้องหลังคำถามคือสหรัฐฯ
กำลังเข้าไปพัวพันกับสงครามกับประเทศอื่น
ทหารถูกส่งไปสู้รบโดยมีวัตถุประสงค์ที่ไม่ได้กำหนดหรือเข้าใจอย่างชัดเจน
บทความนี้พยายามทำความเข้าใจคำถามเกี่ยวกับการตัดสินใจของเขาในฐานะที่ปรึกษาคนสำคัญของประธานาธิบดีบุช (รัมส์เฟลด์)
คำแนะนำที่อิงตามมุมมองของเขา
ซึ่งสามารถพูดได้ว่าเสกสรรเพื่อเข้าถึงศัตรูที่จินตนาการไว้คือระบอบการปกครองอิรักและประธานาธิบดีเผด็จการผู้ดำรงตำแหน่งของพวกเขาในขณะนั้นคือซัดดัม ฮุสเซน อย่างไรก็ตาม
ความรอบคอบและคำถามด้านจริยธรรมที่อิงกับคำถามของการแทรกแซงไม่เคยได้รับการปฏิบัติตาม ซัดดัม ฮุสเซนก็ถูกตำหนิเช่นกัน
เขาไม่ร่วมมือซึ่งจะทำให้การสื่อสารแบบตะวันตกขึ้นอยู่กับทัศนคติที่ไม่ร่วมมือของเขาเพื่อใช้เป็นข้ออ้างในการแทรกแซงของกองกำลังสหรัฐฯ
การล่มสลายของระบอบการปกครองอิรักซึ่งเกิดขึ้นในเวลาต่อมาไม่สามารถละเลยได้สำหรับจำนวนความน่าสะพรึงกลัวที่เกิดขึ้นระหว่างการยึดครองอิรักโดยกองกำลังสหรัฐฯ นอกจากนี้
การทรมานเชลยศึกที่อ่าวกวนตานาโมยังทำให้โลกตกตะลึงอีกด้วย ในตอนนี้

สำหรับประเด็นต่างๆ เหล่านี้ที่ถูกกล่าวถึง คำถามเกี่ยวกับจริยธรรม แม้ว่าจะถอยห่างออกไปครู่หนึ่ง อย่างน้อยที่สุดเราก็ต้องถามหาเหตุผล รัฐมนตรีกระทรวงกลาโหมที่ไม่ได้คิดถึงผลสะท้อนกลับจากการแทรกแซงในอิรัก และโค่นล้มระบอบการปกครองที่ไม่ต้องสงสัยเลยว่าเป็นเผด็จการ แต่อย่างใดกลับกลายเป็นรัฐชาติที่เปราะบาง การโค่นล้มระบอบการปกครองซัดดัมด้วยหลักฐานที่สรุปไม่ได้ว่าระบอบการปกครองของเขาสร้างอาวุธทำลายล้างสูงได้ทำให้ประเทศ ภูมิภาค และโลกตกอยู่ในอันตราย ภัยคุกคามที่เพิ่มขึ้นหลังจากการล่มสลายของระบอบการปกครองซัดดัมเป็นเรื่องที่คนทั้งโลกจะได้เห็นในปัจจุบัน กลุ่มก่อการร้ายหัวรุนแรงที่เป็นอันตรายและรุนแรงกว่าอัลกออิดะห์ในรูปแบบของ ISIS ได้เกิดขึ้นแล้ว คำถามจึงเกิดขึ้นอย่างชัดเจนว่าบุคคลอย่างโดนัลด์ รัมส์เฟลด์เป็นผู้ชี้นำตำแหน่งทางจริยธรรมประเภทใด ดังนั้น ความรับผิดชอบโดยรวมที่ลดลงของผู้มีอำนาจที่ยิ่งใหญ่กว่าและผู้คนที่ขับเคลื่อนพวกเขาจึงจำเป็นต้องนำมาพิจารณาด้วย นี่คือคำถามที่ถูกหยิบยกขึ้นมาในสารคดี

ในขณะที่ยังคงมุ่งความสนใจไปที่โดนัลด์ รัมส์เฟลด์ เราก็ต้องไม่ลืมสถานการณ์ทางการเมืองในสหรัฐอเมริกาในตอนนั้น การพังทลายของตึกแฝดเป็นสัญลักษณ์ของการล่มสลายของความภาคภูมิใจของสหรัฐอเมริกาซึ่งถือเป็นประเทศที่ยิ่งใหญ่ที่สุดในโลกโดยสื่อและผู้คนที่อยู่ที่นั่น กองกำลังของมนุษย์ต่างดาวกวักมือเรียกหลักคำสอนทางศาสนาซึ่งได้สร้างบาดแผลให้กับสหรัฐอเมริกาอย่างแน่นอน ได้สร้างสถานการณ์ทางการเมืองขึ้นซึ่งไม่มีใครสามารถจินตนาการได้ในนิมิตที่ไกลที่สุดของพวกเขา จอร์จ บุช จูเนียร์ ผู้ซึ่งดำรงตำแหน่งประธานาธิบดีคนแรกของเขาได้รับแรงกดดันอย่างมาก และการเมืองของสหรัฐฯ ก็ให้คำตอบ

ตั้งแต่ห้องประชุมวุฒิสภาของรัฐสภาสหรัฐฯ ไปจนถึงการอภิปรายของสื่อ และใครๆ ก็อาจพิจารณาถึงห้องของประธานาธิบดีด้วยว่าเสียงโห่ร้องของสงครามกับโลก อาหรับมีความสำคัญ ซัดดัม ฮุสเซนเคยตกเป็นเป้าหมายในสงครามอ่าวเปอร์เซียในช่วงปี 1990 และอ่อนกำลังลงมากพอจนเขาสามารถยึดอำนาจของเขาไว้ได้ แต่ก็ถูกตำหนิอย่างถูกต้องและเหมาะสมต่อการโจมตีคูเวตโดยไร้เหตุผล สหรัฐอเมริกาไม่ละทิ้งโอกาสที่จะเตือนว่าพันธมิตรของตนหากถูกคุกคามจะไม่ปล่อยให้ไป มีความสมดุลในแนวทางและปฏิบัติตามหัวข้อของเรียงความเกี่ยวกับการพิจารณาจริยธรรมในขณะที่ยังคงรักษาแนวปฏิบัตินิยมในยุคโลกาภิวัตน์ อย่างไรก็ตาม ภายใต้การนำของโดนัลด์ รัมส์เฟลด์ แม้ว่ามันอาจจะดูรุนแรงไปบ้างและน้ำเสียงของเวลานั้นก็อาจเป็นเช่นนี้ แต่เขากลับไม่ได้ใส่ใจมากพอสำหรับการพิจารณาเพื่อเสนอต่อมหาอำนาจที่สหรัฐฯ ดำรงอยู่ ผลกระทบของอำนาจกลั่นแกล้งของสหรัฐอเมริกาไม่ถือว่าจะสร้างความไม่มั่นคงและการสูญเสียชีวิตได้อย่างไร สิ่งสำคัญที่สุดคือสถานการณ์ที่น่าสยดสยองในระยะยาวจะเกิดขึ้นเมื่อสหรัฐอเมริกากำจัดซัดดัม ฮุสเซนออกไป มุมมองแบบอนุรักษ์นิยมและหัวรุนแรงซึ่งถูกปลอมแปลงเป็นความภาคภูมิใจของชาติและความปลอดภัยของผู้คนที่บ้าน ได้ส่งผลให้ชีวิตของชาวอเมริกันมากเกินไปเช่นกัน เกี่ยวข้องกับบริบทนี้ด้วยซ้ำ สหรัฐอเมริกาก่อนที่จะเข้าไปเกี่ยวข้องกับสงครามอิรักในปี 2546 ก็ได้ทำเช่นเดียวกันกับสงครามเวียดนามและวิกฤตลิเบียในช่วงต้นทศวรรษที่ผ่านมา ดังนั้น

การตำหนิประธานาธิบดีบุชและที่ปรึกษาหลักของเขาที่เกี่ยวข้องกับการแทรกแซงในอิรักและวิธีการจัดการสถานการณ์จึงสามารถชี้ไปที่รัมส์เฟลด์ได้อย่างแน่นอน อย่างไรก็ตาม
นั่นจะไม่เปลี่ยนความจริงที่ว่าคนอย่างเขาที่มีประสบการณ์ในการจัดการกับตำแหน่งสำคัญเช่นนี้ จำเป็นต้องมีเหตุผลมากขึ้นและใช้วิธีทางการทูตที่ดีขึ้น
การขาดไหวพริบและวิธีการจัดการสิ่งต่าง ๆ
โดยไม่ลืมคำพูดที่หยาบคายในฟอรัมสาธารณะทำให้เขากลายเป็นบุคคลที่มีความแตกแยก
การกำหนดนโยบายและแนวทางในระดับแนวหน้าที่จำเป็นในการตัดสินใจที่จะส่งผลกระทบต่อโลกในอีกหลายปีข้างหน้านั้นพลาดไปอย่างแน่นอน
ค่าใช้จ่ายของการเข้าใจผิดแบบนี้ภายใต้ Rumsfeld
ส่งผลกระทบต่อแม้แต่สหรัฐอเมริกาเป็นอย่างมาก

ในสารคดีมุ่งเน้นไปที่การทำความเข้าใจโดนัลด์
รัมส์เฟลด์ในฐานะตัวละครและวิธีที่บุคคลนั้นแสดง
แม้ว่าเมื่อใดก็ตามที่คำถามมาถึงความเข้าใจในลักษณะของโดนัลด์
รัมส์เฟลด์ดังที่กล่าวไว้ข้างต้น
สถานการณ์ทางการเมืองในสมัยนั้นก็ต้องได้รับการพิจารณาอีกครั้ง
ความคิดของมนุษย์และสิ่งที่ขับเคลื่อนความคิดของเขาตลอดจนกระบวนการคิดจำเป็นต้องเข้าใจสำหรับเรียงความ
นั่นคือสิ่งที่จะทำให้เข้าใจนโยบายที่เขาดำเนินการได้ง่ายขึ้น
ดังนั้นกระบวนการทำความเข้าใจนโยบายในช่วงสงครามอิรัก พ.ศ. 2546
จึงเป็นช่วงเวลาที่ชาติตะวันตกกำลังยุ่งอยู่กับการฉายภาพ
ภาพลักษณ์ของผู้ปลดปล่อยจากระบอบการปกครองอันชั่วร้าย
นี่คือจุดขับเคลื่อนในการกำหนดนโยบายของโดนัลด์ รัมส์เฟลด์
และยังอาจกล่าวได้ว่าเป็นจุดขับเคลื่อนสำหรับการดำเนินการทั้งหมดที่เขาทำ
ดังนั้น คำถามเกี่ยวกับคำสั่งนโยบายของโดนัลด์ รัมส์เฟลด์

และคำถามเรื่องจริยธรรมจึงไม่ได้เป็นเพียงข้อกังวลเท่านั้น
เพื่อให้เข้าใจชายคนนี้ถึงกระบวนการสอบสวนที่เกี่ยวข้องกับส่วนหนึ่งของจริยธรรมและคำถามเกี่ยวกับนโยบายของเขาที่อยู่เบื้องหลังมากมาย
สหรัฐอเมริกาในช่วงเวลาของปี 2546
อยู่ในระยะเวลาสองปีของการต่อสู้กับการก่อการร้าย อย่างไรก็ตาม
คำถามยังคงอยู่ว่าการต่อสู้นั้นดำเนินไปอย่างมีประสิทธิผลเพียงใด
เงินของผู้เสียภาษีและทรัพยากรทั้งหมดที่ใช้ในการทำสงครามในอัฟกานิสถานไม่ได้แสดงผลลัพธ์มากเกินไป แผนยุทธศาสตร์ของกลไกการป้องกันของสหรัฐฯ ดูเหมือนจะทำงานได้ไม่ดีนัก โดยเฉพาะอย่างยิ่งเมื่อเป้าหมายหลักคือโอซามา บิน ลาเดน ท่ามกลางเหตุการณ์ทั้งหมดนี้ สหรัฐอเมริการู้ว่าซัดดัม ฮุสเซนผู้ไม่มีส่วนเกี่ยวข้องกับกลุ่มตอลิบานและในความเป็นจริงค่อนข้างต่อต้านพวกเขา อาจเป็นสิ่งที่ทำให้ไขว้เขวได้อย่างสมบูรณ์แบบ
สิ่งที่ทำให้รัฐบาลสหรัฐฯ
ไขว้เขวในการหาช่องทางใหม่สำหรับความคิดเห็นของประชาชนที่จะต้องได้รับการทบทวนและกำหนดรูปแบบใหม่
นั่นคือวิธีที่แนวคิดทั้งหมดเกี่ยวกับคำถามด้านจริยธรรมเปลี่ยนไปในตอนแรก
การเริ่มต้นนโยบายให้กองทหารสหรัฐฯ
เข้าสู่ประเทศอิรักเป็นปัจจัยหนึ่งที่ต้องพิจารณาจากมุมมองของอัฟกานิสถาน
การสั่งสมกระบวนการทั้งหมดที่เกิดขึ้นมายาวนานส่งผลให้แวดวงนโยบายของฝ่ายบริหารของสหรัฐอเมริกา นี่คือจุดที่โดนัลด์
รัมส์เฟลด์และบุคลิกภาพที่เกี่ยวข้องกับนโยบายของเขาสามารถนำมาพิจารณาได้ ประธานาธิบดีสหรัฐฯ ผู้ดำรงตำแหน่งในขณะนั้นคือจอร์จ บุช จูเนียร์
และเขารู้สึกเอียงไปทางใดภายหลังสงครามครั้งใหม่ ดังนั้น
แนวคิดเรื่องการถอดรหัสของชายผู้ได้รับการขนานนามอย่างน่าอับอายว่า "ผู้รู้-ไม่ทราบ" จึงต้องมีการพูดคุยกัน

สถานการณ์ที่เกิดขึ้นก่อนไทม์ไลน์ของการดำรงตำแหน่งครั้งที่สองของเขา
ความกังวลตลอดจนความคับข้องใจที่ก่อตัวในตัวเขา
ช่วยให้ความกระจ่างเกี่ยวกับนโยบายของเขา
   นั่นคือสิ่งที่สารคดีเน้น
แต่ความเข้าใจโดยละเอียดต้องมาจากสถานที่ที่เขาจากมา ที่ได้กระทำไปแล้ว
ตอนนี้เขาเป็นตัวแทนของระบอบการปกครองใด ใช่
มันเป็นพรรครีพับลิกันแบบอนุรักษ์นิยม
ความภาคภูมิใจที่พวกเขานำเสนอในการเป็นตัวแทนของพลังของสหรัฐอเมริกา
เมื่อสมการพลังงานนี้เป็นปัญหาในตัวเองมาเป็นเวลานานทั้งในประเทศและต่าง
ประเทศ นั่นคือที่มาของกระบวนการคิดและความภูมิใจในตนเอง
การมุ่งเน้นไปที่บทบาท ตำแหน่ง
และความรับผิดชอบที่เขาจำเป็นต้องทำเป็นสิ่งที่ไม่สามารถละเลยได้
ดังนั้นจึงเป็นจุดสนใจไปที่สิ่งเหล่านี้ซึ่งทำให้การมองรัมส์เฟลด์อยู่ในตำแหน่งที่
น่าพอใจมากกว่าสิ่งที่ส่วนก่อนหน้าของเรียงความของฉันอาจแนะนำไว้
มันเป็นเรื่องเกี่ยวกับความเข้าใจองค์รวมของมนุษย์มากกว่า
เขาเกี่ยวข้องกับกระบวนการประเภทใดในระดับบุคคลและลำดับชั้นของรัฐบาล
? คำตอบสำหรับคำถามเหล่านี้จะทำให้เขาเข้าใจดีขึ้น
โดยเฉพาะอย่างยิ่งเมื่อเรียงความเกี่ยวกับการตอบคำถามที่เกี่ยวข้องกับความสมดุ
ล
แนวทางในการรักษาสมดุลระหว่างคำสั่งที่อาจทำให้สหรัฐอเมริกาหลุดพ้นจากวิ
กฤติอัตลักษณ์ด้านพลังงานในขณะเดียวกันก็จัดหาทางออกด้วย
นี่คือสิ่งที่ถูกกล่าวซ้ำผ่านเรียงความและกล่าวถึง
เป็นจุดขับเคลื่อนการเขียนเรียงความและยังตอบคำถามที่เกี่ยวข้องกับบุคคลอีกด้
วย
อะไรผลักดันให้บุคคลนั้นก้าวไปข้างหน้าด้วยการคิดเกี่ยวกับนโยบายที่อาจถือไ
ด้ว่าหน้าด้าน

นอกจากนี้บุคลิกภาพที่เขานำมาซึ่งมีความกล้าแสดงออกมากขึ้นและต้องการประทับตราอำนาจด้วยการกวาดล้าง "ผู้อื่น"
ทำให้เกิดคำถามเรื่องจริยธรรมอย่างแน่นอน อย่างไรก็ตาม
ความขัดแย้งอยู่ที่การเข้าใจว่าเหตุการณ์รุนแรงครั้งหนึ่งได้เริ่มต้นกระบวนการของผลกระทบแบบโดมิโนต่อระบอบการปกครองที่รุนแรงทั้งหมดเหล่านั้น
ทุกวันนี้แม้จะผ่านไป 10 ปีแล้วที่กองทหารสหรัฐฯ
ยังคงประจำการอยู่ในอัฟกานิสถานและในอิรักด้วยว่าชายผู้นั้นรู้ว่าเขาสมัครเพื่ออะไร
มหาอำนาจตะวันตกที่นำโดยสหรัฐอเมริกาและองค์การสนธิสัญญาองค์การแอตแลนติกเหนือได้ผลักดันโลกในขณะนั้นให้เป็นทิศทางที่คนอย่างรัมส์เฟลด์รับผิดชอบ ดังที่กล่าวไว้ข้างต้นเช่นกัน ผลสะท้อนกลับไม่ใช่ประเด็นหลัก
เนื่องจากแนวคิดคือการฟื้นฟูสมดุลให้กับความภาคภูมิใจของชาวอเมริกัน
ดังนั้นข้อความที่เขาทำหรือนโยบายที่ทำให้เขาเป็นส่วนหนึ่งของมันจึงไม่สามารถนำมาประกอบกับเขาได้เพียงคนเดียว
เพียงแต่ต้องมองจากมุมวัตถุประสงค์ซึ่งคำตอบอาจอยู่ที่เหตุการณ์ของจุดเริ่มต้น
นั่นคือจุดที่สงครามต่อต้านการก่อการร้ายเป็นคำตอบหลักสำหรับสหรัฐอเมริกา
ในการต่อสู้ การต่อสู้เพื่อความภาคภูมิใจและเกียรติยศเกิดขึ้นจากเขา
และในความรู้สึกประชานิยม
เป็นความจริงที่ว่าเขาละสายตาจากชั้นเชิงและการทูตที่จำเป็น
แนวคิดนี้อาจเป็นการยืมมาจากเส้นทางของ Henry Kissinger จากอดีต
   สารคดีโดยสรุปไม่ได้กล่าวอ้างเกินจริงใดๆ
หรือไม่ได้หยิบยกมุมมองเชิงอื้อฉาวของตัวเองมาใส่ในเนื้อหา
มันยึดแนวทางการทำสารคดีตามที่เข้าใจ
นั่นคือมันเป็นเส้นตรงและดำเนินไปตามชุดของเหตุการณ์ที่เคลื่อนไหว
ข้อมูลเหล่านั้นได้ถูกนำมาใช้และขยายความในบทความนี้เพื่อไปถึงจุดที่อาจถือเป็นจุดเชื่อมโยงที่สำคัญแต่อาจพลาดไป

นั่นคือเหตุผลที่การเน้นย้ำความเข้าใจร่วมกันระหว่างปัจจัยที่เกิดขึ้นก่อนการเคลื่อนไหวของเขาและสถานการณ์ที่นำไปสู่สถานการณ์ต่างๆ จึงเป็นจุดสนใจเป็นจุดที่เรียงความพยายามเชื่อมช่องว่างระหว่างการกำหนดนโยบาย
ความจำเป็นของเวลา และสิ่งที่สถานการณ์เรียกร้อง มีปัจจัยที่ต้องทำความเข้าใจ
บริบท และการแยกส่วน
โดยเฉพาะอย่างยิ่งเมื่อมีการหยิบยกประเด็นเรื่องจริยธรรมและศีลธรรมขึ้นมา
นั่นคือวิธีที่เราต้องพิจารณาโลกในยุคนั้น

การพิจารณาทัศนคติและการเปลี่ยนไปสู่นโยบายที่กล้าแสดงออกได้ถูกนำมาในเรียงความ
เป็นการดำเนินการเพื่อให้เหตุผลและให้ความหมายสำหรับการอภิปรายเกี่ยวกับ
คำถามด้านจริยธรรมและความจำเป็นของชั่วโมง

"ภาษาที่เป็นโครงสร้างของลัทธิชาตินิยม"

บทความนี้สะท้อนถึงการใช้ภาษาและความเชื่อมโยงกับลัทธิชาตินิยม
อะไรสร้างภาษาและความหมายของภาษามีความสำคัญมากต่ออัตลักษณ์ในประเทศอย่างไร
เหตุใดความผูกพันกับภาษาจึงมีความสำคัญในการพิจารณาผู้คนที่จะจัดกลุ่มในชุมชน นี่เป็นคำถามสองสามข้อที่ได้รับการพยายามหาคำตอบในรายงาน
คำสำคัญ: **ชาตินิยม อัตลักษณ์ ภาษา ชุมชน สังคม ความสัมพันธ์ อุดมการณ์**

ภาษาในฐานะที่เป็นโครงสร้างที่ใช้ในรายงานเรื่อง "Savage Mind" โดย Claude Levi Strauss สามารถมองได้จากมุมมองว่าเป็นอุดมการณ์
แนวคิดเรื่องภาษาและวิธีที่การสร้างคำสร้างโลกของตัวเองถือเป็นวิวัฒนาการที่ยิ่งใหญ่สำหรับสังคมมนุษย์
ชุมชนและความเข้าใจแนวคิดรอบตัวพวกเขาได้รับการคิดจากภาษาอย่างมีนัยสำคัญ วิวัฒนาการของสังคมมนุษย์มีความเกี่ยวข้องอย่างมากกับภาษา
อุดมการณ์และความเข้าใจภาษาช่วยสร้างความหมายและยังให้ความรู้สึกถึงความเหมือนกันและความเข้าใจอีกด้วย ดังที่อาร์. วิลเลียมส์ตั้งข้อสังเกตว่า
"คำจำกัดความของภาษานั้นเป็นคำจำกัดความของมนุษย์ในโลกนี้เสมอ โดยปริยายหรือโดยชัดแจ้ง"
แนวคิดเรื่องภาษามีผลกระทบต่อการสร้างสถาบันทางสังคม ไม่ว่าจะเป็นรัฐชาติ การศึกษา เพศ ฯลฯ
ที่เกี่ยวข้องกับแนวคิดเรื่องภาษาและการใช้งานเป็นประเด็นที่ฉันต้องการพิจารณางานวิจัยในอนาคตของฉัน
อุดมการณ์ทางภาษามีความเชื่อมโยงอย่างมากกับด้านวัฒนธรรม สังคม และด้านอื่นๆ
ตอนนี้เรามาถึงแนวคิดที่ว่ามันจะเกี่ยวข้องกับงานของฉันได้อย่างไร

ไม่ต้องสงสัยเลยว่านี่เป็นโครงสร้างที่สำคัญมาก
อุดมการณ์รัฐชาติซึ่งเป็นองค์ประกอบสำคัญสำหรับงานวิจัยที่ฉันเสนอมีความสัมพันธ์ทางประวัติศาสตร์กับภาษา
ประวัติความเป็นมาของวิวัฒนาการของภาษามีความเชื่อมโยงที่สำคัญมากกับวิวัฒนาการของภูมิศาสตร์การเมืองและกระบวนทัศน์จากสังคมที่มีชุมชนเป็นฐานไปจนถึงรัฐชาติ
แน่นอนว่าการปกครองแบบอาณานิคมในช่วงเวลาหนึ่งได้เปลี่ยนแปลงพลวัตและท้าทายสังคมที่มีหลายภาษาในระดับมาก
ในขณะที่กระบวนทัศน์ทั้งหมดเปลี่ยนจากประเทศอาณานิคมไปสู่รัฐหลังอาณานิคม อัตลักษณ์ของภาษาก็เปลี่ยนไปตามวิวัฒนาการ

ความคิดทั้งหมดในการสร้างรัฐชาติมีความสัมพันธ์กับภาษา
มีการถกเถียงกันอยู่ตลอดเวลาว่าภาษาในตัวเองไม่ได้สร้างอุดมการณ์ของชาติ
แนวคิดเรื่องภาษามีความเกี่ยวข้องกับลัทธิชาตินิยม
ความรู้สึกที่มีมายาวนานซึ่งเห็นได้จากประวัติศาสตร์มีความเกี่ยวพันกับแนวคิดเรื่องชาติ (Anderson 1991)
กล่าวไว้ว่ารัฐบาลเผด็จการมักไม่บังคับใช้การจัดมวลชน มากกว่าการจัดมวลชน
แนวคิดเรื่องเอกภาพเป็นสิ่งสำคัญที่สุดในฐานะเครื่องมือของขบวนการที่ประสบผลสำเร็จ
ขบวนการแห่งชาติไอริชและขบวนการเสรีภาพของบังคลาเทศมีความหมายอย่างมากจากภาษา ในทำนองเดียวกันก็สามารถยกตัวอย่างอื่น ๆ
ของคาตาโลเนียได้เช่นกัน
แนวคิดเรื่องภาษานั้นเกิดจากการที่ภาษาเชื่อมโยงและผูกมัดผู้คนไว้ด้วยกัน ดังแนวคิดจากบทความ "Savage Mind"
เองที่ระบุว่าภาษามีอุดมการณ์ซึ่งมีความสำคัญมาก
ด้านนี้มีความสำคัญต่อการทำงานซึ่งอยู่บนพื้นฐานของการสร้างตราสินค้าของประเทศ

อุดมการณ์ของประเทศมีความสัมพันธ์ที่ลึกซึ้งกับภาษาและเพื่อสร้างอัตลักษณ์แน่นอนว่าตัวอย่างคือรัฐชาติยุโรปที่มีเอกลักษณ์เฉพาะตัวตามโครงสร้างภาษาอย่างใกล้ชิด
เมื่ออ่านจากบทความจะเกี่ยวกับความเข้าใจในอุดมการณ์และไม่ใช่แค่ระบบการตั้งชื่อเท่านั้น แนวคิดเกี่ยวกับภาษากำลังถูกเน้น เช่นเดียวกับงานของ "Savage Mind"
แนวคิดเรื่องภาษาบ่งบอกถึงแนวคิดของแนวคิดและอารมณ์ที่อยู่เบื้องหลัง

คำพูดมีความหมายและทุกความหมายก่อให้เกิดอุดมการณ์ที่กลุ่มคนในชุมชนสามารถเข้าใจได้
ความรู้สึกเป็นเจ้าของนี้สามารถแปลเป็นแนวคิดในการสร้างรัฐชาติได้
แม้ว่าจะไม่จำเป็นเสมอไปเนื่องจากสามารถมีลักษณะข้ามชาติได้เช่นกัน
อุดมการณ์และภาษาปรากฏในบริบทสำหรับการศึกษาวัฒนธรรมไปพร้อมๆ กันและมีวิวัฒนาการในการนำไปใช้ในด้านต่างๆ มากมาย อย่างไรก็ตาม
มีความแตกต่างที่สำคัญในภาษาและการประยุกต์ทางอุดมการณ์
ฉันกำลังมองหางานเกี่ยวกับ Nation Branding
ซึ่งโครงสร้างของภาษาและความหมายโดยนัยมีส่วนเกี่ยวข้องอย่างมากกับเสน่ห์ทางอุดมการณ์ของผู้พูด อย่างไรก็ตาม หากเรายกตัวอย่างภาษาเบงกาลี
การใช้เชิงอุดมคติจะมีความแตกต่างอย่างมากในการประยุกต์บริบทของรัฐเบงกอลตะวันตกและบังคลาเทศ
การใช้ประโยชน์จากการต่อสู้รอบภาษาทางตะวันออกและตะวันตกของรัฐเบงกอลอย่างเต็มที่ทำให้ภาษามีเอกลักษณ์ที่แตกต่างออกไปมาก
ปากีสถานตะวันออกในขณะนั้นซึ่งปัจจุบันคือบังคลาเทศมีแนวคิดทั้งหมดเกี่ยวกับความเป็นอิสระและความต้องการการปกครองตนเองที่สร้างขึ้นโดยใช้ภาษาเบงกาลี นั่นไม่ใช่สถานการณ์ทางตะวันตกของรัฐเบงกอลในสหภาพอินเดีย

มีแนวทางที่แตกต่างกันสำหรับอุดมการณ์ของภาษาซึ่งที่สำคัญที่สุดคือบริบททางชาติพันธุ์ Malinowski
ซึ่งถือเป็นบรรพบุรุษของชาติพันธุ์วิทยาหลังจากงานวิจัยของเขาในเกาะ Trobriand ยังเน้นย้ำถึงความสำคัญของภาษาในฐานะแนวคิดในชาติพันธุ์วิทยา ข้อสังเกตเดียวกันนี้ได้รับจาก (Mannheim 2004)
ว่าภาษายังสร้างแนวคิดทางวัฒนธรรมที่แตกต่างไปจากเดิมอย่างมากดังที่เขาสังเกตเห็นในงานวิจัยของเขาในเปรู
งานของฉันดูเหมือนว่าจะทำงานบนแนวคิดที่เกี่ยวข้องกับการใช้ภาษาอันเป็นอัตลักษณ์หลักของความเป็นพลเมืองหรือการเป็นเจ้าของ อย่างไรก็ตาม
ดังที่ได้กล่าวไปแล้วว่าภาษาในตัวเองไม่มีความหมายที่จะสร้างแนวคิดเรื่องชาตินิยม
อินเดียในตัวเองเป็นหนึ่งในตัวอย่างที่ดีที่สุดที่ภาษาไม่มีเอกลักษณ์ร่วมกันในการสร้างเอกลักษณ์ประจำชาติ อย่างไรก็ตาม
ถึงแม้ว่าอัตลักษณ์ของอินเดียในฐานะชาติจะถูกสร้างขึ้นซึ่งอยู่เหนืออุปสรรคทางอุดมการณ์ของประเทศก็ตาม
เมื่อพิจารณาถึงแนวคิดเรื่องภาษาทั้งหมดในฐานะที่เป็นอุดมคติในการสร้างสัญชาติร่วมกัน อินเดียก็จะกลายเป็นตัวอย่างที่แปลกที่ภาษาต่างๆ
มีความเจริญรุ่งเรืองในพื้นที่ทางภูมิศาสตร์เดียวกัน
เอเชียใต้เองได้สร้างรัฐชาติสองรัฐโดยใช้แนวคิดเรื่องภาษา
ซึ่งรวมถึงปากีสถานด้วย แม้ว่าจะเสี่ยงที่จะถูกมองว่ามีอคติก็ตาม
มีการกล่าวถึงตัวอย่างบังคลาเทศมาก่อน แม้แต่ในประเทศเพื่อนบ้านอื่นๆ
ของเรา เช่น เนปาลและภูฏาน ก็มีเอกลักษณ์ทางวัฒนธรรมที่แตกต่างกันออกไป
ซึ่งมีความเชื่อมโยงกับภาษาของพวกเขาในฐานะที่เป็นโครงสร้างทางสังคมที่สำคัญ
ภาษาในฐานะที่เป็นโครงสร้างทางสังคมวิทยาและอุดมการณ์อาจมีแง่มุมที่คล้าย

กันหรือไม่เหมือนกัน

กรณีของปากีสถานได้รับการกล่าวถึงในบทความที่เขียนโดย Alyssa Ayres ใน **พูดเหมือนรัฐ: ภาษาและชาตินิยมในปากีสถาน**

โลกปัจจุบันซึ่งอยู่ในร่องรอยของลัทธิชาตินิยม เบเนดิกต์ แอนเดอร์สัน (1991) กล่าวว่า “ประชาชาติต่างๆ ไม่สามารถสถาปนาได้หากไม่มีข้อความที่ใช้ภาษาเขียนที่เป็นมาตรฐาน” แอนเดอร์สันคงสันนิษฐานว่าภาษาประจำชาติมีพร้อมเป็นเครื่องมือทางการเมือง คามูเซลลาในงานเขียนบรรยายถึงตัวอย่างอันเป็นเอกลักษณ์ของประเทศต่างๆ ในยุโรปกลางซึ่งครั้งหนึ่งเคยเป็นส่วนหนึ่งของอาณาจักรเดียวของสหภาพโซเวียต

อย่างไรก็ตาม หลังจากการล่มสลายของสหภาพโซเวียต ก็มี 15 ประเทศที่แตกต่างกันซึ่งล้วนมีสัญชาติและชาติพันธุ์ที่แตกต่างกันออกไป ตัวอย่างลัทธิชาตินิยมของชาวแมกยาร์ในสถานการณ์ที่ฮังการีแยกตัวจากออสเตรียอาจเหมาะสมที่นี่ จักรวรรดิออสโตร-ฮังการีจากราชวงศ์ฮับส์บูร์กล่มสลายด้วยแนวคิดเรื่องภาษา ในปัจจุบัน การขยายแนวความคิดนี้ออกไปอีก ชาวเยอรมันในโปแลนด์หรือเชโกสโลวาเกียโดยอิงตามภาษาของตน นอกเหนือจากเชื้อชาติ ทำให้ฮิตเลอร์มีโอกาสขอ "เลเบนสเราม์" และพยายามผนวกดินแดนเหล่านี้โดยเป็นส่วนหนึ่งของจักรวรรดิไรช์เยอรมันผู้ยิ่งใหญ่ ภาษายังมีบทบาทที่สำคัญมากในอินเดียซึ่งเคยสัมผัสกันตั้งแต่แรกแล้ว อย่างไรก็ตาม ถ้าเรามองหาตัวอย่างล่าสุดของพรรคเตลังซึ่งเป็นรัฐล่าสุดในอินเดียที่สร้างขึ้นในช่วงระยะเวลาของการต่อสู้ที่ยั่งยืน ก็มีภาษาที่เป็นศูนย์กลางของการสร้างเช่นกัน โดยไม่เบี่ยงเบนไปจากหัวข้อ แต่ก็มีมุมทางการเมืองที่เกี่ยวข้องกับการก่อสร้าง

ดำเนินการต่อด้วยตัวอย่างของลัทธิชาตินิยมและเชื่อมโยงอย่างมากกับภาษาอย่างไร เราสามารถอ้างถึงตัวอย่างของยูโกสลาเวีย
ประเทศมีกรอบที่เป็นเอกภาพซึ่งผู้คนจากหลากหลายเชื้อชาติมารวมตัวกัน
อย่างไรก็ตาม
การเกิดขึ้นของทัศนคติชาตินิยมมาพร้อมกับการตระหนักถึงอัตลักษณ์ทางชาติพันธุ์ อย่างไรก็ตาม
คำถามที่หนักแน่นที่สุดที่ต้องถามเกี่ยวกับเชื้อชาติที่แยกจากกันคือสิ่งที่ทำให้อัตลักษณ์ของการแยกจากกัน ในตัวอย่างของยูโกสลาเวียเป็นภาษาที่แยกจากกัน
เซอร์เบีย โครแอต
และแม้แต่บอสเนียไม่เพียงแต่มาจากเชื้อชาติที่แตกต่างกันเท่านั้น
แต่ยังมีภาษาของตัวเองที่จะต่อสู้เพื่ออัตลักษณ์ของตนเอง
นี่คือจุดที่บริบททางการเมืองของอัตลักษณ์ของภาษาซึ่งเป็นก้าวทางอุดมการณ์ไปสู่ลัทธิชาตินิยมเข้ามามีบทบาท
การต่อสู้เพื่อสร้างอาณาจักรที่แยกจากกันอาจเกิดขึ้นได้ไม่เพียงเพราะเชื้อชาติเท่านั้น แต่ยังรวมถึงภาษาที่เหมือนกันด้วย ถือเป็นเกณฑ์ที่สำคัญมาก
ทีนี้เกิดคำถามว่าทำไม?
การเพิ่มขึ้นของลัทธิชาตินิยมมีความเชื่อมโยงที่สำคัญมากกับคำพูด
วาทศาสตร์หรือคำพูดสามารถปลูกฝังความรู้สึกชาตินิยมได้
ดังนั้นคำพูดและการใช้ภาษาจึงมีความสำคัญต่อทัศนคติชาตินิยมเป็นอย่างมาก

อย่างไรก็ตาม อาจไม่ถือเป็นจริงในทุกกรณี
เนื่องจากมีข้อยกเว้นของกฎอยู่เสมอ
แนวคิดในการสร้างอินเดียโดยยึดหลักภาษาคือการจัดการ
โดยคำนึงถึงเอกลักษณ์ของภาษาที่แยกจากกันและกลุ่มชาติพันธุ์ต่างๆ
ที่ประกอบกันเป็นแนวคิดของอินเดีย
การประนีประนอมกับแนวคิดเรื่องลัทธิชาตินิยมย่อยและการสะสมภาษาตามสิทธิของตนเองคือผลลัพธ์

อินเดียเป็นหนึ่งในประเทศที่มีเอกลักษณ์เฉพาะตัวจากสมัยประวัติศาสตร์ที่ได้สะสมภาษาที่มีวิวัฒนาการและซึมซับภาษาเหล่านี้ในสังคม
นี่เป็นหนึ่งในข้อยกเว้นที่สำคัญที่สุดซึ่งในหน่วยงานทางภูมิศาสตร์เดียว ความแตกต่างของภาษาที่มีโครงสร้างทางอุดมการณ์ของตัวเองได้ถูกดูดซับไปแล้ว
นี่เป็นแนวคิดเกี่ยวกับลัทธิชาตินิยมย่อยภายในการปกครองของอินเดียในขณะที่รัฐแต่ละรัฐได้ถูกสะสมไว้
ภาษามีบทบาทสำคัญในการสร้างส่วนทางสังคมวิทยา
อาร์.บูการ์สกีผู้กล่าวถึงแนวคิดเรื่องการแบ่งแยกดินแดนในรายงานของเขาเรื่อง **"ภาษา ชาตินิยม และสงครามในยูโกสลาเวีย"** ดังที่กล่าวไว้ข้างต้น
ได้เน้นย้ำแนวคิดเรื่องภาษาในฐานะเครื่องมืออันทรงพลังในการสร้างรัฐชาติ
ส่วนถัดไปของการเขียนเป็นเรื่องเกี่ยวกับวิธีที่ผู้เขียนกำหนดแนวคิดทางภาษาในช่วงเวลาหนึ่ง

Keith Walters กล่าวถึงในงานเขียนของเขาในหนังสือ "Gendering French in Tunisia: Language ideologies and Nationalism"
ว่าภาษาในฐานะอุดมการณ์เป็นหนทางแห่งการยอมรับของสังคมซึ่งมีการพัฒนาอย่างต่อเนื่อง
กรณีของแอฟริกาเหนือที่ซึ่งภาษาอาหรับถูกแทนที่ด้วยภาษาฝรั่งเศส
ให้ตัวอย่างว่าลัทธิจักรวรรดินิยมไม่เพียงแต่ในด้านเศรษฐกิจเท่านั้น แต่ยังรวมถึงวัฒนธรรมทางสังคมด้วย
อาจมีหรือไม่มีความก้าวหน้าตามธรรมชาติในเส้นใยสังคม ขึ้นอยู่กับบริบท
จักรวรรดิฝรั่งเศสประสบความสำเร็จในการบูรณาการภาษาของตนเป็นภาษากลางอย่างเป็นทางการในทุกอาณานิคม ในทำนองเดียวกัน
จักรวรรดิอังกฤษในอาณานิคมก็สามารถบูรณาการภาษาได้สำเร็จตามที่นิโคลัส โคลส กล่าวไว้ แม้ว่าดังที่ได้กล่าวไปแล้ว

อินเดียเป็นหนึ่งในข้อยกเว้นที่สำคัญในมรดกทางอาณานิคมของตน
โดยที่ภาษาอังกฤษเป็นภาษาราชการมาเป็นเวลานาน
แม้ว่าจะยังคงรักษาภาษากลางของตนเองไว้ก็ตาม
ตอนนี้สิ่งนี้ได้บอกอะไรมากมายเกี่ยวกับแง่มุมของอัตลักษณ์และลัทธิชาตินิยม
มีการพูดคุยกันอย่างละเอียดในการเขียนข้างต้นว่าภาษาเป็นแนวคิด
แนวคิดในตัวเองสร้างความรู้สึกชาตินิยมและวิธีที่ภาษากำหนดความรู้สึกเหล่านี้
ในสังคมเป็นจุดสนใจ
ฉันได้พยายามที่จะสะท้อนสิ่งนี้ในงานเขียนของฉันว่าภาษาเป็นจุดศูนย์กลางที่มวลชนสามารถรวมตัวกันได้ อย่างไรก็ตาม ประเด็นไม่ได้ถูกจำกัดอยู่เพียงแค่นั้น
จุดสนใจหลักคือการใช้ภาษาเป็นแง่มุมทางวัฒนธรรมเพื่อกำหนดความคิด
ความรู้สึก และค่านิยมทางสังคม
ลัทธิชาตินิยมที่เกี่ยวข้องกับภาษาส่วนใหญ่ถูกสร้างขึ้นบนกรอบข้างต้น
ภาษาของรัฐหลังอาณานิคมหลายแห่งยังเป็นรูปแบบที่โดดเด่นของกฎที่ถูกบังคับใช้กับชาวพื้นเมืองในฐานะรูปแบบหนึ่งของความเหนือกว่า
แนวคิดนี้เกี่ยวข้องกับการทำความเข้าใจว่าภาษาในตัวเองกำหนดความฝันของกลุ่มคน ชาติ รัฐ ฯลฯ ได้อย่างไร
วิวัฒนาการของภาษาและความเข้าใจทางอุดมการณ์ได้เปลี่ยนไปด้วยการเปลี่ยนกระบวนทัศน์จากระบบศักดินาไปสู่ยุคอาณานิคมที่พัฒนาไปสู่รัฐหลังอาณานิคม ในตอนท้ายของบทความนี้
อาจอนุมานได้ว่าพรสวรรค์ด้านภาษาเป็นหนึ่งในปัจจัยสำคัญที่ทำให้สังคมมนุษย์พัฒนาแยกจากกัน วิวัฒนาการของวัฒนธรรม อุดมการณ์ ความสัมพันธ์
และพฤติกรรมมีความสัมพันธ์ที่แน่นแฟ้นกับภาษานั้นๆ
ตัวอย่างคือการใช้คำต่างๆ ในการกำหนดคำว่าหิมะในวัฒนธรรมเอสกิโม
ภาษาเดียวกันที่มีการพัฒนาความแตกต่างในการใช้งานที่แพร่กระจายไปทั่วภูมิภาคทางภูมิศาสตร์ที่หลากหลายสามารถทำให้เกิดความแตกต่างในความหมายภายในขอบเขตของภาษาเดียวกันได้ นี่เป็นเรื่องจริงสำหรับภาษาที่ครองโลก ได้แก่

ภาษาอังกฤษ ฝรั่งเศส และภาษายุโรปอื่นๆ ที่ครองโลกตั้งแต่สมัยจักรวรรดิ ดังที่ซูซาน แฮมิลตัน กล่าวถึงในงานเขียนเรื่อง “Making History with Frances Power Cobbe”

ภาษาในตัวเองมีพลังในการพัฒนาและการเล่าเรื่องที่จะพูดสิ่งต่าง ๆ ที่เปลี่ยนแปลงไปในความหมายที่แท้จริงของมันตลอดช่วงระยะเวลาหนึ่งในสังคม พวกเขาถูกมองอย่างไรหรือคุณค่าทางศีลธรรมของคำบางคำคืออะไร คำที่ใช้เรียกขานในปัจจุบันอาจมีแง่มุมที่แตกต่างไปจากเดิมอย่างสิ้นเชิงเมื่อคำเหล่านี้เกิดขึ้นจริงซึ่งเปลี่ยนความหมายไปในช่วงเวลาหนึ่ง ภาษาต้นฉบับที่คนจำนวนไม่มากใช้เมื่อย้ายไปยังตำแหน่งที่ภาษานั้นไม่ได้มาจากภาษาเดิมจะทำให้ภาษามีอัตลักษณ์ใหม่โดยไม่ต้องแยกจากหัวข้อมากเกินไป มันเพิ่มแง่มุมทางวัฒนธรรมของแง่มุมวัฒนธรรมใหม่ ชาวฝรั่งเศสชาวแคนาดาและชาวฝรั่งเศสในแอฟริกา โลกอาหรับนอกเหนือจากผู้คนในสหรัฐอเมริกาและชาวแอฟริกันในอังกฤษ ชาวอินเดียที่ใช้ภาษาอังกฤษได้รวมเอาภาษาที่ระบุสำหรับคนกลุ่มใดกลุ่มหนึ่ง (เริ่มแรกเป็นชาวอาณานิคม) เข้าไปในระบบนิเวศของการสื่อสารทั่วไป . สิ่งนี้นำเสนอได้ดีโดย (Blackledge 2002) ซึ่งกล่าวถึงว่าอังกฤษใช้ภาษาเป็นรูปแบบที่มีประสิทธิภาพมากกว่าในการเชื่อมโยงภาษาอังกฤษกับภาษาแม่ ด้วยวิธีนี้แบรนด์ลัทธิจักรวรรดินิยมวัฒนธรรมของพวกเขาจึงได้ผล เป็นเรื่องเกี่ยวกับการใช้ภาษาอันเป็นเอกลักษณ์ประจำชาติที่ผสมผสานการเปลี่ยนแปลงของความแตกต่างทางชาติพันธุ์ นอกจากนี้ ยังมีการอ้างอิงถึงสิ่งนี้ในบทความที่เขียนโดย Santosh Kumar Mishra และ Naveen Kumar Pathak ในหัวข้อ “การศึกษาภาษาอังกฤษในอินเดีย: การเดินทางจากลัทธิจักรวรรดินิยมไปสู่การปลดปล่อยอาณานิคม” ว่าภาษาซึ่งแต่เดิมมีความต่างด้าวในธรรมชาติช่วยจุดประกายจิตวิญญาณแห่งชา

ตินิยมได้อย่างไร

ภาษากลางในการเชื่อมโยงถึงแม้ชนชั้นสูงจะอนุญาตให้คนอินเดียสายพันธุ์แรกสามารถอ่านและทำความเข้าใจวิธีการทำงานของระบอบประชาธิปไตยตะวันตกและรัฐชาติได้

จำเป็นที่มันไม่ได้กระตุ้นให้เกิดความรู้สึกถึงสายพันธุ์ชาตินิยมที่ก้าวร้าว แต่เป็นการคิดส่วนบุคคล ในบันทึกประวัติศาสตร์

ชาวอินเดียพื้นเมืองที่กำลังเผชิญกับระบบการศึกษาภาษาอังกฤษของ Macaulay ก็สัมผัสได้ถึงความรู้สึกชาตินิยมของยุโรปเช่นกัน

นี่เป็นการพิสูจน์ว่าถึงแม้จะไม่ใช่จุดประสงค์ที่ตั้งใจไว้ของภาษา แต่ผลกระทบที่พัฒนาแล้วของภาษาก็ส่งผลต่อการเปลี่ยนแปลงตามเวลา

การอ้างอิงสำหรับบทที่ 3

อากิออน, พี. และโบลตัน, พี. (1997).

ทฤษฎีการเติบโตและการพัฒนาแบบหยดลง การทบทวนเศรษฐศาสตร์ศึกษา 64(2) หน้า 151

Bose, S. และ Jalal, A. (2009) ชาตินิยม ประชาธิปไตย และการพัฒนา นิวเดลี: มหาวิทยาลัยอ็อกซ์ฟอร์ด กด.

บอสเวิร์ธ บี. และคอลลินส์ เอส. (2008) การบัญชีเพื่อการเติบโต: เปรียบเทียบจีนและอินเดีย วารสารมุมมองทางเศรษฐกิจ, 22(1), หน้า 45-66.

บราส, พี. (2004) ความสนใจระดับสูง ความหลงใหลในมวลชน และอำนาจทางสังคมในการเมืองทางภาษาของอินเดีย ชาติพันธุ์และเชื้อชาติศึกษา 27(3) หน้า 353-375

Demetriades, P. และ Luintel, K. (1996) การพัฒนาทางการเงิน การเติบโตทางเศรษฐกิจ และการควบคุมภาคการธนาคาร: หลักฐานจากอินเดีย วารสารเศรษฐกิจ, 106(435), หน้า 359.

เฟอร์นันเดส, แอล. (2004). การเมืองแห่งการลืม: การเมืองแบบชนชั้น อำนาจรัฐ และการปรับโครงสร้างพื้นที่เมืองในอินเดีย เมืองศึกษา, 41(12), หน้า 2415-2430.

ฮาริช อาร์. (2010) สถาปัตยกรรมแบรนด์ในการสร้างแบรนด์การท่องเที่ยว:

หนทางข้างหน้าของอินเดีย วารสารวิจัยธุรกิจอินเดีย. [ออนไลน์] มีจำหน่ายที่: https://www.emerald.com/insight/content/doi/10.1108/17554191011069442/full/html [เข้าถึง 28 ก.ย. 2019].

Khodabakhshi, A. (2011) ความสัมพันธ์ระหว่าง GDP และดัชนีการพัฒนามนุษย์ในอินเดีย วารสารอิเล็กทรอนิกส์ SSRN.

มอยจ เจ. (1998) นโยบายอาหารและการเมือง:

เศรษฐกิจการเมืองของระบบการจำหน่ายสาธารณะในอินเดีย วารสารชาวนาศึกษา, 25(2), หน้า 77-101.

มูเกอร์จี, อาร์. (2007). การเปลี่ยนแปลงทางเศรษฐกิจของอินเดีย นิวเดลี: สำนักพิมพ์มหาวิทยาลัยออกซ์ฟอร์ด.

ติลัก เจ. (2007) การศึกษาหลังประถมศึกษา ความยากจน และการพัฒนาในอินเดีย วารสารการพัฒนาการศึกษานานาชาติ, 27(4), หน้า 435-445.

วาร์ชนีย์, เอ. (2000) อินเดียกลายเป็นประชาธิปไตยมากขึ้นหรือไม่? วารสารเอเชียศึกษา, 59(1), หน้า 3-25.

การอ้างอิงสำหรับบทที่ 4

Almgren, R., & Skobelev, D. (2020) วิวัฒนาการของเทคโนโลยีและการกำกับดูแลเทคโนโลยี *วารสารนวัตกรรมแบบเปิด: เทคโนโลยี ตลาด และความซับซ้อน* , *6* (2), 22.

Barile, S., Orecchini, F., Saviano, M., & Farioli, F. (2018) ผู้คน เทคโนโลยี และการกำกับดูแลเพื่อความยั่งยืน: การมีส่วนร่วมของระบบและการคิดเชิงระบบไซเบอร์ *วิทยาศาสตร์เพื่อความยั่งยืน* , *13* , 1197-1208.

Bhattacharya, S. (2022) *ในรัฐเบงกอลตะวันตก ความพยายามอันทะเยอทะยานในการปลูกป่าชายเลนให้ผลลัพธ์ที่จำกัด* , *Scroll.in* มีอยู่ที่: https://scroll.in/article/1032297/in-west-bengal-ambitious-efforts-to-plant-mangroves-yield-limited-results (เข้าถึง: 10 มิถุนายน 2023)

บุชเชอร์ เจ. และเบอริดเซ ไอ. (2019)

สถานะของการกำกับดูแลปัญญาประดิษฐ์ทั่วโลกเป็นอย่างไร?. *วารสาร RUSI* , *164* (5-6), 88-96.

Chakraborti, S. *New Town มีร้านค้าขยะสู่ความมั่งคั่งแบบครบวงจร: Kolkata news - Times of India* , *The Times of India*

มีจำหน่ายที่:https://timesofindia.indiatimes.com/city/kolkata/new-town-gets-one-stop-waste-to-wealth-store/articleshow/78689888.cms (เข้าถึง: 10 มิถุนายน 2023)

Davis, KE, Kingsbury, B. , และ Merry, SE (2012)
ตัวชี้วัดที่เป็นเทคโนโลยีแห่งการกำกับดูแลระดับโลก
การทบทวนกฎหมายและสังคม , *46* (1), 71-104.

Dias Canedo, E., Morais do Vale, AP, Patrão, RL, Camargo de Souza, L., Machado Gravina, R., Eloy dos Reis, V., ... & T. de Sousa Jr, R. (2020). กระบวนการกำกับดูแลเทคโนโลยีสารสนเทศและการสื่อสาร (ICT): กรณีศึกษา *ข้อมูล* , *11* (10), 462.

Finger, M. และ Pécoud, G. (2003) จากอี- รัฐบาลถึงอี- การปกครอง? สู่แบบจำลองของอี- ธรรมาภิบาล
วารสารอิเล็กทรอนิกส์ของรัฐบาลอิเล็กทรอนิกส์ , *1* (1), หน้า52-62.

ฮีทเทน, เอ็ม. (2019). จุดอ่อนของฮาร์ดโค้ด: เทคโนโลยีบล็อกเชน
การกำกับดูแลเครือข่าย และข้อผิดพลาดของลัทธิยูโทเปียทางเทคโนโลยี
เครือข่ายทั่วโลก , *19* (3), 329-348.

จุยซ์, ซี., เกร์เรโร, ซี., และเลรา, ไอ. (2014)
การนำหลักธรรมาภิบาลภาครัฐไปปฏิบัติในกรอบการกำกับดูแลเทคโนโลยีสารสนเทศ *เปิดวารสารการบัญชี* .

Karol Mohan, AT (2023)

ทำความเข้าใจกับข้อมูลการพัฒนาเมืองที่ยุ่งเหยิงของเบงกาลูรู , *เรื่องพลเมือง, เบงกาลูรู* มีอยู่ที่: https://bengaluru.citizenmatters.in/making-sense-of-bengalurus-messy-urban-development-data-117710 (เข้าถึง: 11 มิถุนายน 2023)

คาลิล เอส. และเบลิตสกี ม. (2020)
ความสามารถแบบไดนามิกสำหรับผลการดำเนินงานของบริษัทภายใต้กรอบการกำกับดูแลเทคโนโลยีสารสนเทศ *รีวิวธุรกิจยุโรป* , *32* (2), 129-157.

Kumar, M. (2022)
คณะกรรมการควบคุมมลพิษของรัฐในอินเดียไม่มีพนักงานหรือความเชี่ยวชาญเพียงพอ Scroll.in มีอยู่ที่: https://scroll.in/article/1036752/state-pollution-control boards-in-india-neither-have-enough-staff-nor-expertise (เข้าถึง: 14 มิถุนายน 2023)

ลีออน, แอลเอฟเอ, และ โรเซน, เจ. (2020)
เทคโนโลยีเป็นอุดมการณ์ในการปกครองเมือง
พงศาวดารของสมาคมนักภูมิศาสตร์อเมริกัน , *110* (2), 497-506.

Mittal, P. , & Kaur, A. (2013) การปกครองแบบอิเล็กทรอนิกส์: ความท้าทายสำหรับอินเดีย
วารสารนานาชาติด้านการวิจัยขั้นสูงด้านวิศวกรรมคอมพิวเตอร์และเทคโนโลยี , *2* (3).

Mort, M., Finch, T., & May, C. (2009)
การสร้างและการยกเลิกการสร้างผู้ป่วยทางไกล:
อัตลักษณ์และการกำกับดูแลในเทคโนโลยีด้านสุขภาพใหม่ๆ *วิทยาศาสตร์ เทคโนโลยี และค่านิยมของมนุษย์* , *34* (1), 9-33.

มัลลิแกน ดีเค และแบมเบอร์เกอร์ แคลิฟอร์เนีย (2018) .

ประหยัดการกำกับดูแลโดยการออกแบบ *การทบทวนกฎหมายแคลิฟอร์เนีย*, *106* (3), 697-784.

Musso, J. , Weare, C. , & Hale, M. (2000)

การออกแบบเทคโนโลยีเว็บสำหรับการปฏิรูปการปกครองท้องถิ่น: การจัดการที่ดีหรือประชาธิปไตยที่ดี? *การสื่อสารทางการเมือง*, *17* (1), 1-19.

Prasher, G. (2023) *เบงกาลูรู เรามีปัญหา: มันคือทะเลสาบของเรา กระจกบังกาลอร์* มีอยู่ที่:

https://bangaloremirror.indiatimes.com/bangalore/civic/bengaluru-we-have-a-problem-its-our-lakes/articleshow/97289067.cms (เข้าถึง: 11 มิถุนายน 2023)

โรโค เอ็มซี (2008)

ความเป็นไปได้สำหรับการกำกับดูแลระดับโลกของเทคโนโลยีที่หลอมรวมกัน *วารสารวิจัยอนุภาคนาโน*, *10*, 11-29.

สัจเดวา, เอส. (2002). กลยุทธ์ e-Governance ในอินเดีย

เอกสารไวท์เปเปอร์เกี่ยวกับกลยุทธ์ e-Governance ในอินเดีย

Vidisha, S. (2023) **ชาวสลัมในมุมไบยืนหยัดต่อต้านแผนพัฒนาขึ้นใหม่ของ Adani**, *Nikkei Asia* ดูได้ที่: https://asia.nikkei.com/Spotlight/Asia-Insight/Mumbai-slum-residents-stand-up-against-Adani-s-redevelopment-plan (เข้าถึงเมื่อ: 12 มิถุนายน 2023)

ยาดาฟ เอ็น. และซิงห์ วีบี (2013) การปกครองแบบอิเล็กทรอนิกส์: อดีต ปัจจุบัน และอนาคตในอินเดีย *arXiv พิมพ์ล่วงหน้า arXiv:1308.3323*

ผู้เชี่ยวชาญระดมความคิดเกี่ยวกับกลยุทธ์ในการปรับปรุงคุณภาพอากาศในเดลี ดูได้ที่:

https://www.newindianexpress.com/cities/delhi/2023/may/16/experts-

brainstorm-on-strategies-to-improve-air-quality-in-delhi-2575552.html
(เข้าถึง: 12 มิถุนายน 2566)

การวางแผนและการพัฒนามุมไบสามารถเกี่ยวข้องกับประชาชนได้อย่างไร: ข่าวมุมไบ - Times of India, *The Times of India* ดูได้ที่:
https://m.timesofindia.com/city/mumbai/how-planning-and-development-of-mumbai-can-involve-citizens/articleshow/100691710.cms (เข้าถึง: 11 มิถุนายน 2023)

รัฐบาลเบงกอลตะวันตกเปิดตัวรถโดยสารพร้อมเครื่องฟอกอากาศในโกลกาตาเพื่อเอาชนะมลภาวะ (2023) *Hindustan Times* ดูได้ที่:
https://www.hindustantimes.com/cities/kolkata-news/west-bengal-govt-launches-buses-with-air-purifiers-in-kolkata-to-beat-pollution-101686042102914.html (เข้าถึง : 11 มิถุนายน 2566)

การอ้างอิงสำหรับบทที่ 5

Albert Eleanor, (2019) เข้าถึงได้จาก Thediplomat.com "รัสเซีย ทางเลือกพลังงานในละแวกใกล้เคียงของจีน"

Altman A. Steven, 2020 เข้าถึงได้จาก Harvardbusinessreview.org: "Covid19 จะมีผลกระทบที่ยั่งยืนต่อโลกาภิวัตน์หรือไม่?

Birdsall, Campos M. Nancy, Edgardo L Kim Jose, Corden Chang-Shik, MacDonald W. Max, Pack Lawrence, Page Howard, Sabor John, Stiglitz Richard, E. Joseph (1993) เข้าถึงได้จาก document.worldbank.org "The East ปาฏิหาริย์แห่งเอเชีย: การเติบโตทางเศรษฐกิจและนโยบายสาธารณะ"

Bishara Marwan, (2020) เข้าถึงได้จาก Aljazeera.com "ระวังความวุ่นวายที่กำลังจะเกิดขึ้นในตะวันออกกลาง"

Bogardus, E. (1927) การย้ายถิ่นฐานและทัศนคติทางเชื้อชาติ นิวยอร์ก:

สิ่งพิมพ์ DC Heath

Bose, S. และ Jalal, A. (2009) ชาตินิยม ประชาธิปไตย และการพัฒนา นิวเดลี: มหาวิทยาลัยอ็อกซ์ฟอร์ด กด.

บอสเวิร์ธ บี. และคอลลินส์ เอส. (2008) การบัญชีเพื่อการเติบโต: เปรียบเทียบจีนและอินเดีย วารสารมุมมองทางเศรษฐกิจ, 22(1), หน้า 45-66.

บราส, พี. (2004) ความสนใจระดับสูง ความหลงใหลในมวลชน และอำนาจทางสังคมในการเมืองทางภาษาของอินเดีย ชาติพันธุ์และเชื้อชาติศึกษา 27(3) หน้า 353-375

สิทธิชัย, AW (2016) "ความฝันแห่งเอเชีย" ของจีน โครงการริเริ่มหนึ่งแถบหนึ่งเส้นทางและระเบียบใหม่ของภูมิภาค วารสารเอเชียเปรียบเทียบการเมือง 1(3), 226-243.

Chen Alicia, Molter Vanessa (2020) เข้าถึงได้จาก fsi.stanford.edu "Mask Diplomacy: เรื่องเล่าของจีนในยุคโควิด"

เฉิง, กัวลาลัมเปอร์ (2016) คำถาม 3 ข้อเกี่ยวกับ "โครงการริเริ่มหนึ่งแถบหนึ่งเส้นทาง" ของจีน *รีวิวเศรษฐกิจจีน 40, 309-313*

การทูตแบบใหม่ของจีนและผลกระทบต่อโลก (2550) *Brown Journal of World Affairs* , [ออนไลน์] 14(1), หน้า 221-232.

Demetriades, P. และ Luintel, K. (1996) การพัฒนาทางการเงิน การเติบโตทางเศรษฐกิจ และการควบคุมภาคการธนาคาร: หลักฐานจากอินเดีย วารสารเศรษฐกิจ, 106(435), หน้า 359.

Deepta Chopra- นโยบายการพัฒนาและสวัสดิการในเอเชียใต้, 2014

Duara P., (2001) เข้าถึงได้จาก jstor.org "The discourse of allowance and Pan Asianism"

Du J. และ Zhang, Y. (2018) โครงการริเริ่ม One Belt One Road ส่งเสริมการลงทุนโดยตรงในต่างประเทศของจีนหรือไม่? *ทบทวนเศรษฐกิจจีน 47, 189-205*

แฟน วาย. (2007) พลังอ่อน: พลังแห่งแรงดึงดูดหรือความสับสน? *พัลเกรฟ มักมิลลัน* , [ออนไลน์] 4(2), หน้า 147-158.

เฟอร์ดินันด์, พี. (2016). ไปทางทิศตะวันตกโฮ- ความฝันของจีนและ 'หนึ่งแถบหนึ่งเส้นทาง': นโยบายต่างประเทศของจีนภายใต้สีจิงผิง *กิจการระหว่างประเทศ 92(4), 941-957*

Ghoshal Singh Antara, (2020) เข้าถึงได้จาก Thehindu.com "ความขัดแย้งและปัญหาทางนโยบายของอินเดียในจีน"

GS Khurana, (2008) เข้าถึงได้จาก tandfonline.com "สายไข่มุกของจีนในมหาสมุทรอินเดียและผลกระทบด้านความปลอดภัย"

Guo, C., Lu, C., Denis, DA & Jielin, Z. (2019) ผลกระทบของยุทธศาสตร์ One Belt, One Road สำหรับจีนและยูเรเซีย

ฮิลแมน เจ. (2018) แถบและถนนของจีนเต็มไปด้วยหลุม ศูนย์ยุทธศาสตร์และการต่างประเทศศึกษา

หวง ย. (2016) ทำความเข้าใจกับโครงการริเริ่ม China Belt & Road: แรงจูงใจ กรอบการทำงาน และการประเมิน รีวิวเศรษฐกิจจีน 40, 314-321

อิสลาม นิวเม็กซิโก (2019) เส้นทางสายไหมสู่ถนนวงแหวน สปริงเกอร์

Jain Ayush, (2020) เข้าถึงได้จาก eurasiantimes.com "หลังจาก Galwan, หิมาจัลอาจเป็นประเด็นใหญ่ต่อไปในข้อพิพาทชายแดนอินเดีย-จีน"

จินเฉิน ต. (2016) หนึ่งแถบและหนึ่งถนน: เชื่อมโยงจีนและโลก *เว็บไซต์ความคิดริเริ่มโครงสร้างพื้นฐานระดับโลก*

จอห์นสตัน, อลาบามา (2019) โครงการริเริ่มหนึ่งแถบหนึ่งเส้นทาง:

อะไรอยู่ในนั้นสำหรับจีน? *การศึกษานโยบายเอเชียและแปซิฟิก 6(1), 40-58*

เหลียง ย. (2020)

เงินหยวนเป็นสากลและความคิดริเริ่มบนถนนสายหลักทางการเงิน: มุมมองของ MMT *เศรษฐกิจจีน 53(4), 317-328*

Lu, H, R. Charlene, R., Hafner, M. & Knack, M. (2018) โครงการริเริ่มหนึ่งแถบหนึ่งเส้นทางของจีน *แรนด์ยุโรป*

หมิงห่าว, Z. (2016)

โครงการริเริ่มหนึ่งแถบหนึ่งเส้นทางมีผลกระทบต่อความสัมพันธ์จีน-ยุโรป *ผู้ชมนานาชาติ 51(4) 109-118.*

Mishra Rahul, (2020) เข้าถึงได้จาก Thediplomat.com "บาดแผลที่เกิดจากตนเองของจีนในทะเลจีนใต้"

มิทเชลล์, ดี. (2020) การสร้างหรือทำลายภูมิภาค: โครงการริเริ่มหนึ่งแถบหนึ่งเส้นทางของจีนและความหมายสำหรับพลวัตของภูมิภาค *ภูมิศาสตร์การเมือง*

มอยจ เจ. (1998) นโยบายอาหารและการเมือง: เศรษฐกิจการเมืองของระบบการจำหน่ายสาธารณะในอินเดีย วารสารชาวนาศึกษา, 25(2), หน้า 77-101.

Narins, PT & Agnew, J. (2020) สิ่งที่ขาดหายไปจากแผนที่: ความโดดเด่นของจีน ระบอบอธิปไตย และความคิดริเริ่มหนึ่งแถบหนึ่งเส้นทาง *ภูมิศาสตร์การเมือง 25(4)*

Nordin, HMA และ Weissmann, M. (2018) ทรัมป์จะทำให้จีนยิ่งใหญ่อีกครั้งหรือไม่? โครงการริเริ่มหนึ่งแถบหนึ่งเส้นทางและระเบียบระหว่างประเทศ *กิจการระหว่างประเทศ*

รอมฎอน ไอ. (2018) โครงการริเริ่มหนึ่งแถบหนึ่งเส้นทางของจีน *Intermestic: วารสารการศึกษานานาชาติ*

Saha Premesha, (2020) เข้าถึงได้จาก orfonline.org "From 'Pivot to Asia' to Trump's ARIA: What Drives the US current Asia Policy?"

ชมิดท์ เจ. (2008) Soft Power Diplomacy ของจีนในเอเชียตะวันออกเฉียงใต้ *The Copenhagen Journal of Asian Studies*, [ออนไลน์] (26), หน้า 22-46.

Scobell, A., Lin, B., Howard, JS, Hanauer, L., Johnson, M. & Michake, S. (2018) ในรุ่งอรุณของโครงการหนึ่งแถบหนึ่งเส้นทาง: จีนในประเทศกำลังพัฒนา *แรนด์คอร์ปอเรชั่น*

ชาริอาร์, เอส. (2019). โครงการริเริ่มหนึ่งแถบหนึ่งเส้นทาง: สิ่งที่จีนจะมอบให้กับโลกในช่วงรุ่งเรือง *วารสารรัฐศาสตร์แห่งเอเชีย 27(1), 152-156*

Suri Navdeep และ Taneja Kabir (2020) เข้าถึงได้จาก The Hindu.com: "ในวิกฤตโรคระบาดที่เชื่อมระหว่างอ่าวไทยกับเอเชียตะวันตก"

Sylvia Martha, (2020) เข้าถึงได้จาก Thediplomat.com "สงครามโลกสำหรับ 5G ร้อนแรง"

Tan Meng Chee, (2015) เข้าถึงได้จาก theasiadialogue.com "การลงทุนด้านโครงสร้างพื้นฐานและปัญหาภาพลักษณ์ของจีนในเอเชียตะวันออกเฉียงใต้"

เย่ ม. (2020) เส้นทางแห่งการเดิมพันและก้าวต่อไป: โลกาภิวัตน์ที่ขับเคลื่อนโดยรัฐในประเทศจีน *สำนักพิมพ์มหาวิทยาลัยเคมบริดจ์*

หยุนหลิง, Z. (2015) หนึ่งแถบหนึ่งเส้นทาง: มุมมองแบบจีน *โกลบอลเอเชีย 10(3), 8-12.*

จ้าว ส. (2020) โครงการ Belt Road Initiative

ของจีนเป็นลายเซ็นของการทูตของประธานาธิบดี Xi Jingping: พูดง่ายกว่าทำ *วารสารจีนร่วมสมัย 29(123), 319-335.*

การอ้างอิงสำหรับบทที่ 6

อเดลแมน, เอช. (2002) ชายแดนแคนาดาและด่านตรวจคนเข้าเมือง 9/11 *การทบทวนการย้ายถิ่นฐานระหว่างประเทศ 36(1), 15-28.*

Anderson, M. , Alcaraz Elena, M. , Freudenstein, R. , Guiraudon, V. (2000) กำแพงรอบทิศตะวันตก:
พรมแดนของรัฐและการควบคุมการเข้าเมืองในอเมริกาเหนือและยุโรป *โรว์แมน แอนด์ ลิตเติลฟิลด์.*

บอมเมส, เอ็ม. (2000). การย้ายถิ่นฐานและสวัสดิการ:
ท้าทายขอบเขตของรัฐสวัสดิการ *เราท์เลดจ์.*

ชาคอน, เอ็มเจ (2549) พรมแดนที่ไม่ปลอดภัย: ข้อจำกัดการเข้าเมือง การควบคุมอาชญากรรม และความมั่นคงของชาติ *คอน. l. รีวี. 39 พ.ย. 1827.*

เครปาซ, เอ็มเอ็ม (2008) ความไว้วางใจเหนือขอบเขต: การย้ายถิ่นฐาน
รัฐสวัสดิการ และอัตลักษณ์ในสังคมยุคใหม่ *สำนักพิมพ์มหาวิทยาลัยมิชิแกน*

ฟาสซิน, ดี. (2011) ตรวจรักษาเขตแดน สร้างขอบเขต
การปกครองของผู้อพยพในยุคมืด การทบทวนมานุษยวิทยาประจำปี 40, 213-226.

ฟลอเรส, อลาบามา (2003) การสร้างขอบเขตวาทศิลป์: Peons
มนุษย์ต่างดาวที่ผิดกฎหมาย และเรื่องเล่าที่แข่งขันกันเกี่ยวกับการอพยพ
การศึกษาเชิงวิพากษ์ในการสื่อสารสื่อ 20(4), 362-387.

ฟลินน์ ดี. (2005) พรมแดนใหม่ การจัดการใหม่:
ประเด็นขัดแย้งของนโยบายการย้ายถิ่นฐานสมัยใหม่ *ชาติพันธุ์และเชื้อชาติศึกษา 28(3), 463-490*

เฮย์เตอร์, ต. (2000) เปิดพรมแดน: คดีต่อต้านการควบคุมคนเข้าเมือง

การศึกษาเรื่องการย้ายถิ่นและการพลัดถิ่น, 17.

จาค็อบสัน, ดี. (1996) สิทธิข้ามพรมแดน: การย้ายถิ่นฐานและการปฏิเสธสัญชาติ *เก่ง.*

กษัตริย์. เอ็น. (2016). ไม่มีพรมแดน: การเมืองแห่งการควบคุมและการต่อต้านคนเข้าเมือง *เซด บุ๊คส์ จำกัด*

ลาฮาฟ, จี. (2004) การอพยพและการเมืองในยุโรปใหม่: การปฏิรูปเขตแดน *สำนักพิมพ์มหาวิทยาลัยเคมบริดจ์.*

Maciel, D. และ Herrera-Sobek, M. (1998) วัฒนธรรมข้ามพรมแดน: การอพยพของชาวเม็กซิกันและวัฒนธรรมสมัยนิยม *สำนักพิมพ์มหาวิทยาลัยแอริโซนา*

ปีเตอร์ส อีเอ็ม (2015) เปิดการค้าขาย ปิดพรมแดน อพยพในยุคโลกาภิวัตน์ *พล.ต.อ.โลก 67, 114.*

วิลคอกซ์, เอส. (2009) การอภิปรายเปิดพรมแดนเรื่องการย้ายถิ่นฐาน *เข็มทิศปรัชญา 4(5) 813-821.*

วิลคอกซ์, เอส. (2015) การย้ายถิ่นฐานและชายแดน *การเปรียบเทียบ Bloomsbury กับปรัชญาการเมือง, 183-197*

การอ้างอิงสำหรับบทที่ 7

Smeulers, S Van Niekerk Abu Ghraib และสงครามต่อต้านการก่อการร้าย—คดีกับ Donald Rumsfeld? อาชญากรรม กฎหมาย และการเปลี่ยนแปลงทางสังคม พ.ศ. 2552

Dyson , BS “Stuff Happens”: โดนัลด์ รัมส์เฟลด์ และสงครามอิรัก การวิเคราะห์นโยบายต่างประเทศ, 2552

Fischer-Lescano, A. การทรมานใน Abu Ghraib: การร้องเรียนต่อ Donald Rumsfeld

ภายใต้ประมวลกฎหมายอาชญากรรมต่อกฎหมายระหว่างประเทศของเยอรมนี
วารสารกฎหมายเยอรมัน, 2548

Hampton , AJ, Aina, B., Andersson, J. ผลกระทบของ Rumsfeld:
วารสารจิตวิทยา. 2555

Logan CD ความรู้ที่รู้, สิ่งที่เราไม่รู้,
สิ่งที่เราไม่รู้และการแพร่กระจายของการสอบถามทางวิทยาศาสตร์
วารสารพฤกษศาสตร์ทดลอง, 2552.

มอร์ริส อี. ผู้ไม่รู้ ผู้รู้ . สิ่งที่คุณไม่รู้ว่าคุณไม่รู้ Dogwoof, 2000

Panagopoulos , C. *The Polls:* ความคิดเห็นสาธารณะและรัฐมนตรีกลาโหม
Donald Rumsfeld . ประธานาธิบดีศึกษารายไตรมาส, 2549

Rumsfeld, HD พลิกโฉมกิจการต่างประเทศของกองทัพ , HeinOnline 2545

รัมส์เฟลด์. ดี. การปกป้องตนเอง: ทำไมเราจึงควรโจมตีอิรัก?
สุนทรพจน์สำคัญประจำวัน พ.ศ. 2545

Rumsfeld, HD สงครามรูปแบบใหม่ การทบทวนทางทหาร พ.ศ. 2544

Rumsfeld, D.
คำแนะนำและข้อกำหนดในการอ้างอิงสำหรับการทบทวนการป้องกันสี่ปี พ.ศ. 2544 2544

Rumsfeld, HD สงครามรูปแบบใหม่ การทบทวนทางทหาร พ.ศ. 2544

Rumsfeld, DH รายงานประจำปีต่อประธานาธิบดีและรัฐสภา 2546

Rumsfeld คำแถลง HD ของผู้มีเกียรติ Donald H. Rumsfeld 2544

Rumsfeld, D. หลักการหลักเพื่ออิรักที่เสรี วอลล์สตรีทเจอร์นัล, 2546

Ryan, M. 'การครอบงำแบบเต็มสเปกตรัม': โดนัลด์ รัมส์เฟลด์
กระทรวงกลาโหม และยุทธศาสตร์การทำสงครามที่ผิดปกติของสหรัฐฯ, พ.ศ.
2544-2551 สงครามขนาดเล็กและการก่อความไม่สงบ 2014

การอ้างอิงสำหรับบทที่ 10

Alyssa Ayres (2009), "พูดเหมือนรัฐ: ภาษาและชาตินิยมในปากีสถาน", สำนักพิมพ์มหาวิทยาลัยเคมบริดจ์

แอนเดอร์สัน เบเนดิกต์ (1983), "Imagined Communities", Verso, London

Blackledge Adrian (2002),

"การสร้างวาทกรรมของอัตลักษณ์แห่งชาติในอังกฤษหลายภาษา", วารสารภาษา อัตลักษณ์และการศึกษา เล่มที่ 1 หน้า 67-87

Holobrow Marnie (2007), "อุดมการณ์ภาษาและลัทธิเสรีนิยมใหม่", วารสารภาษาและการเมือง, เล่ม 6, หน้า 51-73

Kathryn A. Woolard และ Bambi B. Schieffelin (1994), "Language Ideology", Annual Review of Anthropology, Vol 23, หน้า 55-82

Ranko Bugarski (2001), "ภาษา สงคราม และชาตินิยมในยูโกสลาเวีย", วารสารนานาชาติด้านสังคมวิทยาภาษา เล่มที่ 151, หน้า 69-87

Walters Keith (2011), "Gendering French in Tunisia: language ideologies and nationalism", วารสารนานาชาติด้านสังคมวิทยาของภาษา, ฉบับที่ 2011, หน้า 83

รอติดตามกันต่อไปครับ.........

www.ingramcontent.com/pod-product-compliance
Lightning Source LLC
LaVergne TN
LVHW041704070526
838199LV00045B/1199
* 9 7 8 9 3 6 0 1 6 3 6 7 9 *